చెరలో ఉన్నవారికి స్వాతంత్ర్యము

ట్రైనింగ్ మాన్యువల్

వారి పండ్లకు మనలను వేటగా అప్పగింపని
యెహోవా స్తుతినొందును గాక.

పక్షి తప్పించుకొనినట్లు మన ప్రాణము వేటగాండ్ర
ఉరినుండి తప్పించుకొని యున్నది.

ఉరి తెంపబడును మనము తప్పించుకొని యున్నాము
భూమ్యాకాశములను సృజించిన యెహోవా నామము వలననే
మనకు సహాయము కలుగుచున్నది.

కీర్తనలు 124 : 6-8

మార్కు డ్యూరీ మరియు బెంజమెన్ హెగేమాన్

db

డెరోర్ పుస్తకములు

చెరలో ఉన్న వారికి స్వాతంత్ర్యము యొక్క నాలుగవ ముద్రణ చేర్పుట

చెరలో ఉన్న వారికి స్వాతంత్ర్యము : కాపీరైట్ © 2022 మార్కు డ్యూరీ ద్వారా
స్టడీగైడ్ వనరులు : కాపీరైట్ © 2022 బెంజమెన్ హెగేమాన్ ద్వారా
అన్ని హక్కులు ప్రత్యేకించబడ్డాయి.

శీర్షిక : *చెరలో ఉన్నవారికి స్వాతంత్ర్యము* : ట్రైనింగ్
వివరణ : మెల్‌బోర్న్ : దెరోర్ బుక్స్ , 2022.
ISBN: 978-1-923067-10-3

గ్రూప్ డిస్కషన్ ఐకాన్ www.flaticon.com నుండి ఫ్రీ పిక్ ద్వారా తయారుచేయబడింది.

మార్కు డ్యూరీ పుస్తకాలు మరియు రచనల గురించి మరింత సమాచారం కోసం, సందర్శించండి.
markdurie.com.

వివిధ బాషలలో *చెరలో ఉన్న వారికి స్వాతంత్ర్యము* రిసోర్స్లల కోసం సందర్శించండి
luke4-18.com.

దెరోర్ పుస్తకాలు మరియు మెల్‌బోర్న్ ఆస్ట్రేలియా
www.derorbooks.com

విషయ సూచిక

ముందు మాట   1

ఈ పుస్తకమును ఎలా ఉపయోగించాలి   3

నాయకులకు మార్గదర్శకం   5

1 ఇస్లాంను పరిత్యజించ వలసిన అవసరత   15

2 సిలువ ద్వారా స్వాతంత్ర్యము   27

3 ఇస్లాంను అర్థం చేసుకోవడం   63

4 మహమ్మద్ మరియు తిరస్కరణ   87

5 షహదా నుండి విముక్తి   119

6 ధిమ్మా నుండి విముక్తి   151

7 అబద్ధమాడుట, అసత్యపు ఆధిపత్యం, మరియు శపించుట   177

8 స్వేచ్ఛా సంఘం   201

అదనపు వనరులు   225

సమాధానాలు   229

ముందు మాట

నేడు, అపూర్వమైన సంఖ్యలో మాజీ ముస్లింలు క్రీస్తును అనుసరించడానికి ఎంచుకుంటు న్నారు. విషాదకరమైన విషయం ఏమిటంటే వీరిలో చాలామంది లోకం నుండి తిరస్కరణ మరియు సమస్యలు ఎక్కువగా ఎదుర్కొంటారు. 80 శాతం మంది మొదటి రెండు సంవత్స రాలలో పడిపోయారని కొంతమంది జాతీయ క్రైస్తవ నాయకులు నివేదించారు. దీని గురించి దేవుడు మనలను ఏమి చేయమని అడుగుతున్నాడు?

2002 లో డాక్టర్ మార్క్ డ్యూరీ ధిమ్మా వ్యవస్థ గురించి మరియు క్రైస్తవులు ఇస్లాం మరియు ముస్లింల భయం నుండి ఎలా విముక్తి పొందవచ్చో బోధించడం ప్రారంభించాడు. ప్రజలు ప్రార్థన కోసం ముందుకు వచ్చినప్పుడు పరిచర్య సమయంలో సాధారణంగా బోధన జరుగుతుంది. ఈ సెషన్స్‌లో పాల్గొన్నవారిలో, చాలామంది దేవుని శక్తివంతమైన కార్యమును గూర్చి సాక్ష్యమిచ్చారు, ఇది వారి పరిచర్యకు విడుదల మరియు శక్తిని తీసుకు వచ్చింది.

తరువాత డాక్టర్ డ్యూరీ ఇస్లాం యొక్క ఆధ్యాత్మిక బానిసత్వం నుండి ప్రజలను విడిపించడా నికి బోధనను అభివృద్ధి చేశారు. ఈ రెండు బోధనలు *చెరలో ఉన్నవారికి స్వాతంత్ర్యము* అనే పుస్తకములో మిళితం చేయబడ్డాయి.

ప్రపంచవ్యాప్తంగా ఉన్న సువార్తికులు *చెరలో ఉన్న వారికి స్వాతంత్ర్యము* అనే పుస్తకము గూర్చి తెలుసుకొని దానిని ఉపయోగించారు, కావున పుస్తకం అనేక భాషలలో అనువాదం చేయ బడింది.

చెరలో ఉన్నవారికి స్వాతంత్ర్యము మొదటిసారిగా ప్రచురించబడిన సంవత్సరాలలో 2010 లో దీనిని సవరించి మరియు నవీకరించబడే అవసరం ఉందని స్పష్టమైంది. దాని వినియో గదారుల అవసరాలను మెరుగ్గా తీర్చడానికి, ముఖ్యంగా ముస్లిం నేపథ్యంనుండి వచ్చిన విశ్వాసుల సహవాసుల కొరకు ఇది చేయబడింది.

శిక్షణా కార్యక్రమం అవసరత కూడా ఏర్పడింది. మొదట పవర్‌పాయింట్ స్లైడ్‌లను ఉపయో గించి సలాం మినిస్ట్రీస్ రూపొందించిన విడియోలను బోధించడం ద్వారా పుస్తకం యొక్క సందేశానికి మద్దతు ఇవ్వబడింది. ఈ విడియోలు ఇతర భాషల్లోకి అనువాదం లేదా ఉప శీర్షికలుగా మార్చబడ్డాయి.

ఈ బోధన పద్ధతి అనేక దేశాలలో ఉపయోగించబడింది మరియు స్థానిక భాగస్వామ్యులు దీన్ని ఉపయోగించడానికి శిక్షణ పొంది యున్నారు అయితే, బెనిన్ లోని బుష్ పాస్టర్లకు శిక్షణ ఇవ్వడానికి ఈ విధానాన్ని ఉపయోగించే అవకాశం గురించి సలాం డైరెక్టర్ నెల్సన్ వోల్ఫ్, డాక్టర్ బెంజిమెన్ హెగేమాన్‌ను సంప్రదించినప్పుడు అతను “అసాధ్యం”! అని చెప్పి పూర్తిగా భిన్నమైన విధానాన్ని ప్రతిపాదించారు. బెనిన్ లోని దశాబ్దాల బోధన అనుభవంతో డాక్టర్ హెగేమాన్ *చెరలో ఉన్నవారికి స్వాతంత్ర్యము* కోసం శిక్షణా పద్ధతిని అభివృద్ధి చేశారు, ఇది స్టడీగైడ్‌ను ఉపయోగించింది. మేము ఇక్కడ అనుసరిస్తున్న ఈ పద్ధతి చిన్న చర్చ

సమూహాలను ఉపయోగిస్తుంది మరియు నాటకరూపంలో బాటోను, ఫ్రెంచ్ మరియు హౌసా మాట్లాడే వారిచే చేయబడింది మరియు ఉత్సాహంగా స్వీకరించబడింది.

ఈ శిక్షణా విధానం ఏదైనా నిర్దిష్ట స్థాయిని ఊహించకుండా అనేక రకాల సందర్భాలలో పనిచేయడానికి రూపొందించ బడింది. అలాగే, శిక్షణ పూర్తి చేసిన నాయకుడు దానిని తిరిగి తమ సొంత సందర్భాలలోకి తీసుకొని అదే విధానాన్ని ఉపయోగించి ఇతరులకు శిక్షణ ఇవ్వగలగాలి.

క్రీస్తు మాటలు మన చెవులలో మ్రోగుతాయి: “తండ్రి నన్ను పంపిన ప్రకారం నేనునూ మిమ్ము ను పంపుచున్నాను”, మరియు “మీరు వెళ్లి, సమస్త జనులను శిష్యులనుగా చేయుడి”! యేసు దీని గురించి ఏమి చెబుతున్నాడు? ఆయన మరణించే ముందు రోజు రాత్రి శిష్యుల కు దేవుడు ఎవరో తెలుసని మరియు వారు ఆయనతో ఐక్యపరచబడి ఉన్నారని వివరించా డు; వారు ఆయన నామము పేరట ఆయన సత్యములో మరియు ఆయన ప్రేమలో దేవుని తో ఐక్యమై యున్నారు (యోహాను 17).ప్రధమ ఫలమైన మన ప్రభువునకు మా ప్రార్థన ఏమిటంటే *చెరలో ఉన్న వారికి స్వాతంత్ర్యము*ఇస్లాం ఇంటి నుండి మతం మారిన వారికి యేసుక్రీస్తులో దేవునితో ఐక్యంగా ఉండడానికి మరియు ముస్లింల నుండి శిష్యులను చేసే వారందరికి సహాయపడుతుంది.

మార్క్ డ్యూరీ యొక్క రివైజ్డ్ *చెరలో ఉన్న వారికి స్వాతంత్ర్యము* యొక్క బోధన మరియు బెంజమెన్ హెగేమాన్ యొక్క అనువైన స్టడీగైడ్‌లను మిళితం చేసిన ఈ పుస్తకము ఈ అవసరాలన్ని తీర్చడంలో సహాయపడుతుందని మరియు సార్వత్రిక సంఘానికి ఆశీర్వాదంగా ఉంటుందని మేము ఆశిస్తున్నాము.

ఈ వనరులను మెరుగుపరచడానికి సహాయకరమైన సూచనలు చేస్తూ మాకు అభిప్రాయాన్ని అందించిన అనేక మంది విలువైన సొదరులు మరియు సోదరీమణులకు మేము మా హృదయ పూర్వక ధన్యవాదాలు తెలియపరుస్తున్నాము. ఈ ప్రాజెక్ట్ పట్ల మీ ఆసక్తి ఎంతో అభినందనీయం మేము ఆర్థికంగా సహకారులను మరియు చాలా మంది యొక్క ప్రార్థన లను కూడా కృతజ్ఞతతో అంగీకరిస్తున్నాము. వీరు లేకుండా ఈ పని ఎప్పటికీ జరిగేది కాదు.

మార్క్‌డ్యూరీ, బెంజమెన్ హెగేమాన్, నెల్సన్ వోల్ఫ్
జూన్ 2022.

ఈ పుస్తకమును ఎలా ఉపయోగించాలి

మార్క్ డ్యూరీ గారు ఆరు ప్రధాన పాఠాలు మరియు రెండు అదనపు పాఠాలతో రచించిన *చెరలో ఉన్న వారికి స్వాతంత్ర్యము* అను పుస్తకమునకు ఒక క్రొత్త ఎడిషన్‌తో కూడిన ట్రైనింగ్ మాన్యువల్‌కు స్వాగతం.

ఈ శిక్షణా మాన్యువల్ క్రైస్తవ ప్రేక్షకులకు వ్రాయబడింది. *చెరలో ఉన్న వారికి స్వాతంత్ర్యము* అను పుస్తకములోని బోధనను క్రైస్తవులు అన్వయించుకోవడంలో సహాయపడేందుకు ఇది అభివృద్ధి చేయబడింది. క్రీస్తులో స్వాతంత్ర్యము కనుగొని, స్వేచ్ఛగా ఉండేందుకు ఇది మీకు మరియు ఇతరులకు సహాయపడాలని మా ప్రార్థన.

మీరు ఈ శిక్షణ మాన్యువల్‌ను ఉపయోగించి శిక్షణా కోర్సును నిర్వహించాలని ప్రణాళిక కలిగి ఉంటే, మొదటి పాఠానికి ముందు ఉన్న నాయకుల కోసం గైడ్‌ను దయచేసి జాగ్రత్తగా చదవండి.

మీరు ఇతర విశ్వాస సమూహాలతో కలిసి ఈ శిక్షణను చేయవలసినదిగా మేము సూచిస్తు న్నాము. ఇది సదస్సుల పద్ధతిలో మూడు నుండి ఐదు రోజులు పాటు జరిగేలా రూపొందించ బడింది. ఐతే ఇది వారములో జరిగే చిన్న చిన్న గ్రూపులులో శీర్షికగా కూడా చేయవచ్చు.

ఖురాన్ కు సంబంధించిన వచనములు ఖు అనే సంక్షిప్త పదాన్ని ఉపయోగిస్తాయి. ఉదా. ఖు 9:29 ని సూరా 9 :29 గా సూచిస్తుంది. ఈ శిక్షణలో మీరు పామాణికమైన మూలాల ఆధారంగా ఇస్లాం బోధనల గురించి నేర్చుకొంటారు. రిఫరెన్స్‌లు విశ్వసనీయమైన ప్రాథమిక ఇస్లాం మూలాధారాలకు సంబంధించినవని నిర్ధారించడానికి ప్రతి ప్రయత్నం జరిగింది. ఈ అనేక మూలాధారాలకు సంబంధించిన వివరణాత్మకమైన సూచనల కోసం దయచేసి మార్కు డ్యూరీ గారి ద్వారా రచించబడిన *మూడవ ఎంపిక* అను పుస్తకమును చూడ గలరు.

సార్వత్రిక సంఘమునకు ఈ వనరును అందుబాటులో ఉంచుటలో, ప్రతివిధమైన ద్వేషము మరియు పక్షపాతము వ్యతిరేకిస్తూ, అన్నిమతాలు మరియు ప్రపంచ దృష్టికి విమర్శనాత్మక మైన ఆలోచనను వర్ధింపచేయాలని మేము విశ్వసిస్తున్నాము. ముస్లింలు మరియు ముస్లీ మేతరులు ఇద్దరూ తమ మనసాక్షి మరియు వారి జ్ఞానము వారికి మార్గదర్శకత్వం వహిస్తు న్నందున, ఇస్లాం గురించి దాని బోధనలతో ఏకీభవించడం, విబేధించడం అనేది తమ సొంత అభిప్రాయానికి రావడానికి హక్కును కలిగి ఉంటారు.

మీరు ఈ శిక్షణ మాన్యువల్ యొక్క పి.డి.ఎఫ్ ఫైల్‌ని మరియు *చెరలో ఉన్న వారికి స్వాతంత్ర్యమును* అనే ఇతర వనరులను luke4-18.com అనే వెబ్‌సైట్ నుండి డౌన్‌లోడ్ చేసుకోగలరు.

క్రైస్తవ సంస్థలు ఈ వెబ్‌సైట్ నుండి వనరులను డౌన్‌లోడ్, ప్రింట్ మరియు షేర్ చేయడానికి అనుమతి ఉంది.

ఈ శిక్షణ ప్రజలకు ఎలా సహాయపడిందో, అలాగే మెరుగుదల కోసం సూచనలను స్వీకరించడానికి మేమెల్లప్పుడు కృతఘ్నులమై యున్నాము.

నాయకులకు మార్గదర్శకం

సాధారణ మార్గదర్శకాలు

ఇస్లాం నుండి ఆత్మీయ స్వేచ్ఛను కనుగొనడంలో ప్రజలకు సహాయపడటానికి ఈ శిక్షణ అందించ బడింది.

మీరు *చెరలో ఉన్న వారికి స్వాతంత్ర్యము* అనే ట్రైనింగ్ కోర్స్‌ను నడిపించాలని ఆలోచన కలిగి ఉంటే దయచేసి ఈ మార్గదర్శకాలను జాగ్రత్తగా అధ్యయనం చేయండి.

ఈ శిక్షణ మాన్యువల్ మూడు రకాల క్రైస్తవులకు సహాయం చేయడం కొరకు వ్రాయ బడింది.

1. ఇస్లాం నుండి క్రైస్తవ మతం మారిన వారు క్రీస్తులో తమ స్వేచ్ఛను పొందాలని ఎంచుకొనేవారు.

2. ముస్లీంల ఆధిపత్యములో ముస్లీంలతో పాటు జీవించిన తమ పూర్వీకులతో నివసించిన క్రైస్తవులు.

3. ముస్లీములతో క్రీస్తు సందేశాలను పంచుకోవాలని అనుకొనే వారు ఎవరైనా.

ఈ మూడు సమూహాలకు వారి సొంత ప్రత్యేక అవసరాలు ఉన్నాయి. అయితే, ప్రతి ఒక్కరు (అన్ని రకాల క్రైస్తవుల వారు) ఈ శిక్షణ యొక్క ప్రధాన పాఠాలైన 1-6 అన్ని పాఠాలు చేయాలని మేముకోరుతున్నాము.

రెండు అదనపు పాఠాలు అనగా పాఠాలు 7 మరియు 8 ప్రత్యేకముగా గతంలో ముస్లింలుగా ఉన్న క్రైస్తవుల కొరకు ప్రత్యేకంగా రూపొందించబడింది. 6 పాఠాలు పూర్తిచేసిన తరువాత మాత్రమే వీటిని పూర్తి చేయాల్సి వస్తుంది.

- ఇస్లాం నుండి విడుదలకు సంబంధించిన అదనపు ముఖ్య అంశములను 7 వ పాఠం చర్చిస్తుంది ; మోసం, తప్పుడు ఆధిపత్యం మరియు శాపాలు.
- ముస్లిం నేపధ్యం నుండి వచ్చిన ప్రజలు ఉన్న చర్చిని ఆరోగ్యకరంగా ఎలా పెంచుకోవాలో 8 వ పాఠం నేర్పుతుంది. గతంలో ముస్లింలుగా ఉన్న వారి మధ్యలో పని చేసే వారందరికి సహాయం చేయడానికి ఇది రూపొందించబడింది.

ఈ శిక్షణ ప్రత్యేక పద్ధతిలో ఉండేలా రూపొందించ బడింది. మీరు ఇక్కడ వివరించిన విధానాన్ని అనుసరించాలని సిఫారసు చేయబడుతుంది, ఎందుకంటే ఇది అనేక రకాల అభ్యాసకులకు బాగా పనిచేస్తుంది అని పరీక్షించబడింది.

ఈ శిక్షణను 3 నుండి 5 రోజులలో పూర్తి చేసేలా రూపొందించ బడింది. ఇది వారాంతపు చిన్న సమూహాల యొక్క శ్రేణిగా కూడా అనుసరించ బడుతుంది.

మీరు శిక్షణకు నాయకత్వం వహిస్తుంటే పాల్గొనేవారిని ఇతరులతో కూడా ఈ శిక్షణ పంచుకోవడానికి ప్రోత్సహించండి. ఈ శిక్షణలో పాల్గొని అనుసరించే ఎవరైనా, దానిని వారి సొంత సందర్భాలకు అనుగుణంగా ఇతరులను శిక్షణలో నడిపించ గలరని మేము ఆశిస్తున్నాము.

శిక్షణ పద్ధతి

ఈ శిక్షణను చిన్న గృహ సమూహం నుండి వందల వ్యక్తుల సమూహము వరకు ఎంతమందైనా అనుసరించవచ్చు. 5 లేదా 6 కంటే ఎక్కువ మంది శిక్షణ పొందుతున్నట్లయితే, పాల్గొనే వారిని దాదాపు 4 లేదా 5 గ్రూపులుగా విభజించాలి. ఈ సమూహాలు ఒకే విధంగా ఉంటాయి మరియు శిక్షణ మొత్తం కలిసి కూర్చుంటారు.

శిక్షణలో పాల్గొనే వారందరికి ఈ శిక్షణ మాన్యువల్ సొంత కాపి ఉండాలని నిర్ధారించుకోండి. శిక్షణ ప్రారంభంలో, పాల్గొనే వారందరిని వారి మాన్యువల్ పైన వారి పేర్లు వ్రాయమని ఆహ్వానించండి. మరియు అవి వారివి అని వారికి తెలియజేయండి. మరియు వాటిలో వారు నేర్చుకున్న నోట్స్ వ్రాయమని ప్రోత్సహించండి. ఆరు ప్రధాన పాఠాలు, ప్రతి పాఠం యొక్క శీర్శిక, ప్రతి పాఠం ప్రారంభంలో జాబితా చేయబడిన అభ్యాస లక్ష్యాలు, ప్రతి పాఠం చివరిలో ఉన్నవనరులు (పదజాలం, పేర్లు, బైబిల్ మరియు ఖురాన్‌లో నుండి తీయబడిన వచనములు), ప్రతి పాఠం చివరిలో ప్రశ్నలు మరియు సమాధానాలు, శిక్షణ మాన్యువల్ వెనుక భాగంలో చూడవచ్చు.

ప్రతి శిక్షణ రోజు ప్రారంభంలో ప్రతి చిన్న సమూహం ఒక అధ్యక్షుణ్ణి మరియు కార్యదర్శిని నియమిస్తుంది. గ్రూపులోని సభ్యులందరికి పదవులు వచ్చే విధంగా ప్రోత్సహించాలి.

- అధ్యక్షుడు చిన్న సమూహ చర్చలకు అధ్యక్షత వహిస్తారు మరియు సమూహములోని పతి ఒక్కరిని సహకరించమని ప్రోత్సహిస్తారు. శిక్షణ మాన్యువల్ వెనుక ఉన్న సమాధానాలను సంప్రదించగలరు.

- కేస్ స్టడి ప్రశ్నకు సమూహం ఎలా సమాధాన మిస్తుందో కార్యదర్శి నోట్స్ తీసుకుంటాడు పాఠం చివరిలో ప్రశ్నోత్తరాల సెషన్‌కు తీసుకు రావలసిన ఏవైన ప్రశ్నలను నోట్ చేస్తాడు మరియు లీడర్ ద్వారా గ్రూపులను సమాధానం ఇవ్వడానికి ఆహ్వానించినప్పుడు గ్రూపు తరుపున దానిపై ప్రతిస్పందిస్తాడు.

శిక్షణ కోర్సు ప్రారంభంలో, పాల్గొనే వారిని 4 లేదా 5 సమూహాలుగా విభజించి చిన్న సమూహాలు ఎలా పనిచేస్తాయో వివరిస్తూ, ప్రతిరోజు క్రొత్త అధ్యక్షుడు మరియు కార్యదర్శిని నియమించాలని లీడర్ సూచిస్తాడు. ప్రశ్నలకు సమాధానాలు చూడటానికి అధ్యక్షునిగా మాత్రమే అనుమతి ఉందని చిన్న సమూహాలు అందరూ అంగీకరించాలని నాయకుడు వివరిస్తాడు.

ప్రతి క్రొత్త శిక్షణ దిన రోజు ప్రారంభంలో " అందరు అధ్యక్షులు మరియు కార్యదర్శులు పదవి విరమణ చేసారు" అని నాయకుడు ప్రకటిస్తాడు. మరియు చిన్న సమూహాలు క్రొత్త అధ్యక్షుడు మరియు కార్యదర్శులను ఆ రోజుకు నియమిస్తారు (క్రింద చూడండి).

ప్రతి పాఠం కోసం శిక్షణ క్రమం:

- లీడర్ పాఠం యొక్క ప్రారంభాన్ని పాల్గొనే వారందరికి ప్రకటిస్తాడు, పాఠం ప్రారం భమయ్యే శిక్షణ మాన్యువల్ లోని పేజిని తెరువమని వారిని ఆహ్వానిస్తాడు. ఈ పేజిలో నేపథ్య చిత్రం ఉంది.
- పాల్గొనే వారందరికి ఆ పాఠం యొక్క ఉద్ధేశ్యాన్ని కొంతమంది నటుల ద్వారా అందిస్తారు.
- నాయకుడు పాఠం యొక్క ఉద్ధేశ్యాన్ని క్లుప్తంగా వ్యాఖ్యానిస్తాడు (కేవలం ఒక నిమిషం లేదా రెండు నిమిషాలు) మరియు పాఠం ప్రారంభంలో శిక్షణ మాన్యువ ల్ లోని పేపధ్య చిత్రం లోని దృష్టిని ఆకర్షిస్తాడు, దానిని క్లుప్తంగా వివరిస్తాడు.
- నాయకుడు పాల్గోనే వారందరికి పాఠం ప్రారంభంలో అభ్యాస లక్ష్యాలను చదివి వినిపిస్తాడు. ఉదాహారణకు, "ఈ పాఠం యొక్క లక్ష్యాలు (X) .. పేజిలో కనుగొన బడ్డాయి. ఈ లక్ష్యాలు...(వాటిని బిగ్గరగా చదవడం)"
- తరువాత, ప్రతిపాఠం కోసం కేస్ స్టడిని నాటికగా ప్రదర్శించవచ్చు, లేకపోతే అంద రికి చదివి వినిపించవచ్చు. మీరు దానిని నాటికగా ప్రదర్శించాలని ఎంచుకుంట కేస్ స్టడి ధృష్టాంతాన్ని ముందుగానే రిహార్సల్ చేయవచ్చు. ; ఈ దృష్యాలను ప్రదర్శి ంచడానికి పాల్గొనే వారిని ప్రోత్సహించండి. ఈ నాటిక (లేదా పఠనం) తరువాత చిన్న సమూహాలు కేస్ స్టడిని చర్చించడానికి మరియు దాని చివర "మీరు ఎలా స్పందిస్తారు?" అనే ప్రశ్నకు సమాధానం ఇవ్వడానికి సమావేశ మవుతాయి. దీని తరువాత, ప్రతి సమూహాం యొక్క కార్యదర్శి వారి సమూహం ప్రశ్నకు ఎలా సమాదానం ఇచ్చిందో పెద్ద సమూహానికి తిరిగి నివేదిక ఇస్తారు.
- మొదటి పాఠం తప్ప, ప్రతి పాఠాన్ని భాగాలుగా విభజించాలి. మొదటి పాఠం చిన్నది కాబట్టి ఒకే సెషన్‌లో చేయవచ్చు.
- పాఠంలోని ప్రతి సేషన్ కోసం పాల్గొనేవారు దిగువ ఇవ్వబడిన 1 నుండి 5 దశల ను అనుసరిస్తారు.

    1. శిక్షణ మాన్యువల్ లోని పేజి నంబర్లతో పాటు, ఏ సెషన్‌లో ఏయే విభాగాలు చర్చించబడతాయో నాయకుడు ప్రకటిస్తాడు. (ప్రతి చిన్న సమూహా సెషన్ లో ఎంత పూర్తి చేయాలో సూచించే విభజన గుర్తులను నాయకుడు అను సరించవచ్చు.).
    2. మంచి పఠన స్వరం ఉన్న ఎవరైన చర్చించబడే విభాగాల కోసం వచనాన్ని చదువుతారు. (శిక్షణ విభజన గుర్తులను అనుసరించినట్లయితే చదువరి ఆ గుర్తు వరకు చదువుతారు, 10-15 నిముషాలు పడుతుంది).
    3. పాల్గొనే వారు చిన్న సమూహాలుగా విడిపోతారు మరియు ప్రస్తుత సెషన్ కోసం ఉన్న ప్రశ్నలు ఇవ్వబడతాయి. ప్రశ్నలను ప్రతి పాఠం చివరిలో చూడవచ్చు.
    4. సమూహాలు ప్రస్తుత సెషన్‌లోని విభాగాలకు సంబంధించిన ప్రశ్నలను చర్చి ంచి సమాధానాలు ఇస్తాయి. ప్రశ్నల సంఖ్యను బట్టి దీనికి దాదాపు 10 -20 నిమిషాల పట్టవచ్చు. ఈ సమయంలో నాయకుడు వారు ఎలా చేస్తున్నారు

అనే దానిపై దృష్టి ఉంచేందుకు సమూహం నుండి సమూహంకు తిరుగుతారు.

5. ఈ సెషన్ లో ఒక గ్రూపు చర్చ ముగిసిందని నాయకుడు గమనించి నప్పుడు, మిగతా గ్రూపులన్నీటిని ముగించమని కోరతాడు. పాఠంతో ముందుకు సాగండి వెనుకబడిన వారి కొరకు వేచి ఉండకండి.

   పాఠం లోని మిగిలిన సెషన్‌లు మొత్తం పూర్తయ్యే వరకు 1 నుండి 5 దశలను తిరిగి పునరావృతం చేయండి.

- ప్రతి పాఠం ముగింపులో, ఆ పాఠంపై ప్రశ్నోత్తరాల సెషన్ కోసం అన్ని సమూహాలు తిరిగి కలుస్తాయి.

5,6,7 పాఠాలు ప్రార్థనతో ముగుస్తాయి. ప్రార్థనలు నిర్వహించడానికి దయచేసి దిగువ ఇచ్చిన సలహాలను అనుసరించండి.

ఇది చర్చా చిహ్నము, ముగ్గురు వ్యక్తులు మాట్లాడుతున్నట్లు చూపుతుంది.

ఈ చిహ్నము సమూహ సెషన్ ల కోసం సూచించబడిన విరామాన్ని సూచిస్తుంది. ఇది కేవలం ఒక సూచన ; ప్రతి నాయకుడు వారి శిక్షణ కోసం పాఠాలను, పాల్గొనే వారి అవసరాలను బట్టి ఎలా విభజించాలో ప్రణాళిక వేసుకోవాలి. సమూహాన్ని బట్టి పాల్గొనే వారు ఒకేసారి గ్రహించ గలిగే సమాచారం మారుతుంది. కాబట్టి ప్రతి చిన్న సమూహ సెషన్‌లో ఎంత భాగం పూర్తి చేయాలో శిక్షణా నాయకుడు నిర్ణయించుకోవాలి.

వస్తుపర పాఠాలు

మీరు ప్రతి పాఠాన్ని నాటికలో రూపొందించిన వస్తు రూపంలో పరిచయం చేయాలని సిఫార్సు చేయబడింది. మీరు దానిని ఉపయోగించాలని ఎంచుకుంటే, మొత్తం శిక్షణను పరిచయం చేయడానికి ఒక వస్తువు పాఠం కూడా ఉంది. మీరు ముందుగానే ఆబ్జెక్ట్ పాఠాల కోసం సిద్ధం కావాలి. చాలా సందర్భాలలో నాటికలో పాల్గొనే వారు అరగంట ముందు వస్తు పాఠాన్ని సాధన చేయడానికి కలుసుకుంటే సరిపోతుంది.

మొత్తం శిక్షణను పరిచయం చేయడానికి వస్తువు పరమైన పాఠము

కుర్చీపై నిలబడి యున్న వ్యక్తి బరువును భరించడానికి తగినంత బలమైన 6 నుండి 8 కుర్చీలను కనుగొనండి. కుర్చీలను వరుసలో ఉంచండి, ప్రతి కుర్చీ ముందు భాగాన్ని తదుపరి కుర్చీ వెనుకకు వ్యతిరేకంగా ఉంచండి. తరువాత తన మొబైల్ ఫోన్‌లో మాట్లాడుతున్నట్లు నటిస్తు ఒక పాల్గొనే యౌవనస్తున్ని కుర్చీలపై నడవమని అడగండి అప్పుడు దానిని కష్టతరం చేయండి, అది చాలా కష్టతరంగా మారేవరకు కుర్చీలను మరింత దూరం చేయండి. ఆపై చివరగా ఎవరైన "మార్గదర్శకుడు" అని వ్రాసిన కాగితాన్ని పట్టుకోండి. ఈ వ్యక్తి వెళ్ళి, పాల్గొనే వ్యక్తి కుర్చీ నుండి కుర్చీకి అడుగులు వేస్తున్నప్పుడు అతడి చేతిని పట్టుకుంటాడు. తనంతట

తానుగా చేయాల్సిన కష్టతరమైన పనిని మార్గనిర్దేశం చేసే చెయ్యి ఎలా సులభతరం చేస్తుందో వివరిస్తుంది.

పాఠం 1: పాఠం ఒకటి కోసం వస్తుపరమైన పాఠం

ఒక వ్యక్తి "నేను స్వతంత్రుడు! నేను స్వతంత్రుడను !" అని అరుస్తూ నడుస్తున్నాడు. మరియు అతను ఒక క్రైస్తవుడిగా ఎంత స్వేచ్ఛగా ఉన్నాడో బిగ్గరగా మాట్లాడుతున్నాడు, కాని ఎల్లప్పుడు తన కాళ్లకు కట్టిన రెండు మేకలను, ఒక మేకను ఒక కాలుకు, మరో మేకను మరో కాలికి కట్టిపడేసిన పట్టించుకోవడం లేదు. (రెండు గొర్రెలు, రెండు కోడి పుంజులు లేక రెండు పిల్లు లు వంటి ఏదైనా జంతువును కూడా తీసుకోవచ్చు). అతడు తిన్నని మార్గములో నడవడం కష్టం. అతను మొదట ఒక మార్గం వైపు లాగబడతాడు, ఆపై మరొక వైపు అతను తన గమ్యాన్ని చేరుకోవడానికి చాలా కష్టపడుతున్నాడుకాని అతను మేకలను చూడలేడు. అతను స్వేచ్ఛగా ఉన్నానను కుంటాడు గాని, అసలు స్వేచ్ఛగా లేడు !

జంతువులు అందుబాటులో లేకుంటే, ఒక పెద్ద పోస్టర్ పరిమాణ కాగితాన్ని తీసుకొని ఒకరు లేక ఇద్దరు ఆ మేకల బొమ్మలను వారి కాళ్లకు కట్టివేసినట్లుగా గీయండి. ఎవరైనా వచ్చి ఆ చిత్రాన్ని చూపించి "నేను ముస్లిం నేపథ్యం నుండి వచ్చిన విశ్వాసిని! నేను స్వేచ్ఛగా ఉన్నాను, నేను స్వేచ్ఛగా ఉన్నాను". ఆ మేకలను ప్రస్తావించకుండా పూర్తిగా వాటిని విస్మరించి అతను లేదా ఆమె వారి స్వేచ్ఛను గురించి ఒక నిమిషం మాట్లాడతాడు. ఆ వ్యక్తి నిష్క్రమించిన తరువాత మరొక వ్యక్తి వచ్చి ఆ మేకలను సూచిస్తూ, ఆపై ప్రశ్నించే విధంగా చేతులు పైకెత్తాడు.

పాఠం 2 కోసం వస్తుపరమైన పాఠం

మాస్కింగ్ టేప్ యొక్క విశాలమైన ముక్కపై మందపాటి చిన్న మార్కర్‌తో బోల్డ్ అక్షరాలతో "**ఖిమ్మి** అనే పదాన్ని రాయండి". టేప్‌పై ఉన్న పదాన్ని ప్రేక్షకులకు చూపించి ఆపై వెళ్లి అప్పటికే కుర్చీకి కట్టిన వ్యక్తి నోటిపై టేప్ వేయండి. 20 సెకన్ల తరువాత ఆ వ్యక్తి పైకి చూస్తూ లేవడా నికి ప్రయత్నం చేయమనండి. అతను లేదా ఆమె లేవలేరు. "**విమోచకుడు**". అని రాసిన కా గి తాన్ని మరొక వ్యక్తిని పట్టుకోమనండి. విమోచకుడు ధిమ్మి కట్లను తీసివేసి ఆ తరువాత వి డుదల పొందిన *ధిమ్మి*ని ప్రకాశిస్తున్న వెలుగు యొద్దకు (ఇది దీపం కావచ్చు, లేదా ఫోన్ లో ని టార్చ్ కావచ్చు) 23 వ కీర్తనను బిగ్గరగా చెప్పిస్తూ నడిపించండి.

పాఠం 3 కోసం వస్తుపరమైన పాఠం

ఒక జంతువు ఉచ్చులో పడితే అది పట్టబడుతుంది. అది ఆ యెర నుండి విడిచి పెట్టబడే వరకు స్వేచ్ఛను పొందదు. ఎవరైనా చేయి పెట్టడానికి సరిపోయేంత పెద్ద కూజాను కనుగొ నండి, కాని పిడికిలి బిగిస్తే వారి చేతిని బయటకు తీయలేనంత చిన్నదిగా ఉండాలి.
ఆ కూజా ను మరియు "***షహాద***" అనిరాసి ఉన్న కాగితాన్ని పట్టుకోండి ఆ కూజా లోపల కొన్ని గింజలు ఉంచండి. ఆ వ్యక్తి గింజలను పట్టుకోవడానికి వారి చేతిని లోపల పెడతాడు, కాని తిరిగి వారు వారి చేతిని బయటకు తీయలేరు. వారు తమ సమస్యను చూపిస్తూ తిరుగుతుంటారు. వారి చేయి బయటకు రావాలంటే గింజలను వదలడం ఒక్కటే మార్గం.

పాఠం 4 కోసం వస్తుపరమైన పాఠం

ఉద్రేక పూరితమైన ముసుగు ధరించిన స్త్రీ మరియు ప్రార్థనా టోపితో ఒక ముస్లిం వ్యక్తి రెండు కుర్చీలపై కళ్లకు గంతలు కట్టుకొని కూర్చొంటారు. **"భక్తి గల ముస్లిం"** అనే పదాలను

పెద్ద అక్షరాలతో రెండు కాగితాలపై రాసి వారి చాతిపై లేదా వారి మెడకు వ్రేలాడ దీయండి. చాలా మంది వ్యక్తులు లోపలికి వచ్చి వారి చుట్టూ చాలా సార్లు తిరుగుతూ ఆనందంగా, గుసగుస లాడుతున్న శబ్దాలను బిగ్గరగా చేస్తూ, ఒకరితో ఒకరు కలిసి స్తుతి గీతాలను ఆలపి స్తారు, కాని నేరుగా ఆ ముస్లింలకు ఏమీ చెప్పరు. ముస్లిం వ్యక్తి తన కుర్చీ క్రింద ఉన్న కత్తిని (లేదా కొడవలి వంటిఇతర ఆయుధం) తీసికొని ఎవరైనా దగ్గరకు వచ్చిన ప్రతిసారి దానిని గాలిలో ఊపుతూ, నిశ్శబ్దంగా ఉండమని మరియు తనను హింసకు ప్రేరేపించ వద్దని, వారికి చెబుతాడు. వారందరూ బయటికి వస్తారు. అప్పుడు ఎవరో వచ్చి నిశ్శబ్దంగా వారి కళ్లకు కట్టిన గంతను తొలగించి, అక్కడ ఎవరూ లేరని ఆ జంటకు చూపిస్తారు. అప్పుడు అందరూ ఆశ్చర్యంగా వెళ్లిపోతారు.

పాఠం 5 కోసం వస్తుపరమైన పాఠం

ఒక పురుషుడు లేదా స్త్రీ నేలపై పడుకొని అలసిపోయినట్లు మరియు ఓడిపోయిన స్థితిలో, చేతులు ముడుచుకొని ఉంటారు. **"తిరస్కరించబడిన"** అనే పదం ఒక కాగితంపై బోల్డ్

ప్రింట్‌తో ముద్రించబడి, ఆ వ్యక్తికి పెట్టబడింది. ఆ వ్యక్తి యొక్క చీలమండలానికి చుట్టూ ఒక పొడవైన తాడు సన్నివేశానికి దూరంగా ఉంటుంది. ఆ తాడు దేనికి కట్టబడిందో మీరు చూడలేరు.; అది ఒక చెట్టుకులేదా మరి దేనికైనా కట్టబడి ఉండవచ్చు. ఒక విమోచకుడు అనే వ్యక్తి వచ్చి, తాడును విప్పి, మెల్లగా అవ్యక్తిని లేపి కుర్చీపైకి కూర్చోబెట్టి వారికి ఒక గ్లాసు నీళ్లు ఇచ్చి, వారు త్రాగటం పూర్తయ్యే వరకు ఓపికగా ఉండి, ఆపై గ్లాసు తీసికొని, దానిని ఒకవైపు ఎట్టి, . **"తిరస్కరించబడిన"** అనే కాగితంను తీసివేయండి. అప్పుడు విమోచించిన వ్యక్తి కుర్చీపైకూర్చున్న విమోచింపబడిన వ్యక్తి ముందు మోకరిల్లి వారి పాదాలను కడిగి తుడుస్తాడు.

పాఠం 6 కోసం వస్తు పరమైన పాఠం

ఒక వ్యక్తిని తన బైబిల్ ను పట్టుకొని బల్ల వెనుక కుర్చీపై కూర్చోబెట్టి, అతని భార్య తన భుజాల పై చేతులు వేసుకొని అతని వెనుక నిలబడి ఉండనివ్వండి. వారు మౌనంగా తెరిచిన బైబిల్ వైపు చూస్తూంటారు. ఒక వెడల్పాటి మాస్కింగ్ టేప్ ముక్క పైన మందపాటి చిన్న మార్కర్ తో బోల్డ్ అక్షరాలతో **'భయ్యి'** అనే పదాన్ని రాయండి. టేప్ లోని పదాన్ని ప్రేక్షకులకు చూపిం చి. ఆపై వెళ్లి కుర్చీపైఉన్న వ్యక్తి నోటిపై టేప్ వేయండి. అప్పుడొక ముస్లిం నిశ్శబ్దంగా కూర్చున్న క్రైస్తవుని ముందు నడుస్తూ, పలకరిస్తూ అతనిని ఎగతాళి చేస్తున్నట్లుగా నటించనివ్వ నీయండి. భార్య ప్రశ్నలకు సమాధానం ఇవ్వడానికి ప్రయత్నించాలి. ఆ ముస్లిం వ్యక్తి ఆమె సమాధానాలను పట్టించుకోడు, క్రైస్తవుడు బైబిల్‌ను రెండు చేతులతో పట్టుకొని, తల ఊపి, కదిలించడాన్ని కొనసాగించండి, చివరగా ఆ ముస్లిం నవ్వుతూ వెళ్లిపోనివ్వండి. భార్య భర్త నోటికున్న టేప్‌ను తీసివేసి అతనితో "ముస్లింను తిరిగి రమ్మని సంతోషంగా చెప్పండి !" అని ఆమెను చెప్పనివ్వండి. ఆమె ముస్లిం వెళ్లిన వ్యక్తి వైపు వెళ్లిపోతుంది.

అప్పుడు "ఆ వ్యక్తి నేను వస్తున్నాను, నేను వస్తున్నాను !" అని చెప్పి బైబిల్ పట్టుకొని ఆమెను అనుసరించాలని నిర్ణయించుకొంటాడు.

పాఠం 7 కోసం వస్తుపరమైన పాఠం

ప్రేక్షకుల ముందు 3 కుర్చీలను నిశ్శబ్దంగా ఉంచండి, ఒక కుర్చీని ఒకవైపు మరియు మరొక వైపు ఒకదాని కొకటి ప్రక్క ప్రక్కనే రెండు కుర్చీలను ఉంచండి. జత చేసిన ప్రతి కుర్చీకి కాగితంపై **"స్వాతంత్ర్యము"** అనే పదం రాసి ఉంచండి. మరొక కుర్చీకి **"ఇస్లాం"** అనే పదమును జోడించండి. ఈ కుర్చీని గదిలో కదలకుండా ఉన్న ఏదో ఒక వస్తువుకు తాడుతో కట్టండి. ఒక వ్యక్తి ఇస్లాం అనే కుర్చీలో కూర్చొన్నాడు, అతని కాలు మరొక చిన్న తాడుతో కట్టబడి ఉంటుందితాడు **"స్వాతంత్ర్యము"** అనే కుర్చీలను చేరుకొనేంత పొడవు లేదు, మరియు ఇస్లాంఅనే కుర్చీని కదిలించలేము ఎందుకంటే అదికదలకుండా ఉన్న దానితో ముడిపడి ఉంది కాబట్టి కాగితంపై మందపాటి మార్కర్ తో బోల్డ్ అక్షరాలతో **"బంధకము"** అనే పదం రాయండి. ఎవరో ఒకరు ఈ కాగితాన్ని ప్రేక్షకులకు చూపించి ఆపై వెళ్లి **"ఇస్లాం"** అనే కుర్చీపైకూర్చొన్న వ్యక్తిని పట్టుకున్న తాడుపై టేప్‌తో అంటించండి. మరొకరు ప్రవేశించి **"స్వాతంత్ర్యము"** అనే కుర్చీలలో ఒకదానిలో కూర్చొని బైబిల్ చదవండి. ఆ వ్యక్తి కట్టబడి ఉన్న వ్యక్తిని పిలిచి, ఖాళీగాఉన్న **"స్వాతంత్ర్యము"** అనే కుర్చీకి రమ్మని ఆహ్వానిస్తాడు. కట్టబడి యున్న వ్యక్తి "స్వాతంత్ర్యము" అనే కుర్చీని చేరుకోడానికి ప్రయతిస్తాడు, కాని తాళ్ల కారణంగా చేరలేడు.

"స్వాతంత్ర్యము" అనే కుర్చీలో ఉన్న వ్యక్తి **"విడిచిపెట్టుట"** అని ముద్రించిన గుర్తును తీసుకొని
ప్రేక్షకులకు చూపిస్తాడు. ఆ వ్యక్తి తరువాత వెళ్లి "ఇస్లాం" అనే గుర్తుపైన **"విడిచిపెట్టుట"** అనే గుర్తును జతచేస్తాడు, తద్వార రెండూ కనిపిస్తాయి మరియు ఇస్లాం అనే కుర్చీకి వ్యక్తిని బంధించిన తాడును విప్పుతాడు ఇద్దరూ ఇప్పుడు వెళ్లి **"స్వాతంత్ర్యము"** అనే రెండు కుర్చీలలో కూర్చొంటారు. వారు కలిసి 'అద్భుతమైన కృప' (లేదా క్రీస్తులో స్వాతంత్ర్యము ను గురించిన ఇతర ప్రసిద్ధమైన కీర్తన లేదాపాట)యొక్క మొదటి చరణం పాఠం ప్రారంభిస్తారు.

పాఠం 8 కోసం వస్తుపరమైన పాఠం

భక్తిపరురాలు అయిన ముస్లింలాగా దుస్తులు ధరించిన ఒక స్త్రీ కళ్లకు గంతలు కట్టుకొని, ముస్లింలా కనిపించే ఒక వ్యక్తి చేతి ద్వారా ఒక కుర్చీ దగ్గరకు నడిపించ బడుతుంది. "సిగ్గు" అనే పదం కాగితంపై ముద్రించబడింది మరియు ఆమె ఛాతికి టేప్ ద్వారా పెట్టబడింది. ముస్లిం వ్యక్తి ఆమెతో, "నీ చేతులు మరియు కాళ్లు మురికిగా ఉన్నాయి!" అని చెప్పి వెళ్లిపోతాడు. ఆమె కుర్చీపై కూర్చుంది మరియు ఆమెకు చాలా మురికి పాదాలు మరియు మురికి చేతులు ఉన్నట్లు ప్రేక్షకులు చూస్తారు. ఆమె మెల్లగా ఏడుస్తుంది. ఒక క్రైస్తవ స్త్రీ లోపలికి వస్తుంది ఆమె నీళ్లతో ఉన్న ఒక గిన్నెను మరియు ఒక తువాలును తీసికొని వచ్చింది. మొదట ఆమె నెమ్మదిగా మరియు మెల్లగా చెంపలపై కారుతున్న కన్నీళ్లను తుడిచింది. తరువాత ఆమె స్త్రీ చేతిని కడుగుతుంది, ఆపై ఆమె పాదాలను కడుగటానికి మోకరిల్లుతుంది పాదాలను శుభ్రపరిచిన తరువాత క్రైస్తవ స్త్రీ మెల్లగా ముసుగు తీసివేసి అవతల స్త్రీ పైకి లేవడానికి సహాయం చేస్తుంది. క్రైస్తవ స్త్రీ నీళ్ల గిన్నెను పట్టుకొని మరియు ముస్లిం స్త్రీ తువాలును పట్టుకొని చేతిలో చేయి వేసుకొని వెళ్లిపోతారు.

చిన్న సమూహాం అధ్యక్షుల పాత్ర

ఒక చిన్న సమూహాములోని చర్చను ప్రోత్సహించండం చిన్న గుంపు అధ్యక్షుడి పాత్ర

ప్రతి పాఠం ప్రశ్నలలో ఒక పదం బోల్డ్ ప్రింట్‌లో ఉన్నప్పుడు అది నిర్దిష్ట పాఠం కోసం నిర్ణయి ంచ బడిన క్రొత్త పేర్లు, లేదా క్రొత్త పదజాలం అని అర్థం. ఒక గ్రూపు వారు ఈ పదాలను చూచినప్పుడు ఆవ్యక్తి ఎవరో లేదా పదం యొక్క అర్థం ఏమిటో సమూహాం యొక్క దృష్టిని ఆకర్షించడానికి అధ్యక్షుడు కొంత సమయం కేటాయించవచ్చు.

అధ్యక్షుడు తమ సమూహంలోని ప్రతి ఒక్కరినీ చర్చకు సహకరించమని ప్రోత్సహిస్తాడు.

అందించిన ప్రశ్నలు ప్రతి ఒక్కరికి ఉన్నాయని నిర్ధారించు కోవడంలో సహాయ పడతాయి. భోధనను అర్థం చేసుకున్నారు. సమూహాంలోని సభ్యులు కూడా విభాగం లోని సమస్యలను మరింత చర్చించాలనుకుంటే మంచిది.

ఒక సమూహం అంశముకు దూరంగా చర్చిస్తుంటే, అధ్యక్షుడు వారిని తిరిగి అధ్యయనం చేస్తున్న ప్రశ్నల యొద్దకు తీసుకు రావచ్చు.

అధ్యక్షుడు చర్చ కొనసాగేలా చూసుకొనవలెను.

శిక్షణా మాన్యువల్ లో సమాధానాలను సంప్రదించడానికి అనుమతించబడిన చిన్న సమూహాములోని ఏకైక వ్యక్తి చిన్న సమూహాం అధ్యక్షుడు మాత్రమే.

పాఠాలు 5-7 లో ప్రార్థనలను నిర్వహించడం

పాఠాలు 5-7 *షహదా, ధిమ్మా* మరియు మోసం, అధీకృత మరియు శాపాలను త్యజించే ప్రార్థనలను నిర్వహించడానికి ఇక్కడ మార్గదర్శకాలు ఉన్నాయి.

- ప్రార్థనలు అందరూ కలిపి పెద్ద సమూహంగా కలిసి (చిన్న సమూహాలలో లాగా విడిగా కాదు) చెప్పండి. అయినప్పటికీ ప్రతిఒక్కరిని ఒకే చోట చేర్చడం అవసరమ య్యేంత వరకు పాల్గొనే వారు తమ సమూహాంలో నుండి బయటకు వెళ్లవలసిన అవసరం లేదు.

- ప్రార్థనలు చేస్తున్నప్పుడు ప్రతి ఒక్కరు నిలబడమని ఆహ్వానిస్తే మంచిది. అలాంటి ప్రకటనలు చేసేటప్పుడు మనం జాగ్రత్తగా, మెలకువగా మరియు నిశ్చయిత కల్గి ఉండాలి.

- ప్రతి ప్రార్థన సెషన్‌కు ముందు, బైబిల్ వచనాలు ప్రశ్నలు, జవాబు రూపంలో ఏర్పా టు చేయబడతాయి. ప్రశ్నలు తరువాత లేఖనాలు, ఆ తరువాత సమాధానాలు (ఇటాలిక్స్‌లో ముద్రించబడిన) నాయకుడు మొదట చదువుతాడు. ఆ తరువాత అందరూ నిలబడి కలిసి ప్రార్థన చేస్తారు. పాఠం 5 (*షహాదా* నుండి విముక్తి) ని అనుసరించి పాఠం 6 (*ధిమ్మా* నుండి విముక్తి) పూర్తయినపుడు - ఇది సాధారణ క్రమం - అప్పుడు పాఠం 5 కోసం 'సత్యాన్ని ఎదుర్కొన్న' వచనాలు ఇప్పటికే చదువ బడ్డాయి కాబట్టి వాటిని పాఠం 6 కోసం పునరావృతం చేయవలసిన అవసరం లేదు.

- పాఠం 5 లో కూడా కనిపించే, 'యేసుక్రీస్తును అనుసరించడానికి నిబద్ధత యొక్క ప్రకటన మరియు ప్రార్థన' తరువాత *షహాదాను* త్యజించే ప్రార్థనను పాఠం 5 లో చెప్పాలి. ముందుగా ' యేసుక్రీస్తును అనుసరించడానికి నిబద్ధత యొక్క ప్రకటన మరియు ప్రార్థన' ను కలిసి చదవండి ఆ తరువాత స్వాతంత్ర్యం యొక్క సాక్ష్యాలను చదవండి. దీని తరువాత 'సత్యాన్ని ఎదుర్కొనే వచనాలను చదువుతాడు అప్పుడు అందరూ కలిసి '*షహాదా*ను త్యజించిదాని శక్తిని లయము చేయమని ప్రకటన చేసి ప్రార్థన చేస్తారు.

- ఈ ప్రార్థనలను కొన్ని విధాలుగా కలిసి చెప్పవచ్చు.

  - ఈ శిక్షణా మాన్యువల్ నుండి ప్రజలు వాటిని నేరుగా కలిసి చదువ గలరు

  - ఒక వేళ ప్రొజెక్టర్ వాడితే తెరమీద కనబడుతున్న దానిని చదువగలరు.

  - తరచుగా వీటిని "నా వెనుక చెప్పండి" అనే పద్ధతిలో చదవడం ఉత్తమం. ఇందులో నాయకుడు ఒక పదాన్ని చదువుతాడు, ఇతరులు దానిని తిరిగి చెబుతారు. పాల్గొనే వారు బిగ్గరగా చదవడం అలవాటు చేసుకోనప్పుడు "నా వెనుక చెప్పండి" అనే పద్ధతి మంచిది. ఈ పద్ధతి ప్రజలు తమకోసం ప్రార్థనల పదాలను వారికి అన్వయించు కోవడానికి ఎక్కువ సమయాన్ని కల్పిస్తుంది; ఈపద్ధతి సమూహంలో ఐక్యత యొక్క భావాన్ని నిర్మించగలదు.

- ఈ ప్రార్థనలు చదివిన ప్రతిసారి ప్రజలు ప్రార్థన చెప్పిన వెంటనే, నాయకుడు శాప ములను లయపరుస్తూ వాటి స్థానంలో ఆశీర్వాదాలను ప్రకటిస్తూ ప్రార్థనలు చదివిన వారందరి కొరకు ప్రార్థించడం చాలా ముఖ్యం. నాయకుడు చేసే ఈ తదుపరి ప్రార్థనలను క్రింది అంశములను కల్గి ఉండాలి.

  - విడిచిపెట్టిన వాటితో సంబంధం ఉన్న అన్ని శాపములను లయము చేస్తున్న ట్లు నాయకుడు నమ్మకంతో ప్రకటించాలి. ఇది ప్రజల కోసం నాయకుడే చేయవచ్చు, లేదా తమకోసం ప్రకటన చేయడంలో ప్రజలను నడిపించ వచ్చు. ఉదాహరణకు, *షహాదా*ను త్యజించే ప్రార్థనల తరువాత నాయకుడు ఇలా చెప్పవచ్చు, "నేను ఇస్లాం తెచ్చిన అన్ని శాపములను మీ జీవితము నుండి లయపరుస్తున్నాను. ఇస్లాం యొక్క ఆధ్యాత్మిక శక్తులన్నిటిని నేను మీ జీవితం నుండి లయపరుస్తున్నాను". ఒకవేళ ప్రజలు నడిపిస్తున్నట్లయితే వారు 'నా వెనుకచెప్పండి' అనే పద్ధతి ని ఉపయోగించవచ్చు, "ఇస్లాం తెచ్చిన అన్ని శాపములను నా జీవితం నుండి నేను లయపరుస్తున్నాను, ఇస్లాం యొక్క ఆధ్యాత్మిక శక్తులన్నిటిని నేను నా జీవితం నుండి లయపరుస్తున్నాను".

  - అదే విధంగా దురాత్మలను విడిచిపెట్టమని నాయకుడు ఆజ్ఞాపిస్తాడు - లేదా ప్రజలను వారికోసం వారే చేసేలా నడిపిస్తాడు; "దురాత్మలన్ని నిన్ను విడిచి యేసుకు లొంగిపోవు నట్లు మన ప్రభువైన యేసుక్రీస్తు నామములో నేను ఆజ్ఞాపిస్తున్నాను" (లేదా నా వెనుకచెప్పండి అనే పద్ధతిని ఉపయోగిస్తుంటే

"ఇప్పుడే నన్ను విడిచిపెట్టుము") అని చెప్పండి.

- పాఠం 2 లో వివరించినట్లుగా, త్యజించిన దానికి బదులుగా పొందుకొనే ఆశీర్వాదాలను ప్రకటిస్తూ, ప్రార్థనలు చేసిన ప్రజలను నాయకుడు ఆశీర్వది స్తాడు. ఉదాహరణకు *ధిమ్మా*ను త్యజించమని ప్రార్థన చేసిన తరువాత, జీవము కలిగిన మాటలతో సత్యాన్ని ధైర్యముగా మాట్లాడుటకు ప్రజల పెదవులను నాయకుడు ఆశీర్వదిస్తాడు; *షహాదా*ను త్యజించమని చేసిన ప్రార్థన తరువాత, నాయకుడు ప్రజలను జీవము, నిరీక్షణ, ధైర్యము, మరియు దేవుని ప్రేమతో ఆశీర్వదిస్తాడు.
- అదనంగా అందరూ కలిసి ప్రార్థన చేసిన తరువాత ప్రజల కోసం ప్రార్థనను కొనసాగించగల ప్రార్థనా బృందాన్ని సిద్ధంగా ఉంచుకోవడం మంచిది. అభిషేకంతో కూడిన పరిచర్యను కలిగి ఉండటం ఒక మార్గం; ప్రార్థనను చదివిన తరువాత, నూనెతో అభిషేకింపబడుటకు ముందుకు రావాలని ప్రజలను ఆహ్వానించవచ్చు, మరియు ప్రార్థనా బృందం సభ్యులచే వారి కొరకు వ్యక్తిగతంగా ప్రార్థించవచ్చు. వారినుండి ఏమి ఆశించబడుతుందో వారికి తెలుస్తుంది కాబట్టి మీ ప్రార్థనా బృందానికి ముందుగానే శిక్షణ ఇవ్వడం మంచిది.

బాప్తీస్మము

క్రీస్తును అనుసరించడానికి ఇస్లాంను విడిచిపెట్టిన ప్రతి వ్యక్తి వారు బాప్తీస్మానికి కొంత సమయం ముందు పాఠం 5 ; లోని రెండు ప్రార్థనలను అధికారికంగా చదవాలని గట్టిగా సిఫార్స్ చేయబడింది.'యేసుక్రీస్తును అనుసరించడానికి నిబద్ధత యొక్క ప్రకటన' మరియు '*షహాదా*ను త్యజించడానికి నిబద్ధత యొక్క ప్రకటన మరియు దాని శక్తిని లయపరచడం' అనేవి. వారు ఈ ప్రార్థనలు చదివే ముందు, ప్రార్థనల యొక్క అర్థాన్ని వారికి స్పష్టంగా వివరించాలి, అప్పుడు వారు ఏమి ప్రార్థిస్తున్నారో వారు అర్థం చేసుకుంటారు మరియు పూర్తిగా దానికి కట్టుబడి ఉండగలరు, ఇది బాప్తీస్మము యొక్క సిద్ధపాటులో బాగంగా చేయాలని సిఫార్స్ చేయబడింది.

ప్రదర్శనలు

ప్రజలు ఈ ప్రార్థనలు చెప్పినప్పుడు కొన్ని సార్లు దురాత్మలు బయట పడతాయి. ఎవరైనా కేకలు వేయడం ప్రారంభించవచ్చు, పడిపోవచ్చు, లేదా వణకడం ప్రారంభించవచ్చు. ఈ కారణంగా ముఖ్యంగా ప్రజలు ఒక సమూహంగా ప్రార్థనలు చదివేటప్పుడు, సిద్ధపడి ఉండటం మంచిది. వారిని ప్రక్కకుతీసుకొని వెళ్లి వారిని ప్రోత్సహించి దురాత్మలను విడిచి పెట్టమని విశ్వాసంతో ఆజ్ఞాపించే ప్రార్థనా బృందం లేదా బృందాలను కలిగి ఉండండి. ప్రార్థన లు జరిగేటప్పుడు ప్రతి ఒక్కరూ ఎలా చేస్తున్నారో గమనించడానికి ఒకరు లేదా ఎక్కువ మంది నాయకులు కళ్లు తెరిచి చుట్టూ చూడటం మంచిది.

1

ఇస్లాంను పరిత్యజించ వలసిన అవసరత

"ఈ స్వాతంత్ర్యము అనుగ్రహించి క్రీస్తు మనలను స్వతంత్రులనుగా చేసి యున్నాడు".
గలతీ:5:1

పాఠ్యాంశాలు

ఎ) ఇస్లాంలోని ఒడంబడిక అధికారాలను త్యజించవలసిన క్లిష్టమైన అవసరాన్ని గ్రహించండి.

బి) ముస్లింలు మరియు ముస్లిమేతరులపై ఇస్లాం యొక్క ఆధ్యాత్మిక సార్వభౌమాధికారం యొక్క దురాక్రమణను అర్థం చేసుకోగలరు.

సి) సాతాను శక్తి నుండి యేసుక్రీస్తు రాజ్యానికి మళ్లించబడాలనే ఆలోచనను పరిచయం చేయండి

డి) ఇస్లామిక్ *జిహాద్*కు చివరి సమాదానంగా బలప్రయోగాన్ని కొట్టి వేయండి.

ఇ) ఒక దర్శనంలో దానియేలు చూసిన 'భయంకరుడైన రాజు' తో మహమ్మద్ యొక్క సారూప్య తను పరిగణించండి. మరియు ఈ రాజు ఓడిపోయాడు కాని,"మానవ శక్తితో కాదు" అని అర్థం చేసుకోగలరు.

కేస్ స్టడీ : మీరు ఏమి చేస్తారు?

మీరు మార్కు డ్యూరీ రాసిన ఈ పుస్తకాన్ని చదువుతున్నప్పుడు, మీ మామయ్య చిన్న కారు ప్రమాదంలో ఉన్నారని, మరియు అతను మీకు సమీపంలోని ఆసుపత్రిలో ఉన్నారని మీకు తెలియజేసే ఫోన్ కాల్ మీకు అందుతుంది. మీరు అతని సందర్శించడానికి వెళ్లినప్పుడు, అతను షియా ముస్లిం అయిన అలీ తో గదిలో ఉన్నారని మీరు చూస్తారు. మీరు మీ మామయ్య కోసం ప్రార్థన చేసిన తరువాత, అలీ మీతో మాట్లాడటానికి ఆసక్తిగా ఉన్నారు, మరియు ఆయన ఇలా అంటాడు, "మీరు చాలా మంచి ముస్లిం అవుతారు మరియు మీరు అలా అవ్వడానికి చాలా దగ్గరగా ఉన్నారు. మీరు హజ్రత్ మహమ్మద్ సమాధానం అతనిపై ఉండును గాక, అతని యొక్క అద్భుతమైన ఉదాహరణ గురించి మీరు తెలుసుకున్న తరువాత, అతను హజ్రత్ ఈసా, సమాధానం ఆయనపై ఉండును గాక తో వస్తాడని వాగ్దానం చేయబడినట్లు మరియు ప్రవచించబడినట్లు మీరు తెలుసుకుంటారు. మన మహా ప్రవక్త, సమాధానం అతనిపై ఉండును గాక, అత్యంత దయగలవాడు, అత్యంత ప్రేమగలవాడు, భూమిపై జీవించిన వారిలో అత్యంత శాంతియుతమైన వ్యక్తి. అల్లాహ్ యొక్క నిజమైన మార్గంలోకి ప్రవేశించమని నేను మిమ్ముల్ని ఆహ్వానిస్తున్నాము.

మీరు ఎలా సమాధానం ఇస్తారు? నువ్వు ఏమి చేస్తావు?

అత్యవసరత

ఇది క్రైస్తవ విశ్వాసాన్ని స్వీకరించి, ఇస్లాంను త్యజించినప్పుడు పొందుకున్న గొప్ప స్వాతంత్ర్య మును వ్యక్తపరచిన ఒక మాజీ ముస్లిం సాక్ష్యం ఇది:

> నేను పశ్చిమాన ఒక ముస్లిం కుటుంబంలో పెరిగాను. మేము మసీదుకు హాజరవుతూ అరబిక్ భాషలో ప్రార్థనలు చెప్పడం నేర్చుకున్నాను. ఇది కాకుండా, నేను పెద్దగా మతప రంగా ఎదగలేదు. నేను విశ్వవిద్యాలయానికి వెళ్లినప్పుడు నిజ దేవుణ్ణి వెదకడం ద్వారా పరిస్థితులు మారిపోయాయి. ఈ కాలవ్యవధి ముగింపులో, యేసుక్రీస్తు నిజంగా ఎవరో కనుగొన్నాను, మరియు ఆయన నా ఆత్మను రక్షించాడు.
>
> విశ్వవిద్యాలయం కేంపస్‌లో విద్యార్థి క్రైస్తవ గుంపులో నేను చేరాను. ప్రతి వారం ఒక్కొక్క విద్యార్థి బైబిల్ నుండి వాక్య సందేశాన్ని పంచుకుంటారు. నేను ఒక సంవత్సరం కంటే తక్కువ సమయంలో క్రైస్తవుడిని అయ్యాను, అయినప్పటికి వాక్య సందేశాన్ని పంచుకోమని వారు నన్ను అడిగారు. నేను వాక్యాన్ని పంచుకోవలసిన ఆ సాయంత్రం కొంత ప్రార్థన చేయడం కోసం కాంపస్ గ్రంధశాల లోకి ప్రవేశించాను. నేను మాట్లాడవలసిన సందేశం "యేసు నా కొరకు చనిపోయాడు, నేను యేసు కొరకు చనిపోగలనా?"
>
> నేను ప్రార్థన చేయడం ప్రారంభించినప్పుడు చాలా వింతైనది జరిగినది. ఉక్కిరి బిక్కిరి అవుతున్నట్లుగా నా గొంతు బిగించ బడినట్లుగా అనిపించింది. ఈ పరిస్థితి కొనసాగు తూ మరియు తీవ్రతరం కావడంతో నేను భయాందోళనకు గురి అయ్యాను. అప్పుడు నాకొక స్వరం నాతో ఇలా చెబుతున్నట్లుగా అనిపించింది, "ఇస్లాంను త్యజించు! ఇస్లాం ను త్యజించు!" అది ప్రభువని నేను నమ్మాను. అదే సమయంలో, నా మనస్సు ఇలా వివరించింది: "ప్రభువా నేను ఇస్లాం మతంలోనికి ప్రవేశించనూ లేదు లేదా అస్సలు అభ్యాసము చేయనూ లేదు".
>
> అయినప్పటికి ఊపిరాడక పోవడం అనే అనుభవం కొనసాగింది, కాబట్టి నేను "యేసు నామంలో, నేను ఇస్లాంను విడిచిపెడుతున్నాను" అని చెప్పాను. గ్రంధశాల కాబట్టి ఇదం తా కాస్త నిశ్శబ్దంగానే జరిగింది. వెంటనే, నా గొంతు చుట్టూ ఉన్న ఒత్తిడి భావం విడుదలై పోయింది. గొప్ప ఉపశమనంతో కూడిన అనుభూతి నాలోనికి వచ్చింది! నేను తిరిగి ప్రార్థనలోనికి మరియు కూడిక కొరకు సిద్ధమయ్యాను. ప్రార్థనా కూడికలో ప్రభువు నిజంగా తన శక్తిని చూపించాడు మరియు విద్యార్థులు మోకాళ్లూని కన్నీటితో ప్రభువును వేడుకొంటూ తమను తాము ఆయనకు సమర్పించుకోవడం నాకు జ్ఞాపకం ఉంది.

నేడు ప్రపంచంలోని చాలా మంది ప్రజల అత్యవసర అవసరాల్లో ఒకటి ఇస్లాంను త్యజించడం. ఇది ఎందుకు అవసరమో మరియు ఎలా చేయాలో ఈ పుస్తకం వివరిస్తుంది. ఇస్లాం ఆధ్యాత్మిక ప్రభావంయొక్క నియంత్రణ నుండి క్రైస్తవులు విడుదల పొందేందుకు సమాచారం మరియు ప్రార్థనలు అందిస్తుంది.

ఈ పుస్తకం యొక్క ముఖ్య ఆలోచన ఏమిటంటే, ఇస్లాం యొక్క ఆధ్యాత్మిక శక్తి, *షహాదా* మరియు *ధిమ్మా* లని పిలువబడే రెండు ఒడంబడికల లేదా (ఒప్పందాల) ద్వారా అమలు

చేయబడుతుంది. *షహాద* ముస్లింలను బంధిస్తుంది మరియు *ధిమ్మా* ఇస్లామిక్ చట్టం ద్వారా నిర్ణయించబడిన షరతులతో ముస్లిమేతరులను బంధిస్తుంది.

ముఖ్యముగా తెలుసుకోదగినది:

- ఒకప్పుడు ముస్లిం అయిన వ్యక్తి, క్రీస్తును అనుసరించడానికి ఎంచుకున్నప్పుడు *షహాదా* మరియు దానికి సంబంధించిన లోబడవలసిన అన్ని విషయాల నుండి విడుదల పొందగలడు.
- ఒక క్రైస్తవుడు వారి స్వేచ్ఛను ఎలా పొందగలడు మరియు *ధిమ్మా* ద్వారా ఇస్లామిక్ *షరియా* చట్టం ద్వారా ముస్లిమేతరులపై బలవంతముగా కించపరిచే హీనత నుండి ఎలా విడుదల పొందగలడు

క్రైస్తవులు ఈ రెండు ఒడంబడికలను త్యజించడం ద్వారా వాటినుండి తమ న్యాయమైన స్వేచ్ఛను పొందవచ్చు (ఈ ప్రయోజనం కోసం, ఇస్లాంను త్యజించే ప్రార్థనలు ఈ పుస్తకంలో తరువాత అందించబడ్డాయి.)

రెండు ఒడంబడికలు

ఇస్లాం అనే అరబిక్ పదానికి అర్థం సమర్పణ లేదా లొంగిపోవడం. మహమ్మద్ యొక్క విశ్వాసం ప్రపంచానికి రెండు రకాల సమర్పణలను అందుబాటులోకి తెచ్చింది. ఒకటి ఇస్లాం మతాన్ని అంగీకరించిన మతం మారిన వ్యక్తి లొంగిపోవడం. మరొకటి మతమార్పిడి లేకుండా ఇస్లామిక్ ఆధిపత్యానికి లొంగిపోయే ముస్లిమేతరుల లొంగుబాటు.

షహాదా అనగా మతం మారిన వారి ఒడంబడిక, ఇది ముస్లిం మతం. ఇది అల్లా యొక్క ఐక్యత మహమ్మద్ యొక్క ప్రవచనంపై విశ్వాసం యొక్క ఒప్పుకోలు మరియు ఇవన్నీ కలిగి ఉంటాయి.

ధిమ్మా అనగా ఇస్లామిక్ రాజకీయ ఆధిపత్యానికి లొంగిపోయే ముస్లిమేతరుల ఒడంబడిక, ఇది ఇస్లామిక్ చట్టం యొక్క సంస్థ, ఇది క్రైస్తవులు మరియు ఇస్లాంలోకి మారకోడదని ఎంచుకునే ఇతరుల స్థితిని నిర్ణయిస్తుంది, కాని దాని పాలనలో జీవించడానికి బలవంతం చేయబడింది.

షహాదా ను ఒప్పుకోవడం ద్వారా లేదా *ధిమ్మా*ను అంగీకరించడం ద్వారా మానవ జాతి లొంగిపోవాలనే ఇస్లామిక్ షరతును ప్రతిఘటించాలి.

క్రీస్తును అనుసరించడానికి ముస్లిం విశ్వాసాన్ని విడిచిపెట్టిన ఎవరైనా ఇస్లాంను త్యజించ వలసి ఉం టుందని చాలా మంది క్రైస్తవులు అర్థం చేసుకోంటారు.

అయినప్పటికీ ఎన్నడూ ముస్లింలుగా లేని క్రైస్తవులు ఇస్లామిక్ ఆధిపత్యం యొక్క ఆధ్యాత్మిక ప్రభావం లోకి రాగలడని తెలుసుకోవడం చాలా మంది క్రైస్తవులకు ఆశ్చర్యం కలిగిస్తుంది. దీనిని ప్రతిఘటించడానికి వారు ముస్లిమేతరులుగా ఇస్లాం వారిపై విధించే భయం న్యూన తను తిరస్కరించి, *ధిమ్మా* ఒడంబడిక యొక్క వాదనలకు వ్యతిరేఖంగా వ్యక్తిగత వైఖరిని తీసుకోవాలి.

మేము ఈ జంట ఒప్పందాల ఆధిపత్యం అనగా షహాదా మరియు *ధిమ్మాల* యొక్క వెనుక ఉన్న సూత్రాలను అన్వేషిస్తాము. మరియు క్రీస్తును శక్తివంతమైన ఆయన జీవితమును మరియు సిలువ ద్వారా ఆయన ఇచ్చిన స్వాతంత్ర్యం కొరకు ఆధ్యాత్మిక వనరులను పరిగణించమని మిమ్మల్ని ఆహ్వానిస్తాము. అది మీ తరుపున క్రీస్తు ఇప్పటికే పొంది యున్న స్వేచ్ఛను అపాదించు కొనడానికి బైబిల్‌సూత్రాలు మరియు ప్రార్ధనలు మీకోసం అందించబడ్డాయి.

సార్వభౌమాధికారం లోనికి మార్చబడుట :

చాలామంది ఇస్లామిక్ ఉపాధ్యాయులు సార్వభౌమాధికారం "**అల్లాకు** మాత్రమే" అని నొక్కి చెప్పారు. వారు ఇలా చెప్పినప్పుడు *షరియా* చట్టం న్యాయం లేదా అధికారం యొక్క ఇతర సూత్రాలపై పరిపాలించాలని అర్ధం.

ఈ పుస్తకం యొక్క ముఖ్య ఆలోచన ఏమిటంటే క్రీస్తు అనుచరులకు ఇతర ఆధ్యాత్మిక సార్వభౌమత్వ రూపాలను త్యజించడం అనే హక్కు ఉంది మరియు నిజానికి అది వారి విధి.

క్రైస్తవ అవగాహనలో, క్రీస్తు వైపు మరలడం అంటే క్రీస్తుకు సంబంధించినవి తప్ప ఒకరి ఆత్మపై ఉన్న అన్ని ఆధ్యాత్మిక వాదనలను తిరస్కరించడం మరియు త్యజించడం. పౌలు కొలస్సీయులకు వ్రాసిన లేఖలో క్రీస్తులో విశ్వాసం రావడాన్ని ఒక రాజ్యం నుండి మరొక రాజ్యానికి మరలడం అని వివరించాడు.

> ఎందుకంటే ఆయన మనలను అంధకార సంబంధమైన అధికారములో నుండి విడుదల చేసి, తాను ప్రేమించిన తన కుమారుని యొక్క రాజ్య నివాసులనుగా చేసెను.. ఆ కుమారుని యందు మనకు విమోచనము మరియు పాప క్షమాపణ కలుగుచున్నది. (కొలస్సీ: 1:13-14)

ఈ పుస్తకంలో ప్రతిపాదించిన ఆధ్యాత్మిక ప్రమాణం ఏదనగా ఒక రాజ్యం నుండి మరొక రాజ్యానికి మరలడం అనే సూత్రాన్ని అన్వయించుకోడం. క్రైస్తవ విశ్వాసి వారి విమోచన ద్వారా క్రీస్తు పాలనలోకివచ్చాడు. కాబట్టి వారు ఇకపై "**చీకటి ఆధిపత్యం**" సూత్రాలకు లోబడి ఉండరు.

ఇస్లాం వాదనలకు వ్యతిరేఖంగా విశ్వాసులు - తమ జన్మ హక్కు అయిన ఈ స్వేచ్ఛను తమ కోసం ఆపాదించుకొని మరియు సొంతం చేసకోవాలంటే - వారు దేనినుండి మరల్చబడ్డారో, మరియు వారు దేనిలోనికి మార్చబడ్డారో అర్ధం చేసుకోవాలి. ఈ పుస్తకం ఈ జ్ఞానాన్ని అందిస్తుంది మరియు దాన్ని వర్తింపచేయడానికి వనరులను అందిస్తుంది.

ఖడ్గం సమాధానం కాదు

ఇస్లాం ఆధిపత్యాన్ని నిరోధించడానికి అనేక మార్గాలు ఉన్నాయి. ఇది రాజకీయ మరియు సామాజికచర్య, మానవ హక్కుల న్యాయవాదం విద్యాపరమైన విచారణ మరియు సత్యాన్ని తెలియజేయడానికి మీడియాను ఉపయోగించడం వంటి అనేక రకాల చర్యలను కలిగి ఉంటుంది. కొన్ని సంఘాలు మరియు దేశాలకు సైనిక ప్రతిస్పందన అవసరమయ్యే సమయాలు ఉన్నాయి. అయితే ఇస్లామిక్ *జీహాద్* కు కత్తి సమాధానం కాదు.

మహమ్మద్ తన విశ్వాసాన్ని ప్రపంచానికి తీసుకొని వెళ్లమని తన అనుచరులకు ఆదేశించినప్పుడు అతను ముస్లిమేతరులకు మూడు ఎంపికలను అందించమని వారికి సూచించాడు.

ఒకటి మార్పిడి (*షహాదా*), మరొకటి రాజకీయ లొంగుబాటు (*ధిమ్మా*), మరియు మరొక ఎంపిక "కత్తి". ఖురాన్ భోదిస్తున్నట్లుగా వారి జీవితాల కోసం పోరాడడం, చంపడం మరియు చనిపోవడం (Q9:111; Q2:190-193, 216-217కూడా చూడండి; Q9:5, 29).

జిహాద్ కు సైనిక ప్రతిఘటన మార్గం ఓడిపోయే అవకాశమే కాకుండా ఆధ్యాత్మిక ప్రమాదాల ను తెచ్చి పెడుతుంది. ఐరోపాలోని క్రైస్తవులు ఇస్లామిక్ ఆక్రమణకు రక్షణాత్మక ప్రతిఘటనను ప్రారంభించినప్పుడు వారు వెయ్యి సంవత్సరాలకు పైగా కత్తిని పట్టుకోవలసి వచ్చింది. ఐబీరి యన్ ద్వీపకల్పాన్ని విముక్తి చేయడానికి *రికాన్క్విస్టా* దాదాపు 800 సంవత్సరాలు పట్టింది. 846 AD లో అరబ్బులు రోమ్‌ను దోచుకున్న ఏడు సంవత్సరాల తరువాత మరియు అండలూ సియా (అరేబియన్ ద్వీపకల్పం) పై ముస్లింలు దాడి మరియు ఆక్రమణ తరువాత ఒక శతాబ్దము తరువాత, 853 ADలో పోప్ లియో IVజిహాద్‌కు వ్యతిరేకంగా క్రైస్తవ చర్చిలు మరియు నగరాలను రక్షించడంలో తమ ప్రాణాలనుఅర్పించిన వారికి స్వర్గాన్ని చేరతారని వాగ్ధానం చేసాడు. అయినప్పటికి ఇస్లాం యొక్క వ్యూహాలను అనుకరించడం ద్వారా ఇస్లాంపై పోరాటానికి చేసిన ప్రయత్నం ఇది : అయినా యుద్ధంలో మరణించిన వారికి స్వర్గాన్ని వాగ్ధానం చేసింది మహమ్మద్ కాని, యేసు కాదు.

ఇస్లాం యొక్క శక్తి యొక్క మూలం సైనిక లేదా రాజకీయ మైనది కాదు కాని ఆధ్యాత్మిక మైనది. దాని ఆక్రమణలలో, *షహాదా* మరియు *ధిమ్మా* సంస్థల ద్వారా *షరియా* చట్టంలో వ్యక్తీకరించబడిన మరియు సైనిక శక్తి ద్వారా మద్దతు పొందిన ఇస్లాం మతం సారాంశము లో ఉన్న ఆధ్యాత్మిక డిమాండ్లను చేసింది. మరియు సైనిక శక్తి ద్వారా మద్దతు నిస్తుంది. ఈ కారణంగా ఇస్లాం నుండి ప్రజలను నిరోధించడానికి మరియు విముక్తి చేయడానికి ఇక్కడ అందించబడిన వనరులు ఆధ్యాత్మికమైనవి. అవి ప్రజలు స్వాతంత్ర్యములోకి రావడానికి ఒక మార్గాన్ని అందించడానికి సిలువపై బైబిల్ అవగాహనను వర్తింపచేయడం వలన క్రైస్తవ విశ్వాసులు ఉపయోగించుకొనేలా రూపొందిచబడింది.

"మానవ శక్తితో కాదు"

దానియేలు ప్రవచన గ్రంథంలో క్రీస్తుకు ఆరు శతాబ్దాల ముందు ఇవ్వబడిన ప్రవచనాత్మకమై న దర్శనం ఉంది, అలెగ్జాండర్ ది గ్రేట్ సామ్రాజ్యం తరువాత వచ్చిన రాజ్యాల నుండి అతని పాలన నుండి ఉద్భవించే పాలకుడు:

> వారి ప్రభుత్వము యొక్క అంతములో వారి యతక్రమములు సంపూర్తి యగుచుండ గా క్రూరమృగము గలవాడును యుక్తిగలవాడునై యుండి, ఉపాయము తెలిసి కొను ఒక రాజు పుట్టును. అతడు గెలుచును గాని, తన స్వబలము వలన గెలువడు; ఆశ్చర్య ముగా శత్రువులను నాశనము చేయుట యందు అభివృద్ధి పొందుచు, ఇష్టమైనట్టుగా జరిగించుచు బలవంతు లను, అనగా పరిశుద్ధ జనమును నశింప జేయును. మరి యు నతడు ఉపాయము కలిగిన వాడై మోసము చేసి తనకు లాభము తెచ్చుకొను ను; అతడు అతిశయపడి తన్ను తాను హెచ్చించు కొనును; క్షేమముగా నున్న కాలమం దు అనేకులను సంహరించును; అతడు రాజాధిరాజుతో యుద్ధము చేయును గాని కడపట అతని బలము దైవాధీనము వలన కొట్టి వేయబడును.
> (దానియేలు: 8:23-25)

ఈ పాలకుని లక్షణాలు మరియు ప్రభావం మహ్మామద్ మరియు అతని వారసత్వంతో చెప్పు కోదగిన పోలిక ఉంది, ఆ పరిపాలనలో ఇస్లాం యొక్క ఆధిపత్యం; విజయం కొరకైన ఆకలి; మోసాన్ని ఉపయోగించి; ఇతరుల బలం మరియు సంపదను స్వాధీనం చేసుకోవడం మరి యు అధికారం పొందేందుకు వాటిని ఉపయోగించడం; తప్పుడు భద్రతా భావాలను కలిగి యున్న దేశాలను మళ్లి మళ్లి ఓడించడం; యేసుకు వ్యతిరేకత, దేవుని కుమారుడు మరియు అందరి కొరకు సిలువ వేయబడిన ప్రభువు; మరియు క్రైస్తవ, యూదుల సంఘా లను నాశనం చేసిన గత చరిత్ర కలిగి ఉంటుంది.

ఈ ప్రవచనం మహమ్మద్ మరియు ఇస్లాం మతాన్ని ప్రస్తావించగలదా? ఇది మహమ్మద్ జీవితం మరియు వారసత్వం యొక్క నైతిక మరియు ఆధ్యాత్మిక శిధిలాల నుండి ఉద్భవిం చిందని, ముస్లిం మూలాలచే నివేదించబడిందా? ఈ వారసత్వం స్పష్టంగా ఉంది. ఇది మహమ్మద్‌ను సూచిస్తే దానియేలు ప్రవచనం ఈ “రాజు” యొక్క శక్తిపై చివరికి విజయం సాధిస్తుందనే ఆశను అందిస్తుంది. అయితే విజయం “మానవశక్తి” వల్ల కాదనే హెచ్చరికను కూడా కలిగి ఉంది. ఈ “ఉగ్రరూపం గల రాజు”, ని అధిగమించడానికి కేవలం రాజకీయ, సైనిక, లేదా ఆర్థిక మార్గాల ద్వారా స్వాతంత్ర్యం పొందలేము మరియు సాధించలేము.

ఇతరులపై ఆధిపత్యం చెలాయించే ఇస్లాం హక్కుకు ఈ హెచ్చరిక ఖచ్చితంగా వర్తిస్తుంది. ఈహక్కు వెనుక ఉన్న శక్తి ఆధ్యాత్మికమైనది మరియు శాశ్వతమైన స్వాతంత్ర్యమునకు దారి తీసే సమర్థ వంతమైన శక్తి ఆత్మీయ మార్గాల ద్వారా మాత్రమే సాధించ బడుతుంది. ఇస్లాం ఆధిపత్యం కొరకు సంకల్పం యొక్క లక్షణాలను నిర్వహించడానికి సైనికశక్తితో సహా ఇతర రకాల ప్రతిఘటనలు అవసరం కావచ్చు, కానీ అవి సమస్య యొక్క మూలాన్ని పరిష్కరించలేవు.

క్రీస్తు యొక్క శక్తి మరియు ఆయన సిలువ మాత్రమే ఇస్లాం యొక్క అవమానకరమైన వాదనల నుండి శాశ్వత మరియు అంతిమ విముక్తికి జవాబులను అందిస్తుంది. ఆ ధృడ విశ్వాసంతోనే ఈ పుస్తకం వ్రాసారు. మానవ ఆత్మపై ఆధిపత్యం చెలాయించే ఇస్లాం యొక్క వ్యూహంలోని రెండు అంశాలనుండి స్వేచ్ఛను కనుగొనేలా విశ్వాసులను సన్నద్ధం చేయడం దీని ఉద్ధేశ్యం.

స్టడీ గైడ్

పాఠము 1

పదజాలం

నిబంధన	షరియా	ఐబీరియన్ ద్వీపకల్పం
షహాదా	జీహాద్	అండలూసియా
ధిమ్మా	రికాన్క్విష్టా	

కొత్త పేర్లు

- రోమన్ పోప్ లియో IV క్రీ.శ (847-855 పని చేసిన కాల వ్యవధి)
- అలెగ్జాండర్ ది గ్రేట్ (356-323 క్రీపూ)

ఈ పాఠంలో బైబిల్

కొలస్సీయులకు 1:13-14 దానియేలు 8:23-25

ఈ పాఠంలో ఖురాన్

ఖు 2: 190,193,217 ఖు 9:29,111

ప్రశ్నలు పాఠం 1

- చిన్న గ్రూపు సభ్యులు తమను తాము పరిచయం చేసుకుంటారు మరియు గ్రూపు ప్రెసిడెంట్ మరియు సెక్రటరీని నియమిస్తారు.
- సందర్భ పరిశీలన చర్చించండి.

తక్షణ అవసరత

1. క్రైస్తవులకు తన సందేశాన్ని అందించే ముందు పరిశుద్ధాత్ముడు మాజీ ముస్లింలను ఏమి చేయమని చెప్పాడు?

2. డ్యూరీ చాలా మంది వ్యక్తుల యొక్క అత్యవసర అవసరాలలో ఒకటిగా ఏమి చూసాడు?

3. ఇస్లాంలోని రెండు ఆధ్యాత్మిక ఒప్పందాలకు అరబిక్ పేర్లు ఏమిటి?

4. ఏ రకమైన వ్యక్తిని విడిపించి, షహాదా ను త్యజించాలి?

5. ఇస్లామిక్ చట్టం విధించిన కించపరిచే న్యూనత నుండి ఏ రకమైన వ్యక్తిని విడుదల చేయాలి?

రెండు ఒడంబడికలు

6. మహమ్మద్ విశ్వాసం ద్వారా లొంగిపోవడానికి ఏ రెండు స్వభావాలు అవసరం?

7. షహాదా పఠించడం వల్ల ఏమి జరుగుతుంది?

8. ధిమ్మా ఒడంబడిక అంటే ఏమిటి?

9. ఇస్లామిక్ ఆధిపత్యం యొక్క ఆధ్యాత్మిక ప్రభావం గురించి చాలామంది క్రైస్తవులను ఏది ఆశ్చర్యపరుస్తుంది?

సార్వభౌమాధికారం మళ్లింపు

10. ముస్లిం ఉపాధ్యాయులు "సార్వభౌమాధికారం అల్లాకు మాత్రమే" అని చెప్పినప్పుడు అర్థం ఏమిటి?

11. క్రీస్తు వైపు తిరిగినప్పుడు ప్రతి క్రైస్తవుడు దేనిని త్యజించాలి మరియు తిరస్కరించాలి?

12. క్రైస్తవులు దేనినుండి బదిలి చేయబడ్డారు? వారు దేనికి బదిలి చేయబడతారు?

ఖడ్గము సమాధానం కాదు

13. ఇస్లాంను నిరోధించేందుకు, క్రైస్తవులు తీసుకోవచ్చని డ్యూరీ సూచించిన చర్యలు ఏమిటి?

14. జయించిన ముస్లిమేతరులకు అందించమని మహమ్మద్ తన అనుచరులకు సూచించిన మూడు ఎంపికలు ఏమిటి?

15. క్రైస్తవుల భూములు ఆక్రమించబడిన తరువాత క్రైస్తవులు ఇస్లామిక్ దళాలతో ఎంతకాలం పోరాడారు. మరియు **ఐబీరియన్ ద్వీపకల్పాన్ని** క్రైస్తవులు తిరిగిగెలవడం - అని పిలువబడే *రికాన్క్విష్టాకు*

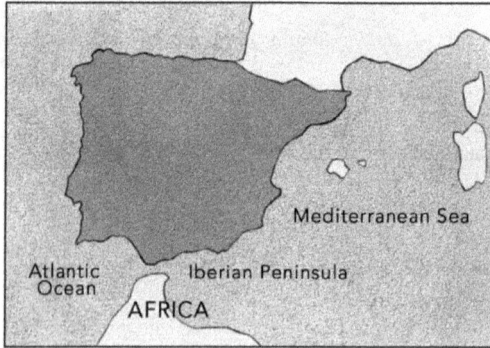

ఎంత సమయం పట్టింది?

16. క్రీ.శ 846 లో ముస్లింలు రోమ్‌ని కొల్లగొట్టిన తరువాత, అరబ్ ఆక్రమణ దారులకు వ్యతిరేఖంగా పోరాడితే క్రీ.శ. 853లో పోప్ లియో IV క్రైస్తవ సైనికులకు ఏమి వాగ్ధానం చేసాడు?

17. డ్యూరీ ప్రకారం, ఇస్లాం యొక్క శక్తి యొక్క మూలం ఏమిటి?

"మానవ శక్తితో కాదు"

POPE LEO IV

18. ఎవరికి డ్యూరీ ప్రకారం, మహమ్మద్ యొక్క వారసత్వం అసాదారణమైన పోలికను కలిగి ఉంది?

19. దానియేలు గ్రంథంలోని క్రూరమైన రాజును పోలి ఉండేలా ఇస్లాం లోని వివిధ అంశాల ను గమనించండి (ప్రతి పద బంధాన్ని పూరించండి) :

- ఇస్లాం భావన...
- ఇస్లాం యొక్క ఆకలి...
- ఇస్లాం యొక్క ఉపయోగం...
- ఇస్లాం బలం మరియు సంపదలను తీసుకోవడం మరియు ఉపయోగించడం...
- దేశాలను ఓడించిన ఇస్లాం...
- ఇస్లాం యొక్క వ్యతిరేకత...
- ఇస్లాం యొక్క గత చరిత్ర...

20. చివరికి విజయం ఎలా వస్తుంది?

21. ఏ రెండు ప్రధానమైన అంశములు మాత్రమే ఇస్లాం కించపరిచే వాదనల నుండి విడుదల చేయగలవు?

2

సిలువ ద్వారా స్వాతంత్ర్యము

“ప్రభువు ఆత్మ నా మీద ఉన్నది బీదలకు సువార్త ప్రకటించుటకై ఆయన నన్ను అభిషేకించెను“

లూకా. 4:18

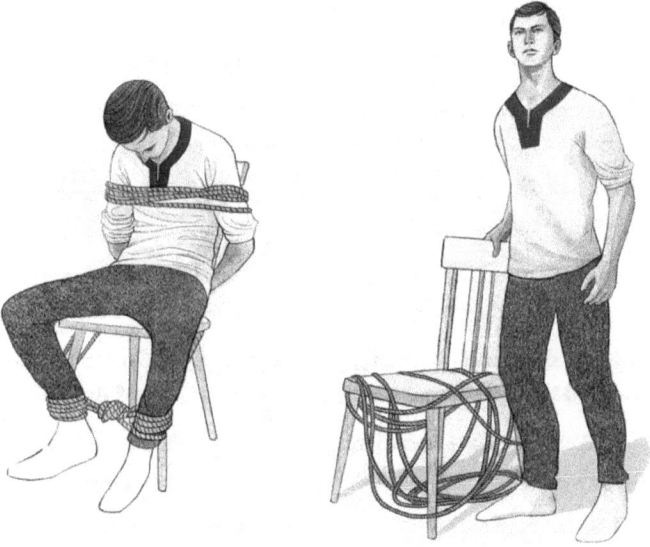

పాఠ్యాంశాలు

ఎ) ప్రజలను విడిపిస్తానని యేసు వాగ్దానం చేసాడని అర్థం చేసుకోవాలి.

బి) మన స్వాతంత్ర్యమును ఆరోపించడానికి మనం ఎంచుకోవచ్చని అర్థం చేసుకోవాలి.

సి) బైబిల్‌లో ఉపయోగించిన సాతాను బిరుదులను గుర్తించండి మరియు వాటి అర్థం ఏమిటో తెలుసుకోండి.

డి) సాతాను శక్తి సిలువ ద్వారా విరిగగొట్టబడిందని మరియు సాతాను నియంత్రణ నుండి మనం విడిపింపబడ్డామని అర్థం చేసుకోండి

ఇ) దుష్ట శక్తులకు వ్యతిరేకంగా పోరాటంలో మనం ఉన్నామని గుర్తించండి.

ఎఫ్) మనపై నిందలు వేయడానికి సాతాను ఉపయోగించే ఆరు వ్యూహాలను గుర్తించండి మరియు ఆ వ్యూహాల పట్ల మనం ఎలా అప్రమత్తంగా ఉండవచ్చో గుర్తించండి.

జి) మానవ జీవితాలలో తెరవబడిన ద్వారాలను మరియు అడుగుజాడలను సాతాను ఎలా ఉపయోగిస్తున్నాడో గుర్తించండి.

హెచ్) ద్వారాలు మూసివేయడం మరియు వారి అడుగుజాడలను తొలగించడం కోసం సాతాను మనకు వ్యతిరేకంగా ఉపయోగించే వ్యూహాలను గుర్తించండి.

ఐ) యేసుక్రీస్తు తన శిశ్యులకు ఇచ్చిన ఆత్మీయ అధికారాన్ని అర్థం చేసుకోండి మరియు ప్రజలను విడిపించడానికి ఈ అధికారాన్ని ఎలా ఉపయోగించాలో తెలుసుకోండి.

జె) "నిర్థిష్టత యొక్క సూత్రం" మరియు మన స్వాతంత్ర్యాన్ని ఆరోపించడానికి ఇది ఎందుకు ముఖ్యమో అర్థం చేసుకోండి.

కె) ప్రజలు విడుదల పొందడంలో సహాయ పడటానికి ఐదు దశలను పరిగణించండి

కేస్ స్టడీ: మీరు ఏమి చేస్తారు?

మీరు సంఘంలో యవ్వన పరిచారకులు మరియు మీరు ఒక జాతీయ యువజన సమావేశమునకు ఆహ్వానించబడ్డారు, ఇందులో ముస్లిం నేపథ్యం నుండి అనేక మంది ప్రముఖ విశ్వాసులు ఉన్నారు. మీరు ఒక గదిలో నాలుగు పడకలు కల్గిన చక్కని పాఠశాల వసతి గృహంలో ఉంచబడ్డారు. మీగదిలో మీతో పాటు హసన్ మరియు హుస్సేన్, అనే ముస్లిం నేపథ్యం నుండి వచ్చిన ఇద్దరు క్రైస్తవ సోదరులు ఉన్నారు. పడుకొనే ముందు, ప్యాట్రిక్ అనే మరొక పెద్ద యువ నాయకుడు, తనతో కలిసి ప్రార్థించాలని మిమ్మల్ని మరియు ఇతర ఇద్దరు వ్యక్తులను ఆహ్వానిస్తాడు. వీరందరూ సంతోషంగా అంగీకరిస్తారు మరియు ప్యాట్రిక్ రాత్రి సమయంలో ఆధ్యాత్మిక కాపుదల కోసం ప్రార్థిస్తాడు. తెల్లవారు జామున 4 గంటలకు హసన్ అరవడం ప్రారంభించాడు మరియు చాలా ఆధ్యాత్మికంగా ఆందోళన చెందుతున్నాడు ప్యాట్రిక్, హుసెన్ మరియు మీరు అతని కోసం ప్రార్థించ డానికిఅతని చుట్టూ గుమి కూడారు. ప్యాట్రిక్ ప్రార్థిస్తున్నప్పుడు, హసన్ మరింత భయపడతాడు.

ప్యాట్రిక్ హుసేన్‌తో ఇలా అంటాడు, “మీరు ఇస్లాం నుండి బయటకు వచ్చినప్పటి నుండి, మీరు మీ గతంలోని ఒడంబడికలను, ప్రమాణాలను లేదా ఒప్పందాలను త్యజించారా?”

హుస్సేన్ నివ్వెర పోయి ఇలా అంటాడు. “అది విచిత్రంగా ఉంది. మేము ఇస్లాంలో అలాంటివి ఎప్పుడూ చేయలేదు. మేము మసీదుకు వెళ్లే వాళ్లము అయ్యా, మరియు ఇప్పుడు మేము క్రైస్తవులం అయ్యాము. నా సోదరుడు హసన్ ఇతర వ్యక్తుల మాదిరి గానే ఆందోళనతో పోరాడుతున్నాడు. దీనికిమతంతో సంబంధం లేదు”. అప్పుడు హుస్సేన్ మిమ్మల్ని చూసి ఇలా అంటాడు, “మేము ఏదో త్యజించి ఉండాల్సిందని మీరు అనుకుంటున్నారా? మా వెనుక ఏదో ఒక రకమైన దురాత్మ ఉందని మీరనుకుంటున్నారా?”

మీరేమి చెబుతారు?

రెజా ఇస్లాంను విడిచిపెట్టి యేసుక్రీస్తును అనుసరించాలని నిర్ణయించుకున్న యువకుడు. ఒక సాయంత్రం ఒక సమావేశంలో ఇస్లాంను తిరస్కరిస్తూ ప్రార్థన చేయడానికి అతనిని ఆహ్వానించారు. అతను చాలా ఇష్టపూర్వకంగా దీన్ని చేయడం ప్రారంభించాడు. అయితే, ప్రార్థన సమయంలో “నేను మహమ్మద్ యొక్క మాదిరిని త్యజించు” అనే పదాలను చెప్పడానికి వచ్చినప్పుడు, అతను ‘మహమ్మద్’ అనే పదాన్ని చెప్పలేకపోవడం అతనిని ఆశ్చర్య పరిచింది. ఇది అతనికి దిగ్భ్రాంతిని కల్గించింది, ఎందుకంటే అతను ముస్లిం కుటుంబంలో పెరిగినప్పటికీ, అతను ఇస్లాంను ఎన్నడూ ఇష్టపడలేదు. మరియు దానిని చాలా కాలంగా ఆచరించ లేదు అతని క్రైస్తవ స్నేహితులు అతని చుట్టూ చేరారు. మరియు యేసుక్రీస్తులో అతని అధికారాన్ని గుర్తుచేసే మాటలతో అతన్ని ప్రోత్సహించారు. దీని తరువాత అతను మహమ్మద్ యొక్క మాదిరిని త్యజించిన పదాలను చెబుతూ ప్రార్థనను పూర్తి చేయ గలిగాడు.

ఆ రాత్రి తర్వాత రెజా జీవితంలో రెండు విషయాలు మారిపోయాయి. మొదట, ఇతరులపై చాలా కోపంగా ఉండే జీవితకాల అలవాటు నుండి అతను స్వస్థత పొందాడు; మరియు

రెండవది, అతను సువార్త ప్రచారంలో మరియు ఇస్లాంను విడిచిపెట్టిన ఇతరులను శిక్షణ ఇవ్వడంలో ప్రభావవంతముగా మారాడు. ఆ రాత్రి రెజా ఇస్లాంను త్యజించినప్పుడు అతను సువార్త ప్రచారం మరియు శిష్యత్వం కోసం శక్తి యొక్క అభిషేకాన్ని పొందాడు. ఇది పరిచర్యలో అతని సమర్థత కీలకం, అతను సువార్త సేవ చేయడానికి విడుదల చేయబడ్డాడు.

ఈ అధ్యాయం సాతాను శక్తుల నుండి ఎలా విడిపించబడాలి అనే దాని గురించి తెలియ పరుస్తుంది. ఇది ఇస్లామిక్ బంధకాలపై దృష్టి సారించే అధ్యాయాలను అర్థం చేసుకోవడానికి మార్గాన్ని సిద్ధం చేస్తుంది.

ఈ అధ్యాయంలో బోధించబడిన సూత్రాలు కేవలం ఇస్లాం మతంతో మాత్రమే కాకుండా అనేక విభిన్న పరిస్థితుల్లో అన్వయించవచ్చు.

యేసు బోధించడం ప్రారంభించాడు

రోమీయులకు వ్రాసిన పత్రికలో అపోస్తలుడైన పౌలు "దేవుని పిల్లలు పొందబోవు మహిమ గల స్వాతంత్ర్యం" గురించి మాట్లాడాడు. (రోమా. 8:21). ఈ "మహిమగల స్వాతంత్ర్యం" ప్రతీ క్రైస్తవుని జన్మ హక్కు. ఇది ఒక గొప్ప బహుమతి. యేసును విశ్వసించే మరియు అనుసరించే ప్రతి ఒక్కరికి దేవుడు ఇవ్వాలని కోరుకునే విలువైన స్వాస్థం.

యేసు తన పరిచర్యలో బోధింప ప్రారంభించినప్పుడు, ఆయన మొట్టమొదట బహిరంగ బోధన స్వాతంత్ర్యం గురించినదై యున్నది. ఇది బాప్తీస్మమిచ్చు యోహాను ద్వారా, యేసు బాప్తీస్మము తీసుకున్న తరువాత మరియు ఆయన అరణ్యములో సాతాను చేత శోధించబడిన తరువాత జరిగింది. యేసు అరణ్యము నుండి తిరిగి వచ్చినప్పుడు, ఆయన వెంటనే సువార్త ప్రకటించడం ప్రారంభించాడు. ఆయన దీన్ని ఎలా చేసాడు? తనను తాను పరిచయం చేసుకొంటూ చేశాడు. యేసు స్వంత గ్రామములో నజరేతులోని సమాజ మందిరములో నిలబడి యెషయా గ్రంథం, 61 వ అధ్యాయము నుండి చదవడం ప్రారంభించాడు అని మనం లూకా లో చదువతాము:

> "ప్రభువగు యెహోవా ఆత్మ నామీద ఉన్నది.
> బీదలకు సువార్తమానము ప్రకటించుటకు
> యెహోవా నన్ను అభిషేకించెను.
> చెరలో నున్న వారికి విడుదలను,గ్రుడ్డివారికి చూపును,(కలుగునని) ప్రకటించుటకును
> నలిగిన వారిని విడిపించుటకును,
> ప్రభువు హితవత్సరం ప్రకటించుటకును ఆయన నన్ను పంపి యున్నాడు".
>
> ఆయన గ్రంథము చుట్టి పరిచారకునికి ఇచ్చి కూర్చొండెను. సమాజ మందిరంలో నున్న వారందరూ ఆయనను తేరి చూడగా, ఆయన "నేడు మీ వినికిడిలో ఈ లేఖనము నెరవేరినదని" వారితో చెప్పసాగెను. (లూకా 4:18-21).

తాను ప్రజలను విడిపించడానికి వచ్చానని యేసు చెప్పాడు. యెషయాకు ఇవ్వబడిన స్వాతంత్ర్య వాగ్దానము "నేడు": నెరవేరిందని ఆయన చెప్పాడు: నజరేతు ప్రజలు బంధకాలలో ఉన్న వారికి విడుదలను తీసుకురాగల వానిని కలుసుకున్నారు. ఆయన పరిశుద్ధాత్మచే

అభిషేకించ బడ్డాడని కూడా వారికి చెబుతున్నాడు: ఆయన అభిషిక్తుడు, మెస్సీయా, దేవుడు ఎన్నుకున్న రాజు, వారికి వాగ్దానం చేయబడిన రక్షకుడు.

యేసు వారిని స్వాతంత్ర్యమును ఎన్నుకోమని ఆహ్వానిస్తున్నాడు. ఆయన శుభవార్తను తెస్తున్నాడు: పేదలకు నిరీక్షణ, చెరలో ఉన్న వారికి విడుదల, గ్రుడ్డివారికి స్వస్థత, మరియు నలిగిన వారికి విడుదల.

యేసు వెళ్లిన ప్రతిచోట ప్రజలకు స్వాతంత్ర్యం తెచ్చాడు - నిజమైన స్వాతంత్ర్యం అనేక రకాలుగా, మనం సువార్తలను చదివినప్పుడు, యేసు చాలా మందికి మేలు చేయడం గురించి వింటాము: నిరీక్షణ లేని వారికి నిరీక్షణ కల్గించడం ఆకలితో ఉన్న వారికి ఆహారం పంచిపెట్టడం, ప్రజలను దురాత్మల నుండి విడిపించడం మరియు రోగులను స్వస్థపరచడం.

యేసు నేటికి ప్రజలకు స్వాతంత్రం ఇస్తున్నాడు. ప్రతి క్రైస్తవుడు యేసు ఇచ్చే స్వాతంత్ర్యాన్ని ఆస్వాదించడానికి ఆయన చేత పిలువ బడ్డాడు.

“ప్రభువు హితవత్సరం” అని తాను ప్రకటిస్తున్నానని యేసు సమాజ మందిరంలో ప్రకటించినప్పుడు దేవుడు తన అనుగ్రహాన్ని వారికి చూపించడానికి ఇది వారి ప్రత్యేక సమయం అని ప్రజలకు చెప్పాడు. ప్రజలను విడిపించడానికి దేవుడు శక్తి మరియు ప్రేమతో వస్తున్నాడని మరియు వారు కూడా విడిపింప బడవచ్చని యేసు వారికి చెప్పాడు.

మీరు దేవుని దయ మరియు స్వాతంత్ర్యమును అనుభవించడానికి ఈ పుస్తకాన్ని చదవడం మీ శ్రేష్టమైన సమయం అని మీరు నమ్ముతూ ఆశిస్తున్నారా ?

ఎన్నుకోవడానికి ఒక సమయం

మీరు బోనులో బంధించ బడ్డారని ఊహించుకోండి, మరియు బోను యొక్క తలుపు తాళం వేయబడింది. ప్రతిరోజు బోనులోకి ఆహారం మరియు నీరు మీకు తెస్తారు. మీరు అక్కడ నివసించవచ్చు, కానీ మీరు బంధింపబడి ఉన్నారు. ఎవరైనా వచ్చి ఆ బోను యొక్క తాళం తీశారని అనుకుందాం. ఇప్పుడు మీరు ఎన్నుకోవచ్చు. మీరు బోనులో జీవించడం కొనసాగించవచ్చు లేదా మీరు దానినుండి బయట పడవచ్చు మరియు బోను వెలుపల జీవితం ఎలా ఉంటుందో కనుగొనవచ్చు. బోను తలుపు తెరిచి ఉంటే సరిపోదు. మీరు ఆ బోను నుండి బయటకు వెళ్లాలని ఎంచుకోవాలి. మీరు స్వేచ్ఛగా ఉండకూడదనుకుంటే, మీరు ఇంకా బంధింపబడి ఉన్నట్లే.

పౌలు గలతీయులకు వ్రాసినప్పుడు “ఈ స్వాతంత్ర్యం అనుగ్రహించి, క్రీస్తు మనలను స్వతంత్రులనుగా చేసియున్నాడు. కాబట్టి మీరు స్థిరముగా నిలిచి మరల దాస్యమను కాడిక్రింద చిక్కుకొనకుడి. (గలతి.5:1). యేసుక్రీస్తు ప్రజలను విడిపించడానికే వచ్చాడు, ఆయన తీసుకొచ్చే స్వాతంత్ర్యాన్ని తెలుసుకున్న తర్వాత, మనం ఎంపిక చేసుకునే అవకాశం ఉంది. మనం స్వతంత్రులుగా జీవించడాన్ని ఎంచుకుంటామా?

మనం స్వేచ్ఛను పొందేందుకు మెలకువగా మరియు అప్రమత్తంగా ఉండాలని పౌలు చెబుతున్నాడు. స్వేచ్ఛగా జీవించాలంటే, స్వేచ్ఛగా ఉండటం అంటే ఏమిటో అర్థం చేసుకోవాలి, ఆపై మన స్వంత స్వాతంత్ర్యమును పొందాలి, ఆపై దానిలో నడవాలి. మనం యేసును అనుసరిస్తున్నప్పుడు, “స్థిరంగా నిలబడడం” మరియు “దాస్యమనే కాడిని” తిరస్కరించడం ఎలాగో నేర్చుకోవాలి.

ఈ బోధన ప్రతి ఒక్కరూ స్వాతంత్ర్యముగా ఉండటానికి మరియు తరువాత స్వతంత్రులుగా జీవించడానికి సహాయం రూపొందించబడింది.

తరువాత కొన్ని విభాగాలలో మనం సాతాను పాత్ర గురించి, సాతాను శక్తి నుండి దేవుని రాజ్యానికి ఎలా మళ్లింప బడతామో మరియు మనం పాల్గొనే ఆత్మీయ పోరాటం గురించి తెలుసుకుంటాము.

సాతాను మరియు అతని రాజ్యం

మనల్ని నాశనం చేయాలనుకునే శత్రువు మనకు ఉన్నాడని బైబిల్ చెబుతుంది. అతన్ని సాతాను అంటారు. అతనికి చాలామంది సహాయకులు ఉన్నారు. ఈ సహాయకులలో కొందరిని దురాత్మలు అంటారు.

యోహాను 10:10 లో ప్రజలతో సాతాను వ్యవహరించే తీరును "దొంగ" అని యేసు పిలిచాడు: "దొంగ దొంగతనమును హత్యను నాశనమును చేయుటకు వచ్చును గాని మరిదేనికిని రాడు. గొఱ్ఱెలకు జీవము కలుగుటకు అది సమృద్ధిగా కలుగుటకును వచ్చితినని మీతో నిశ్చయముగా చెప్పుచున్నాను.. ఎంత శక్తివంతమైన వైరుధ్యం ! యేసు - సమృద్ధిగా జీవాన్ని తెస్తాడు; సాతాను నష్టాన్ని, నాశనాన్ని , మరణాన్ని తెస్తాడు. "సాతాను ఆది నుండి వాడు నర హంతకుడు" అని కూడా యేసు చెప్పాడు (యోహాను 8:44).

సువార్తలు మరియు క్రొత్త నిబంధన లేఖన ప్రకారం, సాతానుకు ఈ ప్రపంచంపై నిజమైన కాని, పరిమితమైన శక్తి మరియు   సార్వభౌమాధికారం ఉంది. అతని రాజ్యం "అంధకార సంబంధమైన అధికారం" అని పిలువబడుతుంది (కొలస్సీ 1:13). మరియు అతను ఇలా పిలువ బడ్డాడు

- "లోకాధికారి" (యోహాను 12: 31)
- ఈ యుగసంబంధమైన దేవత (2 కొరింథి 4:4)
- వాయు మండల సంబంధమైన అధిపతి (ఎఫేసి 2:2)
- అవిధేయులైన వారిని ప్రేరేపించు శక్తికి అధిపతి (ఎఫేసి 2:2)

అపోస్తలుడైన యోహాను కూడా ఈ లోకమంతా సాతాను అధీనంలో ఉందని కూడా మనకు బోధిస్తున్నాడు: "మనం దేవుని సంబంధులమనియు, లోకమంతయు దుష్టుని యందు ఉందని యెరుగుదుము. (1 యోహాను 5:19)

"లోకమంతా దుష్టుని యందు ఉన్నది" అని మనం అర్థం చేసుకుంటే, ఈ లోకంలోని అన్ని సంస్కృతులు, సిద్ధాంతాలు మరియు మతాలలో సాతాను పనికి సంబంధించిన రుజువులను చూసి మనం ఆశ్చర్యపోవలసిన అవసరం లేదు. సాతాను చర్చిలో కూడా చురుకుగా ఉంటాడు.

ఈ కారణంగా, ఇస్లాంలో చెడు యొక్క సాధ్యమైన ముద్రణ, దాని ప్రపంచ దృష్టికోణం మరియు దాని ఆధ్యాత్మిక శక్తిని కూడా మనం పరిగణించాలి; అయితే మొదట మనం చెడు నుండి ఎలా విముక్తి పొందాలి అనే సాధారణ సూత్రాలను పరిశీలిస్తాము.

గొప్ప మళ్లింపు

J.L.హాల్డెన్, ట్రినిటీ కాలేజ్ ఆక్స్‌ఫర్డ్ ఫెలో, పాల్ యొక్క వేదాంత ప్రపంచ దృష్టికోణంను సారాంశంగా రాశారు. పౌలు ఇలా అన్నాడు:

> ...మనిషి గురించి ఉన్నాయి. మానవుడు పాపిగా మరియు ఉద్దేశ్యపూర్వకంగా దేవుని నుండి దూరం చేయబడడమే కాదు... అతను లోకాన్ని వెంబడించే మరియు ధర్మశాస్త్రమును దేవునికి విధేయత చూపించే సాధనంగా కాకుండా, వారి దుష్టత్వానికి సాధనంగా ఉపయోగించే దురాత్మ శక్తులకు కూడా మానవుడు బానిసగా ఉన్నాడు. దేవుని నుండి ఈ మనుషి యొక్క వేరుబాటు మానవజాతి అంతటికి సాధారణం - ఇది పూర్తిగా యూదువారికి కాదు లేదా అన్యులది కాదు. ఇది ఆదాము కుమారుడిగా మనిషి యొక్క స్థితి.[1]

పౌలు యొక్క ప్రపంచ దృష్టి కోణంలో మానవులను ఈ బానిసత్వం నుండి రక్షించాల్సిన అవసరం ఉందని హాల్డెన్ వివరించాడు: “దురాత్మ శక్తులకు సంబంధించినంత వరకు, మనిషి యొక్క అవసరం కేవలం వాటి నియంత్రణ నుండి విముక్తి మాత్రమే”. క్రీస్తు తన మరణం మరియు పునరుత్థానం ద్వారా ఏమి చేసాడు అనేది ఈ రక్షణకు కీలకం. ఇది పాపం మరియు మానవాళిని బంధించే చెడు దురాత్మ శక్తులపై విజయం సాధించింది.

క్రైస్తవులుగా మనం ఇప్పటికీ ఈ “అంధకార సంబంధమగు లోకం” జీవిస్తున్నప్పటికీ (ఎఫేసి 6:12; , పిలిప్పి 2:15 తో పోల్చండి), దీని అర్థం మనం సాతాను శక్తి మరియు నియంత్రణలోకి వచ్చామా? లేదు ! ఎందుకంటే మనం యేసు రాజ్యంలోనికి మార్చబడ్డాము.

యేసు ఒక దర్శనంలో పౌలుకు తనను తాను బయలు పరచుకొని, అన్యజనుల యొద్దకు వెళ్లమని, ప్రజల కళ్లు తెరిచి, “వారిని చీకటి నుండి వెలుగులోనికి, మరియు సాతాను అధికారము నుండి దేవుని వైపుకు త్రిప్పుతానని” అని అపోస్తలుడు పంపబడ్డాడు (అపో: 26:18). క్రీస్తు ద్వారా రక్షించబడక ముందు ప్రజలు సాతాను అధికారంలో ఉన్నారని ఈ మాటలు సూచిస్తున్నాయి. అయితే క్రీస్తు ద్వారా వారు దుష్ట శక్తి నుండి విమోచించ బడ్డారు మరియు చీకటి శక్తి నుండి దేవుని రాజ్యానికి మళ్లించ బడ్డారు.

పౌలు కొలస్సీయులకు వ్రాసిన పత్రికలో వారి కొరకు ఎలా ప్రార్థిస్తున్నాడో వివరించాడు:

> ... తేజోవాసుల పరిశుద్ధుల స్వాస్థ్యములో పాలివారమగుటకు మనలకు పాత్రులునగా చేసిన తండ్రికి మీరు కృతజ్ఞతాస్తుతులు చెల్లించవలెననియు దేవుని బతిమాలుచున్నాము. ఆయన మనలను అంధకార సంబంధమైన అధికారములోనుండి విడుదలచేసి, తాను ప్రేమించిన తన కుమారుని యొక్క రాజ్యనివాసులనుగా చేసెను. ఆ కుమారుని

---

[1] J. L హాల్డెన్, *జైలులో ఉండి అపో. పౌలు వ్రాసిన ఉత్తరము.* పేజి 18

యందు మనకు విమోచనము, అనగా పాపక్షమాపణ కలుగుచున్నది. (కొలస్సీ 1:12-13).

ఎవరైనా మరొక దేశానికి వలస వెళ్లినప్పుడు వారు తమ క్రొత్త దేశంలో పౌరసత్వం కోసం ధరఖాస్తు చేసుకోవచ్చు, కానీ దీన్ని చేయడానికి వారు తమ పూర్వ పౌరసత్వాన్ని వదులు కోవలసి రావచ్చు. క్రీస్తునందు రక్షణ ఇలా ఉంటుంది: మీరు దేవుని రాజ్యంలోకి ప్రవేశించిన ప్పుడు మీరు క్రొత్త పౌరసత్వాని పొందుతారు మరియు మీరు మీపాత పౌరసత్వాన్ని వదిలి వేస్తారు.

యేసుక్రీస్తు పట్ల మీ విధేయత పరిపూర్ణముగా మరియు ఉద్ధేశ్యపూర్వకంగానే ఉండాలి. ఇది క్రింది అంశాలను కల్గి ఉండవచ్చు:

- సాతాను మరియు సమస్త దుష్టత్వములను త్యజించండి.
- మీపై భక్తిహీనమైన అధికారాన్ని ఉపయోగించిన ఇతర వ్యక్తులతో ఉన్న అన్ని తప్పుడు సంబంధాలను త్యజించండి.
- మీ తరుపున మీ పూర్వికులు చేసిన లేదా మిమ్ముల్ని ఏ విధంగానైనా ప్రభావితం చేసిన అన్ని భక్తిహీనమైన ఒప్పందాలను త్యజించండి మరియు విచ్ఛిన్నం చేయండి.
- భక్తిహీనమైన విధేయతల ద్వారా వచ్చే అన్ని భక్తిహీన ఆత్మీయ స్థాయిలను త్యజించండి.
- మీ జీవితానికి సంబంధించిన పూర్తి హక్కులను యేసుక్రీస్తుకు అప్పగించండి మరియు ఈ రోజు నుండి మీ హృదయంలో ప్రభువుగా పరిపాలించమని ఆయనను ఆహ్వానించండి.

యుద్ధం

ఫుట్‌బాల్ ఆటగాడు పంపబడినప్పుడు, అతను తప్పనిసరిగా తన క్రొత్తజట్టు కోసం ఆడాలి. అతను పాతజట్టుకు ఇక ఆడలేడు. మనం దేవుని రాజ్యానికి మార్చబడినప్పుడు ఇలా ఉంటుంది; మనం యేసు జట్టుకోసం ఆడాలి. మరియు సాతాను జట్టుకోసం గోల్స్ చేయడం మాని వేయాలి.

బైబిల్ ప్రకారం దేవునికి మరియు సాతానుకు మధ్య ఆత్మీయ పోరాటం జరుగుతుంది. ఇది దేవుని రాజ్యానికి వ్యతిరేఖంగా జరిగిన విశ్వపౌర తిరుగుబాటు (మార్కు 1:15; లూకా 10:18; ఎఫేసీ 6:12). ఇది రెండు రాజ్యాల మధ్య వివాదం, ఇందులో ఎవరూ దాగు గోవడానికి స్థలం లేదు. క్రైస్తవులు సుధీర్ఘ పోరాటంలో తమను తాము కనుగొంటారు, దీనిలో నిర్ణయా త్మకమైన యుద్ధం ఇప్పటికే సిలువపై గెలిచింది మరియు సందేహమే లేదు తుది ఫలితం: క్రీస్తుకు విజయం ఉంది మరియు ఉండబోతుంది.

క్రీస్తును వెంబడించువారు క్రీస్తు యొక్క రాయబారులు, కాబట్టి వారు ఇప్పుడు ఈ చీకటి యుగం యొక్క శక్తులతో రోజువారీ యుద్ధంలో పాల్గొని ఉంటారు. క్రీస్తు మరణం మరియు

పునరుత్థానం ఈ చీకటికి వ్యతిరేకంగా మన ఏకైక అధికారాన్ని అందిస్తాయి. మరియు దానికి వ్యతిరేకంగా నిలబడే మన శక్తికి ఆధారం. ఈ యుద్ధం యొక్క వివాదాస్పద భూభాగంలో వ్యక్తులు, సంఘాలు, సమాజాలు మరియు దేశాలు ఉంటాయి.

ఈ పోరాటంలో, సంఘం కూడా యుద్ధభూమిగా ఉండవచ్చు. మరియు దాని వనరులను చెడుప్రయోజనాల కోసం దోపిడీ కావచ్చు.

ఇది తీవ్రమైన మరియు భారమైన విషయం ఏదిఏమయినప్పటికీ, ఈ అంధకార యుగం యొక్క శక్తులు నిరాయుధీకరించబడ్డాయి, అవమానించబడ్డాయి మరియు అపరాధములన్ని క్షమించబడి సిలువ ద్వారా ఓడిపోయాయని పౌలు వ్రాసినప్పుడు విజయం యొక్క ఖచ్చితత్వాన్ని వివరిస్తాడు:

> మరియు అపరాధము వలన దేవుడు వ్రాతపూర్వకమైన ఆజ్ఞల వలన మనమీద ఋణము గాను, మనకు విరోధముగాను, నుండిన పత్రమును మేకులతో సిలువకు కొట్టి, దానిమీద చేవ్రాతను తుడిచివేసి, మనకు అడ్డము లేకుండా దానిని ఎత్తివేసి మన అపరాధనములన్నిటిని క్షమించి, ఆయనతో కూడా మిమ్మును జీవింప జేసెను; ఆయన ప్రధానులను అధికారులను నిరాయుధులనుగా చేసి విజయోత్సవముతో వారిని పట్టి తెచ్చి బాహాటముగా వేడుకకు కనుపరచెను (కొలస్సి 2:13-15).

ఈ వాక్యం 'విజయోత్సవం' అని పిలువబడే రోమన్ విజయ యాత్రలోని ఒక చిత్రాన్ని ఉపయోగిస్తున్నది. శత్రువును ఓడించిన తరువాత ఒక విజేత జనరల్ మరియు అతని సైన్యం రోమ్ నగరానికి తిరిగివస్తారు. విజయాన్ని జరుపుకోవడానికి, సైన్యాధ్యక్షుడు ఒక గొప్ప ఊరేగింపుకు నాయకత్వం వహిస్తాడు, దానిలో ఓడిపోయిన శత్రువులు నగర వీధుల గుండా కవాతు చేయవలసి వస్తుంది, వారి ఆయుధాలు మరియు కవచాలు వారినుండి తీసివేయ బడతాయి. రోమ్ ప్రజలు విజేతలను ఉత్సాహపరుస్తూ, ఓడిపోయిన శత్రువులను ఎగతాళి చేస్తూ. చూస్తూ ఉంటారు.

సిలువ యొక్క అర్థాన్ని వివరించడానికి పౌలు రోమన్ విజయయాత్ర చిత్రాన్ని ఉపయోగిస్తున్నాడు. క్రీస్తు మన కొరకు చనిపోయినప్పుడు, పాపం యొక్క శక్తిని కొట్టి వేసాడు. మనపై వచ్చిన ఆరోపణలను మేకులతో సిలువకు కొట్టిబడెను: ఈ రుణములు కొట్టి వేయబడటం చీకటి శక్తులన్నిటికి కనపరచబడ్డాయి. దీని కారణంగా, నాశనం చేయడానికి ప్రయత్నిస్తున్న సాతాను మరియు వాని దురాత్మ శక్తులు మనపై తమ అధికారాన్ని కోల్పోయారు, ఎందుకంటే అవి మనపై ఎలాంటి ఆరోపణలు చేయలేవు. రోమన్ విజయ యాత్రలో శత్రువు వలే అవి మార్చబడ్డాయి: ఓడిపోయినవి, నిరాయుధులుగా మరియు బహిరంగంగా అవమానించబడ్డాయి.

సిలువ ద్వారా, ఈ అంధకార యుగం యొక్క అధికారులు మరియు ప్రధానులపై విజయం సాధించబడింది. ఈ విజయం దుష్ట శక్తులను కొల్లగొడుతుంది. మరియు ప్రజలు ఇష్టపూర్వకంగా లేదా ఇష్టం లేకుండా, తెలిసి లేదా తెలియకుండా చేసుకున్న ఒప్పందాల ద్వారా వారికి ఇవ్వబడిన వాటితో సహా పాలించే వారి హక్కులను హరిస్తుంది.

ఇది శక్తివంతమైన మూల కారణం: సాతాను మనకు వ్యతిరేకంగా ఉపయోగించే ప్రతి వ్యూహం మరియు ఆరోపణకు, సిలువ మన విజయానికి మరియు స్వాతంత్ర్యానికి కీలకమైనది.

తరువాతి రెండు విభాగాలలో, సాతాను నేరారోపణ చేసేవాడుగా మరియు అతను ప్రజలకు వ్యతిరేకంగా వ్యూహాలను ఉపయోగించే వానిగా పరిశీలిస్తాము. దీని తరువాత, ప్రజలను బంధించడానికి సాతాను వాడే ఆరు మార్గాలను అనగా పాపం, క్షమించకపోవడం, నోటి మాటలు, ఆత్మగాయాలు, అబద్ధాలు (భక్తిహీనమైన నమ్మకాలు) మొదలగు వాటి ద్వారా పరిశీలిస్తాము. మరియు తరతరాల పాపం నుండి ఫలితంగా వచ్చిన శాపాలు. సాతాను యొక్క ప్రతి వ్యూహానికి మేము ఒక పరిష్కారాన్ని వివరిస్తాము: క్రైస్తవులు తమ స్వాతంత్ర్యము ను పొందేందేకు మరియు వారి జీవితాల నుండి ఈ ప్రభావాలను విచ్ఛిన్నం చేయడానికి ఒక మార్గం. ఇస్లాంయొక్క బంధకాల నుండి ఎలా విముక్తి పొందాలో మనం ఆలోచించిన ప్పుడు ఈ సమస్యలన్నీ ముఖ్యమైనవి.

అపవాది

సాతాను మనకు వ్యతిరేకంగా ఉపయోగించే వ్యూహాలు ఉన్నాయి. ఈ వ్యూహాల గురించి తెలుసు కోవడం మరియు అర్థం చేసుకోవడం మరియు వాటికి వ్యతిరేకంగా నిలబడటాని కి సిద్ధంగా ఉండటం మంచిది. మనం స్వతంత్ర్యంగా జీవించాలి. దీనికోసం మనం శ్రద్ధ వహించాలి: క్రైస్తవులు సాతాను పన్నాగాలను తెలుసుకోవడం మరియు అర్థం చేసుకోవడం మరియు వాటిని ఎదిరించడానికి సిద్ధంగా ఉండటం మంచిది.

ఎఫెస్సీయులకు 6:18 లో క్రైస్తవులు "మెలకువగా ఉండవలెను" అని పౌలు వ్రాసాడు. అలాగే, పేతురు క్రైస్తవులను హెచ్చరిస్తున్నాడు "నిబ్బరమైన బుద్ధి గలవారై మెలకువగా ఉండుడి; మీ విరోధియైన సాతాను గర్జించు సింహోము వలే ఎవనిని మ్రింగుదునా అని వెదకుతూ తిరుగుచున్నాడు" (1 పేతురు 5:8). మనం దేనికొరకు మెలకువగా ఉండాలి? సాతాను యొక్క ఆరోపణల పట్ల మనం మెలకువగా ఉండాలి.

బైబిల్ సాతానును "(నేరము మోపువాడు" అని పిలుస్తుంది. (ప్రకటన 12:10) మరియు సాతాను అనే పదానికి హెబ్రీ బాషలో వాస్తవానికి 'నిందించేవాడు' లేదా 'విరోధి' అని అర్థం. ఈపదం న్యాయస్థానంలో చట్టపరమైన ప్రత్యర్థి కోసం ఉపయోగించ బడుతుంది. కీర్తన 109 లో బైబిల్‌లో సాతాను అనే పదం ఈ విధంగా ఉపయోగించబడింది: అపవాది వాని కుడి ప్రక్కను నిలుచును గాక. వాడు విమర్శలోనికి తేబడునప్పుడు దోషి యని తీర్పు నొందును గాక (కీర్తన. 109: 6-7) అలాంటి మరొక సంధర్భం జెకర్యా 3:1-3 ప్రధాన యా జకుడైన యెహోషువ కుడివైపున నిలబడి దేవుని దూత యెదుట అతనిపై ఆరోపణలు చేస్తున్న 'సాతాను" అనేవ్యక్తిని చూడగలము. మరొక ఉదాహరణ ఏమిటంటే సాతాను యోబును దేవుని యెదుట నిందించినప్పుడు (యోబు 1:9-11), అతనిని పరీక్షించడానికి అనుమతి అడుగుతాడు.

సాతాను ఎవరి యెదుట మనపై నిందలు వేస్తాడు?అతడు దేవుని యెదుట మనపై నిందలు వేస్తాడని మనకు తెలుసు. అతడు ఇతరుల యెదుట కూడా మనలను నిందిస్తాడు; మరియు అతడు ఇతరుల మాటల ద్వారా మన సొంత ఆలోచనల ద్వారా మనల్ని మనం నిందించుకొనెటట్లు చేస్తాడు. ఈ ఆరోపణలతో బాధపడాలని, వాటిని నమ్మాలని, వాటితో బెదిరిపో వాలని, వాటికే పరిమితం కావాలని వాడు కోరుకుంటాడు.

సాతాను మనపై ఏమని నిందిస్తాడు? అతను మన పాపాల గురించి మనపై నిందలు వేస్తాడు. మరియు మన జీవితంలో ఏ విషయాల్లో అతనికి లోబడ్డామో ఆ విషయంలో అతను నిందిస్తాడు.

సాతాను మనపై ఆరోపణలు చేసినప్పుడు, అతని ఆరోపణలు అబద్ధాలతో నిండియున్నాయని కూడా మనం అర్థం చేసుకోవాలి. యేసు సాతాను గురించి ఇలా అన్నాడు;

> ఆదినుండి వాడు నరహంతకుడై యుండి సత్యమందు నిలిచిన వాడు కాడు; వానియందు సత్యమే లేదు; వాడు అబద్ధమాడునప్పుడు తన స్వభావము అనుసరించియే మాటలాడును; వాడు అబద్ధికుడును, అబద్ధమునకు జనకుడునై యున్నాడు (యోహాను 8:44).

సాతాను అబద్ధాల వ్యూహాలు ఏమిటి, అతడు మనపై ఆరోపణలు చేసినప్పుడు మనం ఎలా స్థిరంగా నిలబడగలం? అతని వ్యూహాలు మనకు తెలిస్తే అది ఖచ్చితంగా సహాయపడుతుంది ఉదాహరణకు 1 కొరింథీయులలో క్షమాపణను పాటించమని పౌలు క్రైస్తవులను కోరాడు. ఇది ఎందుకు ముఖ్యమైనది? మనం క్షమించమని పౌలు చెప్పాడు, “సాతాను మనలను మోసపరచ కుండునట్లు, సాతాను తంత్రములను మనము ఎరుగని వారము కాము” (2కొరింథి 2:11). సాతాను ఏమి చేస్తున్నాడో మనం తెలుసుకోగలమని పౌలు చెబుతున్నాడు; ఎందుకంటే, మనలో క్షమాపణ గుణం లేదని మనపై నేరారోపణ చేయడం సాతాను యొక్క వ్యూహాలలో ఒకటి. మనం ఇతరులను త్వరగాక్షమించగలము, తద్వారా మనం అతని ఆరోపణలకు గురికాకుండా ఉంటాము.

సాతానుకు ఇతర వ్యూహాలు కూడా ఉన్నాయి. విశ్వాసులను నిందించడానికి అతని ప్రధాన వ్యూహాలలో ఆరు ఉన్నాయి. మరియు వారికి వ్యతిరేకంగా మనం ఎలా నిలబడగలమో పరిశీలిస్తాము. ఈ ఆరు వ్యూహాలు:

- పాపము
- క్షమించకపోవడం
- మనస్సు గాయాలు
- మాటలు మరియు (సూచించే చర్యలు)
- అన్య విశ్వాసాలు (అబద్ధాలు)
- తరాల పాపం మరియు ఫలితంగా శాపాలు.ద్వారాలు తెరవడం మరియు చోటివ్వడం

మేము ఈ ఆరు ప్రాంతాలలో ప్రతి దానిని పరిగణించే ముందు. సాతాను ప్రజలను అణచి వేయడానికి ఉపయోగించే హక్కుల కోసం కొన్ని ఉపయోగ కరమైన పేర్లను పరిచయం చేయాలి. రెండు ముఖ్యమైన పేర్లు.

'ద్వారాలు తెరవడం' మరియు 'చోటివ్వడం'

మేము ఈ ఆరు ప్రాంతాలలో ప్రతి దానిని పరిగణించే ముందు. సాతాను ప్రజలను అణచివేయ డానికి ఉపయోగించే హక్కుల కోసం కొన్ని ఉపయోగ కరమైన పేర్లను పరిచయం చేయాలి. రెండు ముఖ్యమైన పేర్లు 'ద్వారాలు తెరవడం' మరియు 'చోటివ్వడం'

తలుపులు తెరవడం అనేది ఎవరైనా అజ్ఞానం, అవిధేయత, లేదా అజాగ్రత్త ద్వారా సాతానుకు అనుమతించే ఒక ప్రవేశ స్థానం. సాతాను ఆ వ్యక్తిని దోపిడి చేయడానికి మరియు అణచివే యడానికి చేస్తాడు. దొంగిలించడానికి, చంపడానికి మరియు నాశనం చేయడానికి అవకా శాల కొరకు తిరిగే "దొంగ" గాసాతాను గురించి యేసు వర్ణించడాన్ని మనం గుర్తుచేసుకు ందాం (యోహాను 10:10). సురక్షితమైన ఇంటికి తలుపులు తెరిచి ఉండవు: ప్రతి తలుపు సురక్షితంగా తాళం వేసి ఉంచబడుతుంది.

చోటివ్వడం అనగా మానవ హృదయంలో ఒక వ్యక్తి సాతానుకు లోబడి ఉన్నాడని అపవాది ఆరోపించడం - సాతాను తన సొంతమని గుర్తించిన ఒక భాగం.

ఒక క్రైస్తవుడు కోపాన్ని కలిగి ఉండడం ద్వారా దురాత్మకు అవకాశం ఇవ్వగలడని పౌలు సూచిస్తున్నాడు: "కోపపడుడి గాని పాపము చెయ్యకుడి; సూర్యుడు అస్తమించు వరకు కోప ము నిలిచి యుండకూడదు అపవాదికి చోటియ్యకుడి" (ఎఫేసీ 4:26-27). చోటివ్వడం అని అనువదింపబడి గ్రీకు పదం ఏదనగా టోపోస్, దీని అర్థం 'నివాస స్థలం'. టోపోస్ అనేది ఆక్రమించబడిన ప్రదేశానికి ప్రధాన అర్థాన్ని కలిగి ఉంది మరియు గ్రీకు వ్యక్తీకరణ "గివ్ ఎ టోపోస్ టు" అంటే 'అవకాశం ఇవ్వడం' అని అర్థం. ఎవరైనా కోపాన్ని అంటిపెట్టు కొని ఉండి అది ఒప్పుకొని విడిచిపెట్టకుండా ఉండే పాపమని అనుకుంటే వారు సాతానుకు చోటిచ్చి అప్పగించుకుంటారని పౌలు చెబుతున్నాడు అప్పుడు సాతానుఆ భూమిని ఆక్రమించి చెడు ప్రయోజనాల కోసం ఉపయోగించవచ్చు. కోపాన్ని ఉంచుకోవడం ద్వారా, ఒక వ్యక్తి సాతానుకు చోటిస్తాడు.

యోహాను 14 లో, ఆయనపై సాతానుకు ఎలాంటి పట్టు లేదని యేసు పేర్కొన్నప్పుడు చట్ట పరమైన అధికార భాషను ఉపయోగిస్తాడు:

> ఇకను మీతో విస్తరించి మాటలాడను;ఈలోకాధికారి వచ్చుచున్నాడు. నాతో వానికి సంబంధమేమియు లేదు. అయినను నేను తండ్రిని ప్రేమించుచున్నానని లోకము తెలుసుకొనునట్లు తండ్రి నాకు ఆజ్ఞాపించినదినెరవేర్చుటకు నేనీలాగు చేయుచున్నాను. (యోహాను 14:30-31).

ఆర్చ్ బిషప్ J.H బెర్నార్డ్ ఈ వాక్యభాగానికి సంబంధించిన తన వ్యాఖ్యానంలో యేసు ఇలా అన్నాడని వ్రాసాడు, "సాతాను... నన్ను బంధించడానికి నా వ్యక్తిత్వంపై వానికి పట్టులేదు"[2] అని అన్నాడు. ఇక్కడ చెప్పబడిన పదబంధం వాస్తవానికి చట్టబద్ధమైనదని D.A కార్సన్ ద్వారా వివరించబడింది:

---

[2] జె. హెచ్. బెనార్డ్, యోహాను వ్రాసిన పత్రిక ప్రకారము ఎ క్రిటికల్ అండ్ ఎగ్జిటికల్ కామెంటరీ, వాల్యూమ్ 2 పేజి 556

నాతో ఎటువంటి సంబంధము లేదు అనేది "నాలో వానికి ఏ సంబంధము లేదు", అని చట్టపర మైన సంధర్భాలలో తరచుగా ఉపయోగించే హిబ్రూ పదబంధాన్ని గుర్తు చేస్తు ంది. అంటే "వానికి నాపై ఎటువంటి హక్కులేదు". "నాపై అధికారం లేదు". ....యేసుపై సమర్థనీయమైన అభియోగం ఉంటేనే అపవాది యేసు[3]పై పట్టు సాధించ గలడు.

సాతానుకు యేసుపై ఎందుకు పట్టులేదు? ఎందుకంటే యేసు పాపం లేకుండా ఉన్నాడు. ఆయన "నా తండ్రి నాకు ఆజ్ఞాపించినది నెరవేర్చుటకు నేనీలాగు చేయుచున్నాను" అని చెప్పాడు (యోహాను 14:31; యోహాను 5:19 కూడా చూడండి). యేసులో ఏ పాపం లేన ందు వల్ల ఎలాంటి చట్టపరమైన అధికారాన్ని ఆయనపై ఆరోపించ డానికి సాతానుకు అవకాశం లేదు. అపవాది వాడబడడానికి యేసులో చోటు లేదు.

యేసు నిరపరాధిగా సిలువ వేయబడ్డాడు. సిలువ యొక్క శక్తికి ఇది చాలా ముఖ్యమైనది. యేసు నిర్దోషి కాబట్టి, సిలువ వేయడం చట్టబద్ధమైన శిక్ష అని సాతాను వాదించలేడు. సాతాను ద్వారా యేసుపై విధించిన న్యాయమైన శిక్ష మాత్రమే కాదు ప్రభువైన మెస్సయ్య మరణం ఇతరుల కొరకు నిర్దోషమైన త్యాగం కూడా. క్రీస్తు సాతానుకు ఏ విషయంలోనైన అప్పగించబడినట్లయితే, ఆయన మరణం కేవలం పాపానికి ఫలితంగా వచ్చిన న్యాయమైన శిక్షగా ఉండేది. అలా కాకుండా యేసు నిర్దోషి కాబట్టి, ఆయన మరణం లోక పాపాల కొరకైన సమర్థవంతమైన సమర్పణ అయినది.

మన జీవితంలో సాతానుకు ద్వారాలు తెరవడం మరియు చోటివ్వడం గురించి మనం ఏమి చేయవచ్చు? తెరువబడిన తలుపులు మూయడం మరియు ఇచ్చిన చోటును తొలగిం చడం చేయవచ్చు మన ఆత్మీయ స్వాతంత్ర్యము పొందేందుకు ఈ దశలు చాలా అవసరం. మనము వీన్ని క్రమపద్ధతిలో చేయాలి, తెరవబడిన అన్ని ద్వారాలను మూసివేసి, మన జీవితా ల్లోని అపవాదికి ఉన్న అన్ని చోటులు తొలగించాలి.

అయితే వీన్ని ఎలా చేయాలి? ఆరు విషయాలను ఒక్కొక్కటిగా పరిశీలిద్దాం. ఇస్లాం, ప్రజలను ఎలా బంధించిందో మనం పరిగణనలోకి తీసుకున్నప్పుడు అన్ని ముఖ్యమైనవి.

పాపము

తెరిచిన తలుపు మనం చేసిన పాపం అయితే, మన జీవితాలపై అధికారం పొందేందుకు సాతానుకు మనం అనుమతి ఇచ్చిన పాపాల గురించి పశ్చాత్తాపం చెందడం ద్వారా మనం ఈ తలుపును మూసివేయవచ్చు. సిలువ యొక్క శక్తి ఈ ప్రక్రియకు కీలకం. రక్షకుడైన క్రీస్తు కు విజ్ఞాపన చేయడం ద్వారా మనం దేవుని క్షమాపణను పొందగలము. యోహాను వ్రాసిన ట్లుగా, "యేసు రక్తము ....ప్రతి పాపములనుండి మనలను శుద్ధిచేస్తుంది" (1యోహాను 1: 7). మనం పాపం నుండి శుద్ధి చేయబడితే, అప్పుడు పాపానికి మనపై అధికారం లేదు. పౌలు వ్రాస్తున్నట్లుగా, "కాబట్టి "ఆయన రక్తం ద్వారా ఇప్పుడు నీతిమంతులుగా తీర్చబడ్డాము" (రోమా. 5:9). దీని అర్థం. దేవుడు మనల్ని నీతిమంతులుగా చూస్తాడు.

[3] D.A కార్సన్, యోహాను వ్రాసిన పత్రిక పేజి 508-9

మనము పశ్చాత్తాప పడి క్రీస్తువైపు తిరిగినప్పుడు, మనము ఆయనతో సమాధి చేయబడతాము: మనము యేసుతో గుర్తించబడతాము. అప్పుడు సాతాను మనమీద ఎటువంటి చట్టబద్ధమైన నేరారోపణ చేయలేని వ్యక్తి అవుతాము. మన పాపం ప్రాయశ్చిత్తం (రోమా 4:7) చేయబడి ఉంది కనుక సాతాను మనపై పట్టులేని వ్యక్తిగా అవుతాము. మనపై వాని ఆరోపణల నుండి విముక్తిపొందుతాము.

ఇది ఆచరణలో ఎలా పనిచేస్తుంది? ఎవరైనా నిరంతరం అబద్ధాలు చెప్పే అలవాటుతో పోరాడుతున్నట్లయితే, దేవుని దృష్టిలో అబద్ధం అనేది ఒక పాపం అని ఆ వ్యక్తి గుర్తించాలి, దానిని ఒప్పుకొని అబద్ధం చెప్పినందుకు పశ్చాత్తాపపడాలి.మరియు క్రీస్తు యొక్క కార్యము ద్వారా క్షమాపణ పొందగలడు. ఇది జరిగినప్పుడు, అబద్ధాన్ని మనంతట మనమే తిరస్కరిస్తాము మరియు విడిచి పెడతాము. మరోవైపు వ్యక్తి అబద్ధాన్ని ఇష్టపడితే, దానిని లాభకరంగా భావించి, దానిని వదులుకొనే ఉద్ధేశ్యం లేకపోతే, అబద్ధం నుండి విముక్తి కోసం ఏదైనా ప్రయత్నం నిష్ఫలమయ్యే అవకాశం ఉంది. అప్పుడు ఆ వ్యక్తికి వ్యతిరేకంగా సాతాను అతనిలో చోటు చేసుకోగలడు.

పశ్చాత్తాపం చెందడం ద్వారా, మన పాపాన్ని విడిచిపెట్టడం ద్వారా మరియు క్రీస్తు సిలువపై విశ్వాసం ఉంచడం ద్వారా మన పాపాలకు తలుపులు మూయవచ్చు. ఈ విధంగా మన పాపాల ద్వారా సాతాను మనకు వ్యతిరేకంగా ఉపయోగించుకొనే హక్కును మనం తొలగించి వేస్తాము.

క్షమించరానితనం

సాతాను మనకు వ్యతిరేకంగా ఉపయోగించడానికి ఇష్టపడే మరొక వ్యూహం మన క్షమించరాని తనం. క్షమాపణ గురించి యేసు తరచుగా బోధించాడు. మనం ఇతరులను క్షమించనంత వరకు దేవుడు మనలను క్షమించడు అని చెప్పాడు (మార్కు 11:25-26; మత్తయి 6: 14-15).

క్షమించకపోవడం అనేది మనల్ని ఒకరి దోషంతో లేదా బాధకరమైన విషయంతో ముడిపెడుతుంది దీనివలన మనపైన చట్టబద్ధమైన చోటు అపవాది తీసుకుంటుంది. పౌలు కొరింథీయులకు తన రెండవ లేఖలో దీని గురించి వ్రాసాడు:

> మీరు దేని గూర్చియైననూ ఎవని క్షమించుచున్నారో నేనును వానిని క్షమించుచున్నాను. నేనేమైననూ క్షమించి యుంటే సాతాను మనలను మోసపరచకుండునట్లు, మీ నిమిత్తము, క్రీస్తుసముఖము నందు క్షమించియున్నాను; సాతాను తంత్రములను మనము ఎరుగని వారము కాము (2కొరింథీ. 2:10-11).

మన క్షమించరానితనం మనలను సాతాను చేత ఎందుకు మోసపరచేలా చేస్తుంది? ఎందుకంటే మన క్షమించరానితనంను అపవాది మనకు వ్యతిరేకంగా మనలో చోటు చేసుకోవడానికి ఉపయోగిస్తాడు. అయితే పౌలు చెప్పినట్లుగా మనము "సాతాను తంత్రాలు యెరిగినవారమైతే" క్షమాపణను అభ్యసించడం ద్వారా మనం అపవాది చోటును తొలగించగలం.

క్షమాపణకు మూడు కోణాలు ఉన్నాయి: ఇతరులను క్షమించడం; దేవుని క్షమాపణ పొందడం; మరియు కొన్ని సార్లు మనల్ని మనం క్షమించుకోవడం కూడా. సిలువ[4] యొక్క ఈ క్షమాపణ గురించిన ఈ మూడు అంశాలను గుర్తుంచు కోవడానికి మనకు సహాయ పడుతుంది. క్షితిజ సమాంతర పట్టీ ఇతరులను క్షమించమని మనకు గుర్తు చేస్తుంది. నిలువు పట్టీ దేవుని

క్షమాపణను పొందాలని మనకు గుర్తు చేస్తుంది. మనల్ని మనం క్షమించుకోవాలని వృత్తము గుర్తు చేస్తుంది.

క్షమించడం అంటే ఎదుటి వ్యక్తి చేసిన పనినిమనం మరిచిపోవడం లేదా క్షమించడం కాదు. అలాగే దీని అర్థం ఆ వ్యక్తిని నమ్మడం అని కూడా కాదు. ఇతరులను క్షమించడం అంటే వారిని నిందించడానికి మనకున్న హక్కును దేవుని యెదుట వదులుకోవడమే.

మనకు అన్యాయం చేసిన వ్యక్తికి వ్యతిరేకంగా మనము చేసే ప్రతి ఆరోపణనుండి ఆ వ్యక్తిని విడుదల చేయడం. న్యాయంగా తీర్పు తీర్చడానికి మనము వారిని దేవునికి అప్పగిస్తాము మరియు మనము సమస్యను దేవునికి అప్పగిస్తాము. క్షమించడం అనేది భావన కాదు: ఇది ఒక నిర్ణయం.

దేవుని నుండి క్షమాపణ పొందడం మరియు దానిని ఇవ్వడం చాలా ముఖ్యం, ఎందుకంటే మనం క్షమించబడ్డామని తెలిసినప్పుడు క్షమాపణ మరింత శక్తివంతమైనది (ఎఫేసీ 4:32).

ఈ శిక్షణ మాన్యువల్ చివరిలో అదనపు వనరుల విభాగంలో 'క్షమాపణ ప్రార్థన' ఉంది.

మనస్సుకు తగిలిన గాయాలు

మనస్సు గాయం వల్ల అపవాది చోటు తీసుకోవచ్చు. శరీర గాయాలకన్నా మనస్సు యొక్క గాయాలు ఎక్కువగా బాధపరుస్తాయి. మరియు మనం శారీరకంగా గాయపడినప్పుడు, మన మనస్సు కూడా గాయపడవచ్చు. ఎవరైనా బాధకరమైన మరియు భయానక దాడికి గురయ్యారని అనుకొందాం. దీని తరువాత వారు చాలా కాలం భయంతో బాధపడవచ్చు. సాతాను ఆ భయాన్ని వ్యక్తికి వ్యతిరేకంగా ఉపయోగించుకొని వారిని మరింత భయానికి బానిసలుగాచేయవచ్చు.

ఒకసారి [5]నేను ఇస్లాం గురించి బోధిస్తున్నప్పుడు, ఒక దశాబ్దం క్రితం ముస్లిం నేపథ్యం నుండి వచ్చినవ్యక్తులతో బాధాకరమైన అనుభవాన్ని ఎదుర్కొన్న ఒక దక్షిణాఫ్రికా మహిళ నన్ను సంప్రదించింది. స్థానిక సెమినరీ అభ్యర్థన మేరకు, ఆమె కుటుంబం ఇస్లాం నుండి మారినట్లు చెప్పుకున్న ఇద్దరు పురుషులకు ఆతిథ్యం ఇచ్చింది. ఇది చాలా కష్టమైన మరియు బాధాకరమైన సమయానికి ప్రారంభం. ఆమె ఇంటి అతిథులు దూకుడుగా ఉన్నారు మరియు ఆమెను ఆమె కుటుంబాన్ని నిరంతరం ఎగతాళి చేసేవారు. అరబిక్‌లో శాపాలు వ్రాసి ఉన్న చిన్న కాగితపు ముక్కలను కూడా ఆమె ఇంటి చుట్టుప్రక్కల వివిధ ప్రదేశాలలో ఉంచారు. ఆమె కుటుంబం వారు చర్చి నుండి సహాయం కోరారు, కానీఎవరూ వారిని

4 క్షమాపణ సిలువ గుర్తును చెస్టర్ మరియు కిల్‌స్ట్రా నుండి, *పునాదులను పునరుద్ధరించడం*, పేజి 98

5 మార్కు డ్యూరీ ఈ పాఠాల రచయిత

నమ్మలేదు. చివరికి వారు ఈ అతిథుల కోసం ప్రత్యామ్నాయ వసతిని అద్దెకు ఇవ్వడం ద్వారా మాత్రమే వారు వదిలించుకో గలిగారు. ఆ స్త్రీ ఇలా వ్రాసింది "ఆసమయంలో, మేము ఆర్థికంగా, ఆధ్యాత్మికంగా, మానసికంగా మరియు శారీరకంగా ఎండిపోయి అట్టడుగున ఉన్నాము. నామీద నాకు నమ్మకం లేకుండాపోయింది, నేను ఏ విషయంలో మంచిదాన్ని కాదని భావించాను ఎందుకంటే వారు నాతో పనికిరాని దానిగా" చూసారు. నేను ఇస్లామిక్ బందకాల గురించి బోధించడం విన్న తర్వాత, ఆమె తనను వేధించిన భయాలు మరియు స్వీయ సందేహాలను ఎదుర్కొనిన వాటిని తిరస్కరించింది. భయాందోళనలను విడిచి పెట్టి, బాధాకరమైన అనుభవాల నుండి స్వస్థత కోసం మేము కలిసి ప్రార్థించాము. ఆమె అద్భుతంగా స్వస్థత పొందింది మరియు ఇలా చెప్పింది, "ఈ పరలోక సమయం కోసం నేను ప్రభువును స్తుతిస్తున్నాను... ప్రభువును సేవించడానికి మరియు నెమ్మది పొందుకున్నందుకు ఒక స్త్రీగా నేను ప్రభువును స్తుతిస్తు న్నాను!" తరువాత ఆమె నాకు వ్రాసింది:

> మేము ఇప్పటికీ ప్రభువును సేవిస్తున్నాము, మేము ఆయనను మునుపటికంటే ఎక్కువగా ప్రేమిస్తున్నాము, మేము ముస్లిం సంస్కృతి మరియు విశ్వాసాలను చాలా నేర్చుకున్నాము మరియు వీటన్నిటి ద్వారా మేము బలపడ్డాము మరియు మేము ముస్లింలను ప్రభువు ప్రేమతో ప్రేమిస్తున్నాము అని చెప్పగలము మరియు ఎప్పటికి ఆ ప్రేమను చూపించడం ఆపలేము. యేసు వారిలో ప్రతిఒక్కరినీ ఎంతగా ప్రేమిస్తున్నాడో వాటిని మా జీవితాల ద్వారా చూపిస్తాము.

మనస్సు గాయలకు ప్రజలు గురైనప్పుడు, సాతాను వారికి అబద్దాలు నేర్పించడానికి ప్రయత్నిస్తాడు. ఆ అబద్దాలు నిజం కాదు, కానీ ఒక వ్యక్తి వాటిని నమ్మగలడు ఎందుకంటే గాయం నిజమైనదిగా అనిపిస్తుంది కాబట్టి. ఈ స్త్రీ విషయంలో అబద్దం ఏమిటంటే, ఆమె విలువలేనిది మరియు "పనికిరాని వ్యక్తి" గా అనిపిస్తుంది.

ఇటువంటి అబద్ధాల నుండి విముక్తి పొందుకోవడానికి, మనం ఈ ఐదు దశలను అన్వయించవచ్చు:

1. ముందుగా వారి బాధను ప్రభువుకు తెలియజేస్తూ, వారి హృదయమును ఆయన యొద్ద క్రుమ్మరించమని ఆహ్వానించండి.
2. తరువాత ఆ గాయాన్ని స్వస్థపరచమని యేసును ప్రార్థించండి.
3. వారిని ఎవరు బాధపెట్టినా క్షమించేలా ఆ వ్యక్తిని నడిపించండి
4. దేవునిపై విశ్వాసాన్ని ప్రకటిస్తూ ఆ గాయం వలన కలిగిన భయం మరియు ఇతర హానికరమైన ప్రభావాలను విడిచిపెట్టేలా ఆ వ్యక్తిని నడిపించండి.
5. గాయం కారణంగా వారు నమ్మిన అబద్దాలను వ్యక్తి ఒప్పుకోవచ్చు మరియు తిరస్కరించవచ్చు.

ఇది జరిగిన తరువాత, సాతాను స్థావరం తొలగించ బడినందున సాతాను దాడులను మరింత విజయవంతంగా ఎదిరించవచ్చును.

నోటి మాటలు

నోటి మాటలు చాలా శక్తివంతమైనవి. మన మాటలను ఉపయోగించడం ద్వారా మనం ఇతరులను మరియు మనలను బంధించవచ్చు. ఈ కారణంగా సాతాను మన మాటలను మనకు విరోధంగా ఉపయోగించేందుకు ప్రయత్నిస్తాడు. యేసు చెప్పెను:

> "నేను మీతో చెప్పునది ఏమనగా మనుష్యులు పలుకు వ్యర్థమైన ప్రతి మాటను గూర్చి యు విమర్శ దినమున లెక్క చెప్పవలసి యుండును. నీ మాటను బట్టి నీతిమంతుడు వని తీర్పుపొందుదువు, నీ మాటను బట్టియే అపరాధి అని తీర్పు పొందుదువు. (మత్తయి. 12:36-37).

మన మాటలు ఆశీర్వాదం కోసమే కాని శాపం కొరకు కాదు అని యేసు బోధించెను "విను చున్న మీతో చెప్పునదేమనగా మీ శత్రువులను ప్రేమించుడి, మిమ్మును ద్వేషించు వారికి మేలు చేయుడి. మిమ్మును శపించు వారిని దీవించుడి, మిమ్మును బాధించు వారికొరకు ప్రార్థించుడి" లూకా 6:27-28).

అజాగ్రత్తతో కూడిన మాటలు మాట్లాడకూడదని యేసు చేసిన హెచ్చరికలో, మనం చేసిన ప్రమాణాలు, వాగ్దానాలు మరియు మాట్లాడే ఒప్పందాలతో సహా మనం మాట్లాడే అన్నిటికి వర్తిస్తుంది. ఒట్టు పెట్టుకోకూడదని యేసు తన శిష్యులకు చెప్పిన కారణాన్ని పరిశీలించండి:

> నేను మీతో చెప్పునదేమనగా ఎంత మాత్రమును ఒట్టుపెట్టుకొనవద్దు... నీమాట అవునంటే అవును, కాదంటే కాదు అని యుండవలెను; వీటిని మించినది దుష్టుని నుండి పుట్టునది (మత్తయి 5:34-37).

కాబట్టి ఒట్టు ఎందుకు పెట్టుకోకూడదు? ఇది సాతాను నుండే "దుష్టుని" నుండి వస్తుందని యేసు వివరించాడు. మన మాటలను మనకు విరోధంగా ఉపయోగించాలని, మనకు హాని చేయాలని ప్రయత్నం చేస్తున్నందున మనం ఒట్టు పెట్టాలని సాతాను కోరుకుంటున్నా డు. ఇది అపవాదికి మనలో స్థిరనివాసాన్ని ఇస్తుంది. మరియు మనపై నిందలు వేయడానికి అతనికి ఒక ఆధారాన్ని ఇస్తుంది. మనం మాట్లాడిన మాటల శక్తిని మనం అర్థం చేసుకోక పోయినా ఇది సత్యమే.

మనము మన మాటలతో ఒట్టు పెట్టుకోవడం లేదా ప్రమాణం చేసినప్పుడు, లేదా వాగ్దానం చేసినప్పుడు, లేదా ఒప్పందం చేసినప్పుడు, (బహుశా ఆచార క్రియల్లో కూడా) ఇది ఒక చెడు మార్గం, మనము అనుసరించకూడని మార్గం మరియు దేవుని యొక్క మార్గం కాదని తెలిసినప్పుడు మనం ఏమి చేయాలి?

లేవియాకాండము 5:4-10 లో ఇశ్రాయేలీయులు ఎవరైనా "అజాగ్రత్తగా ప్రమాణము" చేసిన ప్పుడు మరియు వారి ప్రమాణ కారణంగా కట్టబడి ఉంటే వారు ఏమి చేయాలో వివరణ ఉంది. ఈ ప్రమాణం నుండి విముక్తి పొందేందుకు ఒక మార్గం అందించబడింది. అతడు చేసిన పాపము విషయమై యాజకుడు అతని నిమిత్తము ప్రాయశ్చిత్తము చేయగా అతనికి క్షమాపణ కలుగును, ఆపై వారి అజాగ్రత్త ప్రమాణం నుండి వారు విడుదల పొందెదరు.

శుభవార్త ఏమిటంటే, సిలువ కారణంగా మనం చేసిన భక్తిహీన వాగ్దానాలు, ఒట్లు మరియు

ప్రమాణాలు, నుండి మనం విడుదల పొందగలము. యేసు రక్తము "హేబేలు రక్తము కంటే మరి శ్రేష్టముగా పలుకు ప్రోక్షణ రక్తము" అని బైబిల్ మనకు బోధించడం అద్భుతం:

> ఇప్పుడైతే సీయోను కొండకును... క్రొత్త నిబంధనకు మధ్యవర్తియైన యేసు నొద్దకును, హేబేలు కంటే మరి శ్రేష్టముగా పలుకు ప్రోక్షణ రక్తమునకును మీరు వచ్చి యున్నారు (హెబ్రీ12:22-24).

దీని అర్థం ఏమిటంటే మనం మట్లాడిన మాటల వల్ల మనకు విరోధంగా ఉన్న శాపాలను కొట్టి వేసే శక్తి యేసు రక్తానికి ఉంది. ప్రత్యేకించి మరణభయం వలన మనం చేసుకున్న ఒప్పందాలన్నిటిని యేసురక్తంలోని నిబంధన అధిగమించి రద్దు చేస్తుంది.

ఆచార క్రియలు: రక్త ఒప్పందాల నుండి స్వేచ్ఛ

మనల్ని బంధించే మాటల శక్తిని గురించి మనం చర్చించాము. హెబ్రీ లేఖనాల్లో, నిబంధనలో తనను తాను బంధించు కోవడానికి ఒక ప్రామాణిక మార్గం రక్త ఒప్పందం. ఇది ఆచార పద్ధతులతో కూడిన మాటలు కలిగి ఉంటుంది.

దేవుడు ఆదికాండము 15 వ అధ్యాయములో అబ్రాహాముతో ఒక ప్రాముఖ్యమైన నిబంధన చేసినప్పుడు అది ఒక త్యాగం ద్వారా అమలు చేయబడింది. అబ్రాహాము ఒక పశువును సిద్ధపరిచాడు, వధించాడు మరియు పశువు యొక్క భాగాలను నేలపై ఉంచాడు. అప్పుడు రాజుచున్న పొగ - జంతువుయొక్క భాగాల మధ్య వెళుతు -దేవుని ఉనికిని మరియు ప్రత్యక్షతను సూచిస్తుంది - ఈ పద్ధతి "నేను ఈ ఒడంబడికను ఉల్లంఘిస్తే నేను ఈ జంతువులా మారతాను" - అంటే "నన్ను చంపి ముక్కలుగా నరికివేయవచ్చు" అనే శాపాన్ని ప్రేరేపించింది.

ప్రవక్తయైన యిర్మియా ద్వారా దేవుడు ఇచ్చిన హెచ్చరికలో ఇది ప్రతిబింబిస్తుంది:

> మరియు నా సన్నిధిని తాము చేసిన నిబంధన మాటలు నెరవేర్చక దాని నతిక్రమించు వారిని, తాము రెండు భాగములుగా కోసి వాటిమధ్య నడిచిన దూడతో సమానులునుగా చేయుచున్నాను; అనగా యూదా అధిపతులును, యెరూషలేము అధిపతులను రాజపరివారములోని వారిని యాజకులను దేశజనులందరిని ఆ దూడ యొక్క రెండు భాగముల మధ్య నడిచిన వారినందరిని ఆ దూడతో సమానులనుగా చేయుచున్నాను వారిశత్రువుల చేతికిని వారి ప్రాణము తీయజూచు వారి చేతికిని వారి నప్పగించుచున్నాను. వారి కళేభరములు ఆకాశ పక్షులకును భూమృగములకును ఆహారముగా నుండును. (యిర్మియా 34:18-20)

మాంత్రికవిద్యలో ఆచరించే ఆచారాల వంటి దీక్షా ఆచారాలు, రక్త త్యాగాన్ని ఉపయోగించడం ద్వారా ఒక వ్యక్తిని ఒక ఒప్పందములో బంధించవచ్చు. అటువంటి ఆచారాలలో మరణం అసలు రక్తంతో కాదు, ప్రతీకాత్మకంగా సూచించబడవచ్చు: ఉదాహరణకు, స్వీయ - నాశనానికి సంబంధించిన శాపాలు మాట్లాడటం ద్వారా; మెడచుట్టూ ఉచ్చు వంటి మరణం యొక్క చిహ్నాన్ని ధరించడం ద్వారా; లేదాశవపేటికలో ఉంచడం లేదా గుండెకు ప్రతీకగా కత్తిపోట్లు చేయడం వంటి కర్మకాండల్లో మరణాన్ని ప్రదర్శించడం ద్వారా. (తరువాత మనము ఇస్లాంకు సంబంధించి ఈ రకమైన ఆచారాల ఉదాహరణలో ఒక దానిని పరిశీలిద్దాము).

మరణ ఆచారాలతో సహా రక్త ఒప్పందాలు ఒక వ్యక్తిపై మరియు కొన్నిసార్లు వారి వారసులపై మరణ శాపాన్ని ప్రేరేపిస్తాయి. ఇది ఆధ్యాత్మికంగా ప్రమాదకరం, ఎందుకంటే అలాంటి ఆచారాలు ఆధ్యాత్మిక అణచి వేతకు తలుపులు తెరిచాయి. మొదట వారు ఒప్పందం యొక్క షరతులతో వ్యక్తిని బంధిస్తారు, ఆపై వారు ఒప్పందం యొక్క శాపాలను నెరవేర్చడానికి వ్యక్తిని చంపడానికి లేదా చనిపోవడానికి ఆధ్యాత్మిక అనుమతిని ఏర్పాటు చేస్తారు.

అనేక తరాలుగా ఇస్లామిక్ పాలనలో జీవించిన ఒక క్రైస్తవ మహిళ, మరణించిన ఆమె బంధువులు ఆమెను వారి యొద్దకు పిలుస్తున్నట్లుగా పీడకలలతో బాధపడుతుంది. ఆమె పూర్తిగా వాస్తవికత లేని ఆత్మహత్య ప్రేరణలతో బాధపడుతుంది, దీనికి స్పష్టమైన వివరణ లేదు. నేను ఆమెతో మాట్లాడుతున్నప్పుడు మరియు ప్రార్థిస్తున్నప్పుడు, ఆమె కుటుంబంలోని ఇతర సభ్యులు, మునుపటి తరాలలో, వివరించలేని మరణకరమైన పీడకలలను కలిగి యున్నారని తెలిసింది, అది వారిని బాగా ఇబ్బంది పెట్టింది. ఆమె పూర్వీకులు ఇస్లామిక్ పాలనలో జీవించినందున మరియు లొంగిపోవాలనే *ధిమ్మా* ఒడంబడికకు లోబడి ఉన్నందున, మరణ భయం ఆమెను అణచి వేస్తుందని నేను గుర్తించాను. ఆమె పితరులలో ఉన్న క్రైస్తవ పూర్వీకులు ప్రతి సంవత్సరం ముస్లింలకు జిజియా పన్నును *ధిమ్మా* షరతులకు అనుగుణంగా చెల్లించేటప్పుడు ఒక నిర్దిష్ట ఆచారం ఉంది. ఈ ఆచారంలో భాగంగా వారు ఇస్లాం మతానికి లొంగిపోయే ఒప్పందం యొక్క షరతులను ఉల్లంఘిస్తే వారి శిరచ్ఛేధం యొక్క చిహ్నంగా వారి మెడపైన కొడతారు. (మేము ఈ ఆచారాన్ని పాఠం 6లో చర్చిస్తాము). దీనికి విరోధంగా మరణం యొక్క శక్తి మరియు ఈ శిరచ్ఛేధం ఆచారంతో ముడిపడి ఉన్న మరణం యొక్క నిర్దిష్ట శాపాన్ని రద్దు చేస్తూ నేను ఆ స్త్రీతో ప్రార్థించాను. ఈ ఆచారం యొక్క శక్తిని లయపరుస్తూ చేసిన ఈ ప్రార్థనల తర్వాత, ఆమె పీడకలలు మరియు మరణం యొక్క ఆలోచనల నుండి గొప్ప ఉపశమనం పొందింది.

దైవత్వం కాని నమ్మకాలు (అబద్ధాలు)

సాతాను మనకు విరోధంగా ఉపయోగించే ప్రధాన వ్యూహాలలో ఒకటి, మనకు చెప్పే అబద్ధాలు. మనం ఈ అబద్ధాలను అంగీకరించి, విశ్వసించినప్పుడు, మనల్ని నిందించడానికి,కలవడానికి మరియు మోసగించడానికి అపవాది వాటిని మనకు వ్యతిరేకంగా ఉపయోగించగలడు. "సాతాను అబద్ధికుడును మరియు అబద్ధాలకు జనకుడు" (యోహాను 8:44). (ఈ పాఠానికి ముందు దక్షిణాఫ్రికా మహిళ కథలో, ఆమె విలువ లేనిది అనేది ఒక అబద్ధం).

మనం యేసుక్రీస్తులో పరిపక్వత చెందిన శిష్యులుగా మారుతున్నప్పుడు, మనం ఇంతకు ముందు నిజమని అంగీకరించిన అబద్ధాలను గుర్తించడం మరియు తిరస్కరించడం ఎలాగో నేర్చుకుంటాము. ఈ అబద్ధాలు లేదా దైవత్వం కాని నమ్మకాలు మన జీవితంలో వివిధ మార్గాలలో కనిపిస్తాయి: ఎవరూ విననప్పుడు మన మాటల్లో, మనం ఆలోచించి మరియు విశ్వసించే వాటిలో మరియు మనలో మనం మాట్లాడుకున్నప్పుడు, అనగా మనం ఆలోచించడం లేదా మనకు మనం మాట్లాడుకోవడం. దైవికంకాని నమ్మకాలకు ఉదాహరణలు:

- "నన్ను ఎవరూ ప్రేమించలేదు".
- "ప్రజలు మారరు".

- "నేను ఎప్పటికీ సురక్షితంగా ఉండను".

- "నాలో ప్రాథమికంగా ఏదో తప్పు ఉంది".

- "నేను నిజంగా ఎలా ఉన్నానో ప్రజలు కనుగొంటే వారు నన్ను తిరస్కరిస్తారు".

- "దేవుడు ఎప్పటికి నన్ను క్షమించడు".

కొన్ని అబద్ధాలు మన సమాజ సాంప్రదాయంలో భాగం కావచ్చు; ఉదాహరణకు, "స్త్రీలు బల హీనులు" లేదా "మీరు పురుషులను నమ్మ లేరు". నేను ఆంగ్ల (ఆంగ్లో - సాక్సన్) సంస్కృతికి చెందిన వాడిని, మరియు నా సంస్కృతిలో ఒక అబద్ధం ఏమిటంటే పురుషులు భావోద్వేగా లను ప్రదర్శించడం తప్పు. "నిజమైన పురుషులు ఏడవరు" అని ఒక ఆంగ్ల సామెత ఉంది. ప్రజలు దీనిని "పెదవి బిగించడం" అని పిలుస్తారు. కానీ ఇది నిజం కాదు: కొన్ని సార్లు పురుషులు నిజంగా ఏడుస్తారు!

మనం శిష్యులుగా పరిపక్వతలోకి వచ్చే కొద్దీ, మన సంస్కృతిలో భాగమైన అబద్ధాలను సవాలు చేయడం మరియు వాటిని సత్యంతో భర్తీ చేయడం నేర్చుకుంటాము.

గమనిక: అత్యంత పరిపూర్ణమైన అబద్ధం ఏదనగా అందులో చాలా నిజం ఉన్నట్లుగా అనిపిస్తుంది. దైవభక్తి లేని నమ్మకం నిజం కాదని మన మనస్సులో తెలిసినా, అది మన హృదయాలకు నిజమైన అనుభూతిని ఒక్కోసారి కల్గిస్తుంది.

కాబట్టి యేసు తాను నమ్మిన యూదులతో మీరు నా వాక్యమందు నిలిచిన వారైతే నిజముగా నాకు శిష్యులై యుండి సత్యమును గ్రహించెదరు. అప్పుడు సత్యము మిమ్మును స్వతంత్రులనుగా చేయును (యోహాను 8:31-32).

మనం నమ్మిన అబద్ధాలను గుర్తించి వాటిని తెలుసుకొని మరియు వాటిని తిరస్కరించడానికి పరిశుద్ధాత్ముడు సహాయం చేస్తాడు, (1కొరింథి. 2: 14-15). మనం యేసును వెంబడిస్తూ, లోకపు అబద్ధాలను తిరస్కరించడం నేర్చుకుంటే, మన ఆలోచన స్వస్థత పొంది రూపాంతరం చెందుతుంది. ఈవిధంగా మనం మన మనస్సులను పునరుద్ధరించుకోవచ్చని పౌలు వివరించాడు:

> మీరు ఈ లోక మర్యాదను అనుసరించక, ఉత్తమమును, అనుకూలమును, సంపూర్ణమైయున్న దేవుని చిత్తమేదో పరీక్షించి తెలిసికొనునట్లు మీ మనస్సు మారి నూతనమగుట వలన రూపాంతరము పొందుడి (రోమా 12:2).

చెడ్డవార్త ఏమిటంటే అబద్ధాలు సాతానుకు చోటివ్వగలవు. శుభవార్త ఏమిటంటే, సత్యం ద్వారా మాత్రమే ఈ అపవాది చోటులను ఎదిరించి వదిలించుకోవచ్చు. మనం సత్యాన్ని గుర్తించినప్పుడు, మనం అంగీకరించిన అబద్ధాలను ఒప్పుకోవచ్చు, తిరస్కరించవచ్చు మరియు త్యజించవచ్చు.

ఈ శిక్షణ మాన్యువల్‌లోని అదనపు వనరుల విభాగంలో అబద్ధాలను ఎదుర్కొనే ప్రార్థన నేర్చుకోవచ్చు.

తరతరాల పాపాలు ఫలితంగా వాటి యొక్క శాపాలు

సాతాను మనకు వ్యతిరేకంగా ఉపయోగించే మరొక వ్యూహం తరాల పాపం: మన పూర్వీకుల పాపాలు. ఇవి మనపై చెడు ప్రభావం తీసుకువచ్చే శాపాలుగా రావచ్చు.

ఒక నిర్దిష్టమైన పాపం లేదా చెడు స్వభావం ఒక తరం నుండి మరొక తరానికి రావడం కుటుంబాలలో మనమందరము చూస్తాము. దీని గురించి ఒక ఆంగ్ల సామెత ఉంది, "ఆపిల్ పండు చెట్టు నుండి చాలా దూరం పడదు". సాతానుకు ద్వారాలు తెరవడం వారి వారసుల కు ప్రభావితం చేసే ఆత్మీయ వారసత్వాన్ని కూడా అందిస్తారు. ఆత్మీయ అణచివేత అనేక తరాలను ప్రభావితం చేస్తుంది. ఎందుకంటే ఒక తరం వారి పాపాల ద్వారా మరొక తరం బంధించ బడుతుంది. మరియు ఫలితంగావచ్చే శాపాలు ఒక తరం నుండి మరొక తరానికి దుష్టత్వాన్ని అందిస్తాయి.

కొంతమంది క్రైస్తవులు తరతరాల ఆధ్యాత్మిక బంధకం అనే భావన ఆమోదయోగ్యం కానిది లేదా అహేతుకమైనదని భావిస్తారు. పిల్లలపై తల్లిదండ్రుల ప్రవర్తనే ప్రభావానికి బదులుగా దీన్ని సూచిస్తారు. ఉదాహరణకు, ఒక తండ్రి అబద్ధాల కోరు అయితే. అతని పిల్లలు అతనిని అనుసరించవచ్చు. మరియు అబద్దాలు చెప్పడం నేర్చుకోవచ్చు; లేదా ఒక తల్లి తన బిడ్డను శపిస్తే, దాని ఫలితంగా పిల్లవాడు దయనీయమైన స్థితి కలిగి ఉంటాడు. ఇది నేర్చుకున్న ప్రవర్తన. కానీ తల్లిదండ్రుల ద్వారా ఆధ్యాత్మిక వారసత్వం కూడా ఉంది, ఇది దీనికి భిన్నంగా ఉంటుంది.

నిబంధనలు, శాపాలు మరియు ఆశీర్వాదాలకు సంబంధించి బైబిల్ యొక్క సంపూర్ణ ప్రపంచ దృష్టికోణం ఈ దృక్పథంతో అంగీకరిస్తుంది. దేవుడు ఇశ్రాయేల్ దేశంతో ఎలా నిబంధన చేసాడో, వారి తరతరాల సమాజమునకు మరియు వారి వారసులకు వర్తించే దీవెనలు మరియు శాపాలు - వెయ్యవతరానికి ఆశీర్వాదాలు మరియు, మూడు నాలుగు తరములకు శాపమును ఈ విధంగా వివరించాడు. (నిర్గమ 20:5; 34:7).

దేవుడు ఈ విధంగా ప్రజలతో తరతరాలుగా వ్యవహరించాడు కాబట్టి, మానవ జాతికి వ్యతిరేకంగా సాతాను తరతరాల హక్కులను ఆరోపిస్తున్నాడని అర్థం చేసుకోవడం చాలా సులభం! సాతాను "అపవాది" అని గుర్తుంచుకోండి, "రాత్రింబగళ్లు మన దేవుని యెదుట సహోదరుల మీద నేరము మోపు వాడైన అపవాది" (ప్రకటన 12:10), వాడు మనకు వ్యతిరేకంగా చేయగలిగినదంతా చేస్తాడు. మన పూర్వీకుల పాపాల కారణంగా వాడు మనలను నిందిస్తాడుఉదాహరణకు ఆదాము మరియు హవ్వ యొక్క పాపం వారి సంతతికి వ్యతిరేకంగా తరతరాలుగా శాపమును అనగా ప్రసవవేదన అనే శాపముతో సహా తెచ్చింది, (ఆది 3:16); స్త్రీలపైపురుషుల ఆధిపత్యం (ఆది 3:16); జీవనోపాధికోసం కష్టపడి పనిచేయడం (ఆది3:17 -18); మరియు చివరికి మరణం మరియు క్షయత (ఆది 3:19). "అంధకార యుగం" ఈ విధంగా పనిచేస్తుంది. సాతానుకు అది తెలుసు. మరియు వాడు మనకు విరోధంగా దానిని ఉపయోగిస్తాడు.

వ్యవహారాలలో మార్పును బైబిల్ ప్రవచిస్తుంది ఎట్లనగా దేవుడు ఇకపై తల్లిదండ్రుల పాపాలకు వారి బిడ్డలను బాధ్యులు చేయడు. మరియు ప్రతి వ్యక్తి వారి స్వంత పాపాలకు బాధ్యత వహిస్తారు:

"అయితే మీరు కుమారుడు తన తండ్రి యొక్క దోషశిక్షను ఏల మోయుట లేదని చెప్పుకొనుచున్నారు. కుమారుడు నీతి న్యాయములు అనుసరించి నా కట్టడలన్నిటిని అనుసరించి గైకొనెను గనుక అతడు అవశ్యకముగా బ్రదుకును. పాపము చేయువాడే మరణము నొందును; తండ్రి యొక్క దోష శిక్షను కుమారుడు మోయుట లేదని కుమారుని దోషశిక్షను తండ్రి మోయడు, నీతి పరుని నీతి ఆ నీతిపరునికే చెందును, దుష్టుని దుష్టత్వము ఆ దుష్టునికే చెందును (యెహెజ్కేలు 18:19-20).

ఈ వాక్య భాగాన్ని మెస్సియా యుగం, అనగా యేసుక్రీస్తు రాజ్యానికి సంబంధించిన ప్రవచన ంగా అర్థం చేసుకోవాలి. సాతాను పాలనలో "ఈ అంధకార లోకం" పనిచేసే విధానంలో ఇది ప్రాథమిక మార్పు కాదు, కానీ వేరే లోకం గురించిన వాగ్దానం, అనగా దేవుని ప్రియమైన కుమారుని రాజ్యం యొక్క రాకడ ద్వారా రూపాంతరం చెందిన లోకం. ఇది ఒక వాగ్దానం, క్రొత్త నిబంధన ద్వారా దేవుడు ప్రతి వ్యక్తి యొక్క పాపాలను వ్యవహరించడమే కాకుండా, వారి తల్లిదండ్రుల మరియు పూర్వీకుల పాపాల ద్వారా ప్రజలను బంధించే సాతాను యొక్క శక్తిని కూడా యేసుక్రీస్తు మరణం మరియు పునరుత్థానం శక్తి ద్వారా విరగగొట్టబడుతుంది. ఇది వాగ్దానం.

కాబట్టి "పాపం మరియు మరణం యొక్క ధర్మశాస్త్రం" అనే పాత నిబంధన యొక్క ప్రకారం,పాపాలు ఒక తరం నుండి మరొక తరానికి సంక్రమించడాన్ని గురించి మాట్లాడటం నిజమే అయినప్పటికీ,ఈ పాత నిబంధన ద్వారా సాతాను ప్రజలను బంధించే హక్కును క్రీస్తు సిలువ ద్వారా దాన్ని కొట్టివేసి మరియు నాశనము చేసి ప్రక్కన ఇది క్రైస్తవులు తమపై తాము ఆపాదించుకొనే హక్కును కలిగి ఉన్న స్వేచ్ఛ .

అలాంటప్పుడు తరాల శాపాల నుండి మన స్వేచ్ఛను మనం ఎలా పొందగలం? బైబిల్‌లో సమాధానం కనుగొనగలం. తరతరాల తమ పితరుల పాపాల ప్రభావాల నుండి విముక్తి పొందాలంటే తోరా ఈ విధంగా వివరిస్తుంది, వారు "తమ దోషమును తమ తండ్రుల దోషమును ఒప్పుకొని" (లేవియాకాండము 26:40). అప్పుడు దేవుడు ఈ విధంగా చెప్పాడు " వారితోచేసిన నిబంధనను ఆ పూర్వీకులను బట్టి జ్ఞాపకము చేసికొందును." (లేవియాకాండము 26:45) మరియు వారిని వారి దేశమును స్వస్థపరుస్తానని అన్నాడు.

మనము ఇదే పద్ధతిని ఉపయోగించవచ్చు. మనం ఈ విధంగా చేయగలము:

- మన పూర్వీకుల పాపాలను మరియు స్వంత పాపాలను ఒప్పుకోవడం,
- ఈ పాపాలను తిరస్కరించండి మరియు త్యజించడం, తర్వాత
- ఈ పాపాల వల్ల కలిగే అన్ని శాపాలను లయపరచడం.

క్రీస్తు యొక్క సిలువను బట్టి దీనిని చేయడానికి మనకు అధికారం ఉంది. ప్రతి శాపం నుండి మనలను విడిపించే శక్తి సిలువకు ఉంది: "క్రీస్తు మన కొరకు శాపమై మనలను ధర్మశాస్త్రము యొక్క శాపము నుండి విమోచించెను..." (గలతి 3:13).

ఈ శిక్షణా మాన్యువల్ లోని అదనపు వనరుల విభాగంలో 'తరాల పాపానికి ప్రార్థన' ఉంది.

క్రీస్తులో మనకున్న అధికారాన్ని మన ప్రత్యేకమైన పరిస్థితికి ఎలా అన్వయించాలో క్రింది విభాగాలలో పరిశీలించగలము. సాతాను వ్యూహాలను ఓడించడానికి ఐదు దశలను కూడా మేము వివరిస్తాము.

మన రాజ్య అధికారం

పరలోకంలో మరియు భూమిపైన ఆత్మానుసారంగా మరియు శరీరానుసారమైప విషయాలను "బంధించడానికి" మరియు "విప్పడానికి" అధికారం ఉందని యేసు స్వయంగా శిష్యులకు సూచించాడు:

> పరలోక రాజ్యపు యొక్క తాళపు చెవులు మీకిచ్చెదను, నీవు భూలోకమందు దేని బంధించుదువో అది పరలోకమందును బంధింపబడును, భూలోకమందు దేని విప్పుదువో పరలోకమందును విప్పబడునని అతనితో చెప్పెను (మత్తయి 18:18;16:19 కూడా చూడండి)

సాతానుపై మనకున్న అధికారం యొక్క వాగ్దానం నిజానికి బైబిల్ ప్రారంభంలో ఆదికాండము 3:15 లో ప్రకటించబడింది, అక్కడ స్త్రీ సంతానం "అది నిన్ను తలమీద కొట్టును" అని దేవుడు సర్పముతో చెప్పెను. పౌలు దీని గురించి ఇలా మాట్లాడుతున్నాడు: "సమాధాన కర్త యగు దేవుడు సాతానును మీ కాళ్లక్రింద శీఘ్రముగా చితుక త్రొక్కించును" (రోమా 16:20).

యేసు మొదట పన్నెండు మందిని మరియు తరువాత డెబ్బై రెండు మంది తన శిష్యులను పంపినప్పుడు, దేవుని రాజ్యాన్ని ప్రకటిస్తూ, దయ్యాలను వెళ్లగొట్టడానికి వారికి అధికారమిచ్చాడు (లూకా 9:1). తరువాత, శిష్యులు తిరిగి వచ్చినప్పుడు "ప్రభువా నీ నామమున దయ్యములు కూడా మాకు లోబడుచున్నవి" అని వారు ఈ అధికారమును గూర్చి తమ ఆశ్చర్యమును వ్యక్తపరిచిరి. అప్పుడు యేసు, "సాతాను మెరుపువలే ఆకాశము నుండి పడుట చూచితిని" అని జవాబిచ్చాడు (లూకా 10:17-18).

సాతాను వ్యూహాలను ఓడించి నాశనం చేసే అధికారం క్రైస్తవులకు ఉండటం అద్భుతమైన ఓదార్పు క్రీస్తు రక్తంలోని నిబంధన చెడు ప్రయోజనాల కోసం చేసిన ప్రతి ఒప్పందం యొక్క శక్తిని రద్దు చేస్తుంది కాబట్టి విశ్వాసులకు భక్తిహీనమైన ఒప్పందాలు మరియు ప్రమాణాలను విచ్ఛిన్నం చేయడానికి మరియు రద్దుచేయడానికి అధికారం ఉందని దీని అర్థం. ఇది జెకర్యా లోని మెస్సీయా గురించి ప్రవచనాలలో ప్రతిబింబించే వాగ్దానం:

> మరియు నీవు చేసిన నిబంధన రక్తమును బట్టి తాము పడిన నీరులేని గోతిలో నుండి చెరపట్టబడిన నీవారిని నేను విడిపించెదను (జెకర్యా 9:11).

నిర్దిష్టత యొక్క సూత్రం

స్వాతంత్ర్యమును పొందుకొంటున్నప్పుడు, భక్తిహీనంగా తెరిచిన ద్వారాలు మరియు స్థలములకు వ్యతిరేకంగా వ్యవహరించే నిర్దిష్ట చర్యలు తీసుకోవడం అవసరం.విగ్రహాలను మరియు విగ్రహారాధన స్థలాలను పూర్తిగా నాశనం చేయాలని పాత నిబంధన ఆజ్ఞాపిస్తుంది. విగ్రహాల ఆధ్యాత్మిక ప్రాంతాన్ని ఎలా పాడుచేయాలి అనే దానికి సంబంధించినఉదాహరణ ద్వితియోపదేశకాండము 12:1-3లో అందించబడింది, దీనిలో దేవుడు తన ప్రజలను ఉన్నత

స్థలాలను,పూజించే స్థలాలు, ఆచార స్థలాలను, విగ్రహారాధన వస్తువులను మరియు బలిపీఠాలను వాటి విగ్రహాలతో సహా పూర్తిగానాశనం చేయమని ఆజ్ఞాపించాడు.

ఒకరు తమ పాపాలను ఒప్పుకొనేప్పుడు ప్రత్యేకంగా ఆ పాపంను పేర్కొనడం మంచిది మరియు ప్రయోజనకరంగా ఉంటుంది. అదే విధంగా, మన ఆత్మీయ స్వాతంత్ర్యాన్ని ఆరోపించినప్పుడు మనం కూడా కచ్చితంగా ఉండాలి. క్షమాపణ అవసరమయ్యే ప్రతి విషయంలో ఇది దేవుని యొక్క నిజమైన వెలుగును ప్రకాశిస్తుంది. భక్తిహీనమైన ఒప్పందాలు కుదుర్చుకున్న చోట, వాటి ప్రతి షరతులు మరియు పర్యవసానాలతో కలిపి వాటిని ఒక్కొక్కటిగా రద్దు చేయాలి. ఇది కచ్చితమైనదిగా ఉండాలి.సాధారణంగా సాతాను ఎంత శక్తివంతమైన వ్యూహాన్ని ఉపయోగిస్తుందో, దాని శక్తిని విచ్ఛిన్నం చేసేటప్పుడు మనం మరింత కచ్చితంగా ఉండాలి.

మన మాటలు మరియు క్రియల ద్వారా మనం చేసిన భక్తిహీనమైన తీర్మానాల నుండి మనల్ని మనం విడిపించుకోవాలని ఎంచుకున్నప్పుడు ఈ నిర్థిష్టిత సూత్రం వర్తిస్తుంది. ఉదాహరణకు, బలియాగం ద్వారా ప్రమాణానికి కట్టుబడి మౌనంగా ఉన్న వ్యక్తి పశ్చాత్తాపం చెందాలి. మరియు ఈ కర్మలో పాల్గొనడం మానుకోవాలి. మరియు ప్రత్యేకంగా దాని ద్వారా చేసిన ప్రమాణమును రద్దు చేయాలి. అలాగే "నేను జీవించి ఉన్నంత వరకు నేను క్షమించను మరియు క్షమించను" వంటి పదాలను పలికిన క్షమించరాని సమస్యతో పోరాడుతున్న ఎవరైనా ఈ ప్రమాణము నుండి పశ్చాత్తాపం చెందాలి, ఈ నిబద్ధతను త్యజించాలి మరియు దానిని పలికినందుకు దేవునిని క్షమాపణకోసం అడగాలి. లైంగిక వేధింపులకు గురైన బాధితుడు తనకు హాని లేదా మరణ ముప్పు ఉండటం వలన మౌనంగా ఉండటానికి అంగీకరించాడు, తన స్వేచ్ఛను పొందేందుకు తన మౌన ప్రతిజ్ఞను త్యజించాల్సిన అవసరం ఉంది: ఉదాహరణకు, "నాకు జరిగిన దాని గురించి నేను మౌనాన్ని త్యజించి, మాట్లాడే హక్కు" ను పొందుకుంటున్నాను.

సుసాన్ అనే స్త్రీ తాను ప్రేమించిన అనేక మంది వ్యక్తులను కోల్పోయింది: ఆమె తండ్రి, ఆమె తల్లి, ఆమెభర్త. తాను ఎవరినైనా ప్రేమిస్తే వారిని కూడా పోగొట్టుకుంటానని భయపడి, "నేను ఇంకెవరిని ప్రేమించను" అని తనలో తాను ప్రమాణం చేసుకుంది. దీని తరువాత ఆమె చాలా చెడ్డగా మరియు ఇతరులతో శత్రుత్వం కలిగిన స్త్రీగా మారిపోయింది. ఆమె దగ్గరకు వచ్చిన వారిని శపిస్తూ, ఒట్టుపెట్టుకొంటూ ఉంటుంది. కాని, ఆమె ఎనభై సంవత్సరాల వయస్సులో ఉన్నప్పుడు యేసును కనుగొని సంఘంలో చేరింది.

ఇది ఆమెకు ఆశను కలిగించింది. మరియు ఆమె మళ్లీ ప్రేమించనని అన్నతన 50 ఏళ్ల ప్రతిజ్ఞను త్యజించింది. భయం నుండి విముక్తి పొందింది, ఆమెసంఘంలోని ఇతర స్త్రీలతో లోతైన మరియు అందమైన స్నేహాన్ని చేసింది. ఆమె జీవితంపై సాతాను పట్టు విరిగిపోవడంతో ఆమె జీవితం పూర్తిగా మారిపోయింది.

స్వాతంత్ర్యమునకు ఐదు మెట్లు

మనకు విరోధమైన సాతాను వ్యూహాలను వ్యతిరేకించడానికి మరియు నాశనం చేయడానికి ఉపయోగించే ఐదు దశలను కలిగి యున్న ఒక సాధారణ పరిచర్య కొరకైన ఉదాహరణ ఇక్కడ ఉంది.

1. ఒప్పుకోని పశ్చాత్తాప పడండి

ఏదైనా పాపాన్ని ఒప్పుకోవడం మరియు ఈ సమస్యకు సంబంధించిన దేవుని సత్యాన్ని ప్రకటించడం మొదటి దశ. ఉదాహరణకు మీరు భక్తిహీనమైన విశ్వాసాన్ని కలిగి ఉన్నట్లయితే, మీరు దీన్ని ప్రత్యేకమైన పాపంగా ఒప్పుకోవచ్చు, దీనికోసం దేవుని క్షమాపణ అడగవచ్చు మరియు పాపం గురించి పశ్చాత్తాప పడవచ్చు. ఈ పరిస్థితికి సంబంధించిన దేవుని సత్యాన్ని కూడా మీరు ప్రకటించవచ్చు.

2. త్యజించు

తదుపరి దశ త్యజించటం దీని అర్థం మీరు ఇకపై మద్దతివ్వడం, విశ్వసించడం, అంగీకరిం చడం లేదా దేనితోనైనా సంబంధం కలిగి ఉండరని బహిరంగంగా ప్రకటించడం. ఉదాహర ణకు, మీరు భక్తిహీనమైన ఆచారంలో పాల్గొన్నట్లయితే, మీరు ఆ ఆచారాన్ని త్యజించినప్పుడు మీరు దాని పట్ల మీ మునుపటి నిబద్ధతను ఉపసంహరించు కొంటారు. గతంలో వివరించి నట్లుగా దీన్ని ప్రత్యేకంగా చేయడం ముఖ్యం.

3. విచ్ఛిన్నం చేయడం

ఈ దశ ఏదైనా విషయానికి సంబంధించిన శక్తిని విచ్ఛిన్నం చేయడానికి ఆత్మీయ ప్రపంచ ంలో ఉన్న అధికారాన్ని ఉపయోగిస్తుంది. ఉదాహరణకు, ఏదైనా శాపానికి సంబంధించినది ఉన్నట్లయితే "నేను ఈ శాపాన్ని విరగగొడుతున్నాను" అని మీరు ప్రకటించవచ్చు. యేసు యొక్క శిష్యులకు యేసు నామంలో "శత్రువు బలమంతటి మీద అధికారం ఇవ్వబడింది" (లూకా10:19). ఈ విచ్ఛిన్నం కూడా ప్రత్యేకంగా చేయాలి.

4. పారద్రోలండి

ఒక వ్యక్తి దయ్యానికి చోటివ్వడం ద్వారా లేదా ద్వారాలు తెరవడం ద్వారా ఆ వ్యక్తిని బాధించ డానికి దయ్యాలు అవకాశం తీసుకుంటాయి, అప్పుడు ఏ విషయంలో అయితే వాటికి ద్వారాలు తెరిచి చోటిచ్చామో వాటిని ఒప్పుకోవడం ద్వారా త్యజించడం, మరియు విచ్ఛిన్నం చేయడం ద్వారా వాటిని తొలగించి మిమ్ముల్ని విడిచిపెట్టమని దురాత్మలను ఆజ్ఞాపించాలి.

5. ఆశీర్వదించండి మరియు నింపబడండి

చివరి దశ ఏమిటంటే,ఏ విషయాన్ని బట్టి వారు బాధపడ్డారో దానికి బదులుగా ఆ వ్యక్తులను ఆశీర్వదించి మరియు దేవుడు వారిని ప్రతి మంచి ఈవులతో నింపాలని ప్రార్థన చేయండి ఉదాహరణకు వారు మరణ భయంతో పోరాడుతున్నట్లయితే, వారిలో జీవం మరియు ధైర్యంతో నింపబడాలని ఆశీర్వదించండి.

ఈ ఐదు దశలను అన్ని రకాల బంధకాల కోసం ఉపయోగించవచ్చు, కానీ ఇక్కడ మన దృష్టి ఇస్లాంనుండి స్వాతంత్ర్యము కాబట్టి తరువాత పాఠాలలో ఇస్లాం యొక్క బంధాకాల నుండి ప్రజలను విడిపించడానికి ఈ దశలను ఎలా ఉపయోగించాలో నేర్చుకుందాం.

స్టడీ గైడ్

పాఠం 2

పదజాలం

త్యజించు	తెరవబడిన తలుపులు	స్వీయచర్చ
స్వాతంత్ర్యము	చోటివ్వడం	నిజంగా ఎదుర్కోవడం
మెస్సియ్యా	*టోపోస్*	మనస్సు గాయాలు
సాతాను	చట్టపరమైన హక్కులు	తరాల పాపం
దేవుని రాజ్యం	సిలువ క్షమాపణ	ఆధ్యాత్మిక
ఈ చీకటి యుగం	ప్రమాణం	వారసత్వం
రోమన్ విజయం	రక్త ఒప్పందం	తరతరాలుగా
చోటివ్వడం	*జిజియా*	నిర్ధిష్టిత యొక్క సూత్రం

క్రొత్త పేర్లు

- ది రెవరెండ్ జె.ఎల్. హౌల్డెన్ : ఫెలో ఆఫ్ ట్రినిటీ కాలేజ్ ఆక్స్‌ఫర్డ్ (జననం1929)

- ది రెవరెండ్. జె.హెచ్ బెర్నార్డ్: ఐరిష్ ఆంగ్లికన్ బిషప్ (1860-1927)

- డి.ఎ. కార్సన్ : న్యూ టెస్టమెంట్ ప్రొఫెసర్ (జననం1946).

ఈ పాఠం లో బైబిల్

రోమీయులకు 8:21
యెషయా 61-1-2
లూకా 4:18-21
యోహాను 10:10; 8:44
కొలస్సీ 1:13
యోహాను 12:31
2 కొరింథీ 4:4
ఎఫేసీ 2:2
1 యోహాను 5:19
ఎఫేసీ 6:12
ఫిలిప్పీ 2:15
అపొస్తలుల కార్యములు 26:18
కొలస్సీ 1:12-13
మార్కు 1:15
లూకా 10:18
కొలస్సీ 2:13-15
ఎఫేసీ 6:18
1 పేతురు 5:8
ప్రకటన 12:10
కీర్తన 109:6-7
జెకర్యా 3:1-3
యోబు 1:9-11
2 కొరింథీ 2:11
ఎఫేసీ 4:26-27
యోహాను 14:30-31; 5:19
1 యోహాను 1:7
రోమా 5:9; 4:7
మార్కు 11:25-26
మత్తయి 6:14-15
2 కొరింథీ 2:10-11
ఎఫేసీ 4:32
మత్తయి 12:36-37
లూకా 6:27-28
మత్తయి 5:34,37
లేవియాకాండము 5:4-10
హెబ్రీయులకు 12:22-24
ఆదికాండము 15
యిర్మీయా 34:18-20
యోహాను 8:31-32
1 కొరింథీ 2:14-15
రోమా 12:2
నిర్గమకాండము 20:5; 34:7
ప్రకటన 12:10
ఆదికాండము 3:16-19
యెహెజ్కేలు 18:19-20
లేవియాకాండము 26:40,45
గలతీ 3:13
మత్తయి 18:18
మత్తయి 16:19
ఆదికాండము 3:15
రోమా 16:20
లూకా 10:17-18
జెకర్యా 9:11
ద్వితియోపదేశకాండము 12:1-3

ప్రశ్నలు పాఠం 2

- కేస్ స్టడీని చర్చించండి

1. ఇస్లాంను **త్యజిస్తూ** ప్రార్థన చేయడానికి ప్రయత్నించినప్పుడు రెజాకు ఆశ్చర్యం కలిగించింది ఏమిటి?

2. అతను ప్రార్థన చేయగలిగిన తర్వాత, రెజా జీవితంలో ఏమి మార్పు వచ్చింది?

యేసు బోధించడం ప్రారంభించాడు

3. ప్రతి క్రైస్తవుని జన్మహక్కు ఏమిటి?

4. యేసు బహిరంగంగా బోధించడం ఎక్కడ ప్రారంభించాడు?

5. తాను ఏ వాగ్దానాన్ని నెరవేర్చడానికి వచ్చానని చెప్పాడు?

6. యేసు ఏ విషయాల నుండి ప్రజలను విడిపించాడు?

ఎంచుకోవడానికి ఒక సమయం

7. ఖైదీ యొక్క జైలు తలుపు తాళం వేయకుండా ఉంచబడింది. ఖైదీ తనస్వేచ్ఛను అనుభవించాలంటే ఏమి చేయాలి? ఆధ్యాత్మిక స్వాతంత్ర్యము గురించి ఇది మనకు ఏమి చెబుతుంది?

సాతాను మరియు అతని రాజ్యం

8. సాతాను యొక్క కొన్ని బిరుదులు ఏమిటి మరియు అవి మనకు ఏమి బోధిస్తాయి?

9. యోహాను 12:31 మరియు దానితో జత చేయబడిన ఇతర వచనాల అధారంగా సాతాను ఏ పరిమితి కలిగినదని ఉందని డ్యూరీ అంగీకరించాడు?

10. ఇస్లాంలో దేనిని అంచనా వేయమని డ్యూరీ మనకు సూచించాడు?

గొప్ప మళ్లింపు

11. కొలస్సీ 1:12-13 మరియు జె. ఎల్ హౌల్డెన్ ప్రకారం, మానవ స్వభావం ఏ శక్తికి బానిసగా ఉంది?

12. అపోస్తులుల కార్యములు 26:18 ప్రకారం, ప్రజలు ఏ అధికారాల నుండి రక్షించబడ్డారు, విమోచించబడ్డారు మరియు మళ్లించబడ్డారు?

13. పౌలు ప్రకారం, దేవుడు మనలను రక్షించినప్పుడు, మనకు ఏమి జరుగుతుంది?

14. కొలస్సీయులు దేనికి కృతజ్ఞతతో ఉండాలని పౌలు కోరుతున్నాడు?

15. యేసుక్రీస్తుకు మన పూర్తి విధేయతను చూపించడంలో ఐదు అంశాలు ఏమిటి?

యుద్ధం

16. మార్కు 1:15 మరియు దానితో జత చేయబడిన ఇతర వచనాల ఆధారంగా, క్రైస్తవులుఏ సంఘర్షణలో ఉన్నారు?

17. సంఘం అనుదినం దుష్ట శక్తులను ఎదుర్కొన్నప్పుడు డ్యూరీ ఏ హెచ్చరికతో మాట్లా డాడు?

18. ఈ యుద్ధంలో, పౌలు ప్రకారం, క్రైస్తవులు దేని గురించి ఖచ్చితంగా ఉండగలరు?

19. సిలువ విజయాన్ని వివరించడానికి పౌలు రోమన్ విజయం యొక్క ఆలోచనను ఎలా ఉపయోగించాడు?

అపవాది

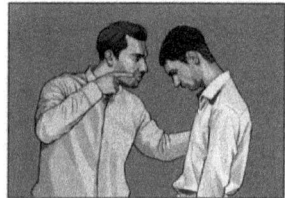

20. సాతాను అను హెబ్రూ పదానికి అర్థం ఏమిటి?

21. సాతాను కార్యకలాపాల వెలుగులో పేతురు మరియు పౌలు ఇద్దరూ క్రైస్తవులను ఏమి చేయమని హెచ్చరిస్తున్నారు?

22. **సాతాను** మనపై ఏ ఆరోపణలు చేస్తున్నాడు?

23. మనపై నిందలు వేయడానికి **సాతాను** ఉపయోగించే డ్యూరీ చెప్పిన ఆరు వ్యూహాలు ఏవి?

24. ఆధ్యాత్మిక స్వేచ్ఛను కనుగొనడంలో కీలకమైన దశ ఏమిటి?

తెరువబడిన ద్వారాలు మరియు చోటివ్వడం

25. డ్యూరీ వీటిని ఎలా నిర్వచించాడు :

- తెరిచిన ద్వారము
- ఒక చోటివ్వడం?

26. మనం పాపాన్ని ఒప్పుకోవడానికి మరియు త్యజించడానికి నిరాకరిస్తే, మనం సాతాను కు ఎలా లొంగిపోతున్నాము?

27. "నాతో వానికి సంబంధమేమియు లేదు" అనే క్రీస్తు మాటల అర్థం ఏమిటి?

28. సాతాను యేసులో ఏమి కనుగొనలేకపోయాడు?

29. యేసు నిర్దోషిగా సిలువ వేయబడటం ఎందుకు ప్రాముఖ్యం?

పాపం

30. తెరిచిన ద్వారాలు మరియు చోటివ్వడంతో అనే వాటితో మనం ఏమి చేయాలి?

31. మన జీవితంలో పాపం యొక్క తెరిచిన తలుపును ఎలా మూసివేయాలి?

క్షమించరానిది

32. యేసు ప్రకారం క్షమించబడటం కొరకైన షరతు ఏమిటి?

33. మనం క్షమించరానితనం వలన సాతాను మనల్ని ఎలా మోసం చేస్తుంది?

34. క్షమాపణ యొక్క మూడు కోణాలు ఏమిటి?

35. క్షమించడం అంటే మరచిపోవడం అని అర్థమా?

మనస్సు తగిలిన గాయాలు

36. **సాతాను** మనస్సుకు తగిలిన **గాయాలను** మనకు విరోధంగా ఎలా ఉపయోగిస్తాడు?

37. ఒక దక్షిణాఫ్రికా స్త్రీ దేనినుండి స్వస్థత పొందింది, మరియు ఆమె దేనిని విడిచిపెట్టాలి?

38. మనస్సుకు గాయం అనేది ఒక అపవాదికి **చోటైతే** దానినుండి విడిపించడానికి ఏ ఐదు దశలు అవసరం

మాటలు

39. మత్తయి 12 ప్రకారం తీర్పు రోజున మనం దేనికి లెక్క చెప్పాలి?

40. మనం **ఒట్టు** పెట్టుకోవాలని **సాతాను** ఎందుకు కోరుకుంటాడు?

41. మనం మాట్లాడే మాటలలో ఉన్న విధ్వంసక శక్తిని రద్దు చేసే అధికారం దేనికి ఉంది?

ఆచార క్రియలు: రక్త ఒప్పందాల నుండి స్వేచ్ఛ

42. ఆదికాండము 15 లో అబ్రాహాము దేవునితో చేసుకున్న రక్త ఒప్పందం దేన్ని సూచిస్తుంది? (యిర్మియా 34:18 - 20 ని కూడా పరిగణించండి).

43. రక్త ఒప్పందాలు ఎందుకు ప్రమాదకరమైనవి?

44. ఇస్లాం క్రింద నివసిస్తున్న క్రైస్తవులు ముస్లింలకు వార్షిక జిజియా పన్ను చెల్లించినప్పుడు వారి మెడపై కొట్టడం దేనికి ప్రతీక?

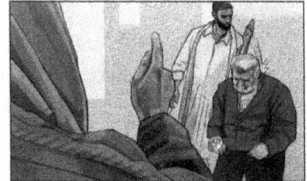

భక్తిహీన విశ్వాసాలు (అబద్ధాలు)

45. మనల్ని దెబ్బతీయడానికి సాతాను వేసే ప్రధాన వ్యూహాలలో ఒకటి ఏమిటి?

46. క్రీస్తుకు పరిపక్వత చెందిన శిష్యులుగా మారడానికి మనం ఏమి చేయాలని డ్యూరీ చెప్పారు?

47. ఆంగ్ల సంస్కృతిలో భాగమైన ఒక దానిని అబద్ధమని డ్యూరీ దేని గురించి చెప్పా రు?

48. డ్యూరీ ప్రకారం "అత్యంత ఖచ్చితమైన అబద్ధం" ఏమిటి?

49. సాతాను యొక్క అబద్దాల ద్వారమును మూసివేసేందుకు ఏ విధమైన క్రియలు చేయాలి మరి యు ఏ విధంగా వాటిని "ఎదుర్కోవాలి"?

తరతరాల పాపం మరియు శాపాల ఫలితం

50. జన్యుపరమైనవి పిల్లలకు సంక్రమించినట్లే, కుటుంబంలో ఒక తరం నుండి మరొక తరానికి ఏమి సంక్రమిస్తుందని డ్యూరీ విశ్వసించాడు?

51. కొంతమంది వ్యక్తులు అనుభవించే, పూర్తిగా వివరించలేని ఆధ్యాత్మిక అణచివేత పరిధిని డ్యూరీ ఏమని వివరించాడు?

52. ఏ వ్యవస్థలో ఇశ్రాయేలీయుల ప్రజలందరినీ తన నిబంధనతో సంపూర్ణంగా దేవుడు కట్టడి చేసాడు? (నిర్గమ కాండము 20:5; 34:7)

53. తరతరాల వారసత్వానికి ఉదాహరణగా, ఆదాము మరియు హవ్వ యొక్క పాపం ఏమి తెచ్చిపెట్టింది? (ప్రకటన12:10; ఆదికాండము3:16-19) చూడండి.

54. కుమారులు తమ తండ్రుల యొక్క పాపాలను మోయరు అనే యెహెజ్కేలు 18 లోని ప్రకటనకు డ్యూరీ ఎలా సమాధాన మిస్తారు?

55. **తరాల పాపం** యొక్క ప్రభావాలతో వ్యవహరించడానికి ఏ మూడు దశలను ఉపయోగించ వచ్చు?

మన రాజ్యాధికారం

56. జెకర్యా 9:11 నెరవేర్పులో మత్తయి16:19 మరియు 18:18 ప్రకారం, ఆదికాండము 3:15లో మానవాళికి ఏ అధికారం వాగ్దానం చేయబడి యేసు ద్వారా శిష్యులకు అందించబడింది?

నిర్ధిష్టిత యొక్క సూత్రం

57. విగ్రహాలకు సంబంధించిన ఆధ్యాత్మిక విషయాలను ఎలా పరిష్కరించాలి అని సూచిస్తూ పాత నిబంధనలో ఎందుకు ఉదాహరణగా ఉంది? (ద్వితియోపదేశకాండము 12:1-3)

58. మనం కుదుర్చుకున్న దుష్ట ఒప్పందాల శక్తిని విచ్ఛిన్నం చేసే మరియు రద్దు చేసే శక్తి దేనికి ఉంది?

59. తెరిచిన తలుపులు మరియు అపవాదికి ఇచ్చిన చోట్లతో వ్యవహరించేటప్పుడు మనం ఎలాంటి చర్యలు తీసుకోవాలని డ్యూరీ చెప్పారు?

60. సుసాన్ చేసిన అంతర్గత ప్రమాణం ఏమిటి? అది ఆమె జీవితంలో ఎలాంటి పరిణామాలను తెచ్చిపెట్టింది? ఆ ప్రమాణం నుండి ఆమెకు ఎలా విముక్తి లభించింది?

స్వాతంత్ర్యమునకు ఐదు దశలు

61. స్వాతంత్ర్యమునకు ఐదు దశలు ఏమిటి? మీరు వాటిని జ్ఞాపకముంచుకున్నారా?

62. ఒప్పుకోలు అంటే ఏమిటి? మరియు ఒకరి స్వాతంత్ర్యమును ఆమోదించడానికి అవసరమైన ఒప్పుకోలు మరియు ప్రకటన ఏమిటి?

63. డ్యూరీ ప్రకారం, ఒక వ్యక్తి విడిపించబడిన తర్వాత మీరు వారిని ఏమని ఆశీర్వదించాలి?

3

ఇస్లాంను అర్థం చేసుకోవడం

" సత్యమును గ్రహించెదరు అప్పుడు సత్యము మిమ్మును స్వతంత్రులనుగా చేయును"

యోహాను 8:32

పాఠ్యాంశాలు

ఎ) ముస్లింగా మారడంలో ఉన్న అప్పగించుకోవడం పాత్రను అర్థం చేసుకోండి

బి) ఒక ముస్లిం అల్లాకు అప్పగించుకోవడంలో మహమ్మద్ వ్యక్తిత్వం యొక్క పాలనా పాత్రను మెచ్చుకోండి

సి) ముస్లింలకు మార్గనిర్దేశం చేయడానికి షరియా చట్టాలు ఎందుకు అవసరం అని అర్థం చేసుకోండి

డి) 'విజయం' మరియు 'ఓటమి' ముస్లిం విశ్వాసాలను ఎలా రూపొందిస్తాయో చూడండి

ఇ) ఖురాన్ నుండి చూసిన నాలుగు రకాల వ్యక్తులను వివరించండి

ఎఫ్) క్రైస్తవులు మరియు యూదులపై మహమ్మద్ మరియు ఇస్లాం యొక్క బోధనలను అర్థం చేసుకోండి

జి) క్రైస్తవులు మరియు యూదులకు అత్యంత పునరావృతం అయ్యే ముస్లిం ప్రార్థనల యొక్క ప్రభావాలను గుర్తించండి

హెచ్) షరియా చట్టాల వల్ల కలిగే నష్టాన్ని పరిగణించండి

ఐ) ఇస్లాంలో మోసం ఎందుకు అనుమతించబడుతుందో వివరించండి

జె) నిపుణులచే కాపాడబడే విశ్వాసం గురించి తమకు తాము తెలియజేయమని క్రైస్తవులను ప్రోత్సహించండి.

కె) ఈసా, ఇస్లామిక్ యేసు మరియు చరిత్రలో ఉన్న నిజమైన యేసు మధ్య తేడా గుర్తించండి.

64

కేస్ స్టడీ: మీరు ఏమి చేస్తారు?

చాలా ప్రార్థించిన తరువాత, మీరు మీ చర్చి బృందం అనేక మంది ముస్లింలు నివసించే క్రొత్త ఉప విభాగంలో హౌస్ చర్చిని ప్రారంభించేందుకు ఆత్మ ద్వారా నడిపించబడ్డారు. “సమాధాన పాత్రుడు”(లూకా 10:6) అని పిలువబడే ఒక వ్యక్తి ఇంట్లో కుటుంబం మరియు ఇరుగు పొరుగువారితో చాలా నెలలు తెలివిగా సమావేశమైన తర్వాత, ఆ ఇంటి వ్యక్తిని మరియు మిమ్ములను స్థానిక కమ్యూనిటీ మేయర్‌ను కలవడానికి పిలిపించబడ్డారని మీటింగ్ తరువాత ఆ వ్యక్తి మీకు తెలియ జేస్తారు.... మీరు అక్కడకు చేరుకున్నప్పుడు, అక్కడ ఒక ఇమామ్ మరియు అనేక మంది మసీదు పెద్దలు ఉన్నట్లుమీరు కనుగొంటారు. మీరు కరచాలనంచే స్తారు. మీరు ప్రవక్త అయిన మహమ్మద్‌నుఅవమానించే రహస్య సమావేశాల ను నిర్వహించడం ద్వారా శాంతికి బంగం కల్గిస్తున్నారని వారు ఆరోపిస్తున్నారని మీరు త్వరగా కనుగొంటారు. మీరు మరియు ఆ వ్యక్తి ఇద్దరూ దీనిని గట్టిగా ఖండిస్తారు. అప్పుడు ఇమామ్ ఇలా అంటాడు, “మీ క్రైస్తవులు అల్లాను విశ్వసించరు మరియు మీరు అతని చివ రి ప్రవక్త మహమ్మద్‌ను తిరస్కరిస్తారు. మీరు నరకానికి వెళ్తారు. అల్లా ముస్లింలను ఉన్నతం గా భావిస్తాడు మరియు మేము మిమ్ముల్ని పరిపాలించాలి. మీరు ఇస్లాంకు లొంగకపోతే, మిమ్ముల్ని ఎదిరించాలని మేము ఆదేశించబడ్డాము మరియు ఈసా కూడా భూమికి తిరిగి వచ్చినప్పుడు మీతో పోరాడతాడు. మీరు మీ సంఘంలోని దుర్బలమైన వ్యక్తులను మీ భ్రష్టమ తంలోకి బలవంతం చేయడాన్ని ఆపివేయాలి. మరియు మానుకోవాలి”. మేయర్ యొక్క మతం మీకు తెలియదు, కానీ ఈ ఆరోపణకు సమాధానం ఇవ్వడానికి మీకు అనుమతి ఉంది అని చెప్పడానికి అతను మీవైపు చూస్తాడు.

మీరు ఏమి చెబుతారు?

ఈ విభాగాలలో మేము *షహాదా* ను పరిచయం చేస్తాము మరియు మహమ్మద్ యొక్క ఉదాహరణను అనుసరించడానికి ఇది ముస్లింలను ఎలా కలుపుతుందో వివరిస్తాము.

ముస్లింగా ఎలా మారాలి

ఇస్లాం పదం అరబిక్ బాష నుండి వచ్చినది, దీని అర్థం ‘లొంగుబాటు’ లేదా ‘సమర్పించుకో వడం’. *ముస్లిం* అనే పదానికి అర్థం ‘సమర్పించువాడు’, అల్లాకు లొంగిపోయిన వ్యక్తి.

ఈ లొంగుబాటు మరియు సమర్పణ అంటే ఏమిటి? ఖురాన్ లోని అల్లా యొక్క ఆదిపత్య చిత్రం అన్ని విషయాలపై సంపూర్ణ అధికారం కలిగి ఉన్న సార్వభౌమాధికారిగా ఉన్నది. ఈ అధికారి ఆశించిన వైఖరి ఏమనగా అతని అధికారానికి లోబడి ఉండాలి.

ఇస్లాంలోకి ప్రవేశించిన ఎవరైనా అల్లాహ్ కు మరియు అతని దూత యొక్క మార్గాలకు లొంగిపోవడానికి అంగీకరిస్తారు. ఇస్లామిక్ మతం అయిన *షహాదా* ను ఒప్పుకోవడం ద్వారా ఈ ఒప్పందం జరిగింది:

> *అష్హదు అల్లా ఇలాహ ఇల్లల్లాహ్.*
> *వ అష్హదు అన్న మహమ్ముదన్ రసూల్ అల్లా*

> అల్లా తప్ప దేవుడు లేడని నేను సాక్ష్యమిస్తున్నాను.
> మరియు మహమ్మద్ అల్లాహ్ దూత అని నేను సాక్ష్యమిస్తున్నాను

మీరు *షహాదాను* అంగీకరించి, మీకు మీరుగా ధ్యానించి *షహాదాను* అంగీకరిస్తే, మీరు ముస్లింగా మారతారు.

ఇవి కొన్ని పదాలు మాత్రమే అయినప్పటికీ, వాటి ప్రభావాలు విస్తారంగా ఉంటాయి. *షహాదా ను* పఠించడం అనేది మహమ్మద్ మీ జీవితానికి మార్గదర్శకుడిగా ఉంటాడని ఒక నిబంధ న ప్రకటన. ముస్లింగా ఉండటం - 'సమర్పించుకొనేవాడు'- అంటే మహమ్మద్‌ను అల్లాహ్ యొక్క ఏకైక చివరి దూతగా జీవితంలోని ప్రతి విషయాలకు మార్గదర్శకత్వం చేస్తాడని అనుకరణ.

మహమ్మద్ యొక్క మార్గదర్శకత్వం రెండు మూలాలలో కనుగొనబడింది, ఇవి ఇస్లామిక్ నియమావాళిని కలిగి ఉంటాయి:

- *ఖురాన్* అల్లాహ్ నుండి మహమ్మద్‌కు ఇవ్వబడిన ప్రత్యక్షత పుస్తకం
- *సున్నా* మహమ్మద్ యొక్క మాదిరి, ఇందులో ఇవి ఉన్నాయి:
  - బోధనలు: మహమ్మద్ ప్రజలకు చేయమని బోధించిన విషయాలు
  - క్రియలు: మహమ్మద్ చేసిన పనులు

మహమ్మద్ యొక్క మాదిరి (*సున్నా*), ముస్లింలకు రెండు ప్రధాన రూపాలలో నివేదించబడి ంది. ఒకటి, మహమ్మద్ ఏ సాంప్రదాయ సూక్తులను చేశాడని మరియు చెప్పాడని నమ్ము తూ నివేదించిన హదీసుల సేకరణ. మరొకటి మహమ్మద్ జీవిత చరిత్రలైన సిరాస్‌లో ఉంది. ఇది మొదటి నుండి అతని జీవిత కథను మొదటి చెబుతుంది.

మహమ్మద్ యొక్క వ్యక్తిత్వం

షహాదా కు కట్టుబడి ఉన్న ఎవరైనా మహమ్మద్ యొక్క మాదిరిని అనుసరించడానికి మరియు అతని స్వభావమును అనుకరించడానికి బాధ్యత వహిస్తారు. ఇదంతా మహమ్మద్ అల్లాహ్ యొక్క దూత అని షహాదాను ఒప్పుకోవడం నుండి తెలియపరుస్తుంది. షహాదాలో ఈ వచనాలను పఠించడం అంటే మహమ్మద్ యొక్క మార్గదర్శకత్వాన్ని మీరు మీ జీవితం లో అంగీకరించారు మరియు మీరు అతనిని అనుసరించడానికి బద్ధులై ఉన్నారు

ఖురాన్‌లో, అందరూ అనుసరించాల్సిన అవసరం ఉన్న ఉత్తమమైన మాదిరిగా మహమ్మద్‌ను పిలుస్తారు:

> అల్లాహ్ మరియు అంత్యదినం పై నిరీక్షణ ఉన్నవారికి, మరియు, తరచుగా అల్లాహ్ ను స్మరించుకొనే వారికి, అల్లాహ్ యొక్క దూత మీకు మంచి మాదిరిగా ఉన్నాడు (ఖు 33:21).
>
> ప్రవక్తకు విధేయత చూపేవారు అల్లాహ్ కు విధేయత చేసినట్లే ...(ఖు 4:80).
>
> అల్లాహ్ మరియు అతని దూత ఒక విషయాన్ని నిర్ణయించుకున్నప్పుడు, విశ్వాసియైన పురుషుడు లేదా స్త్రీకి ఆ వ్యవహారంలో ఎంపిక ఉండదు. ఎవరైతే అల్లాహ్ మరియు

అతని దూతకు అవిధేయత చూపుతారో వారు చాలా స్పష్టంగా దారి తప్పినట్లే (ఖు 33:36).

మహమ్మద్‌ను అనుసరించేవారు విజయం సాధిస్తారు మరియు ఆశీర్వదించబడతారు అని ఖురాన్ చెబుతోంది:

ఎవరైతే అల్లాహ్‌కు మరియు అతని దూతకు విధేయులై, అల్లాహ్‌కు భయపడి. అతని నుండి (తమను తాము) కాపాడుకుంటారో, వారే విజయవంతమైనవారు. (ఖురాన్ 24:52).

ఎవరైతే అల్లాహ్ మరియు దూతకు విధేయులై ఉంటారో వారు అల్లాహ్ ఆశీర్వదించ బడిన వారితో ఉంటారు... (ఖురాన్ 4:69)

మహమ్మద్ సూచనలను మరియు ఉదాహరణలను వ్యతిరేకించడం అవిశ్వాసం అని చెప్పబ డింది, ఇది ఈ జీవితంలో వైఫల్యానికి మరియు తదుపరి జీవితంలో అగ్నికి దారి తీస్తుంది. ఖురాన్‌లో ముస్లింలపై ఈ శాపాలు ఉన్నాయి:

అయితే ఎవరైనా తనకు మార్గదర్శకత్వం స్పష్టంగా వచ్చిన తరువాత దైవ ప్రవక్తపై విరు చుకుపడి. విశ్వాసుల మార్గం కాకుండా వేరొక మార్గాన్ని అనుసరిస్తే, మేము (అల్లాహ్) దేనివైపు తొలగిపోయాడోదాని వైపు మళ్లిస్తాము. ఒక చెడు గమ్యస్థానమైన నరకంలో అతనిని కాల్చి వేస్తాము! (ఖురాన్ 4:115)

దూత మీకు ఏది ఇచ్చినా, దానిని స్వీకరించండి మరియు అతను నిషేధించిన దాని నుండి మీరు దూరంగా ఉండండి. అల్లాహ్ నుండి మిమ్ముల్ని మీరు రక్షించుకోండి. నిశ్చయంగా అల్లాహ్ కఠినంగా శిక్షించేవాడు. (ఖు. 59:7)

మహమ్మద్‌ను తిరస్కరించే వారితో పోరాడాలని కూడా ఖురాన్ ఆదేశించింది:

అల్లాహ్ ను మరియు అంత్య దినాన్ని విశ్వసించని వారితో పోరాడండి మరియు అల్లా హ్ మరియు అతని దూత నిషేధించిన వాటిని నిషేధించని వారితో పోరాడండి - గ్రంథం ఇవ్వబడిన వారిలో సత్య మతాన్ని ఆచరించని వారు - చేతితో కప్పం చెల్లించే వరకు మరియుఅవమానం పొందేవరకు పోరాడండి. (ఖు 9:29)

... కాబట్టి విశ్వాసులను ధృడంగా చేయండి. నేను అవిశ్వాసుల హృదయాలను భయ భ్రాంతులకు గురిచేస్తాను; కాబట్టి వారిని మెడపై కొట్టి ప్రతి వ్రేళ్లను విరవండి! ఎందుక ంటే వారు అల్లాహ్‌తో మరియు అతని దూతతో బంధాన్ని తెంచుకున్నారు. మరియు ఎవరైతే అల్లాహ్ మరియు దూతతో బంధాన్ని తెంచుకుంటారో నిశ్చయంగా అల్లాహ్ కఠనంగా శిక్షిస్తాడు. (ఖు 8:12-13)

అయితే మహమ్మద్ మాదిరిని అనుసరించడం విలువైనదేనా? మహమ్మద్ జీవితంలోని కొన్ని అంశాలు సానుకూలంగా ఉన్నప్పటికీ, మరికొన్ని మెచ్చుకోదగినవి మరియు చాలా మనోహరమైనవిగా ఉన్నప్పటికీ దాదాపు ఏ నైతిక ప్రమాణాల ప్రకారం అయినా మహమ్మద్ చేసిన తప్పులు ఉన్నాయి. సిరాస్ మరియు హదీసులలో మహమ్మద్ యొక్క అనేక చర్యలు దిగ్భ్రాంతికరమైనవి, వీటిలో హత్యలు, హింసలు, అత్యాచారాలు మరియు మహిళలపై వేధింపు లు, బానిసత్వం, దొంగతనం, మోసం మరియు ముస్లిమేతరులకు వ్యతిరేకంగా ప్రేరేపించే చర్యలు వంటివి ఉన్నాయి.

మహమ్మద్ అనే వ్యక్తి ఎవరు అనే దానికి సాక్ష్యంగా ఇటువంటి విషయాలు ఆందోళన కలిగించడమే కాదు: షరియా ద్వారా ఇది ముస్లింలందరికీ కూడా ఆటంకాలను కలిగిస్తుంది. మహమ్మద్ యొక్క మాదిరిని ఖురాన్ లో అల్లా అనుసరించడానికి ఉత్తమ నమూనాగా చట్టబద్దత చేసారు, కాబట్టి మహమ్మద్ జీవితంలోని అన్ని సంఘటనలు, చెడ్డవి కూడా ముస్లింలు అనుసరించడానికి ప్రమాణాలుగా మారాయి.

ఖురాన్ - మహమ్మద్ వ్యక్తిగత పత్రం

ఖురాన్ మానవాళికి అల్లాహ్ మార్గదర్శకత్వం యొక్క అక్షర - పరిపూర్ణమైన ప్రత్యక్షత అని గమనిక కలిగిన ముస్లింలు, నమ్ముతారు, ఇది అతని దూత అయిన మహమ్మద్ ద్వారా అందించబడింది అనినమ్ముతారు. మీరు దూతను అంగీకరిస్తే, అతని సందేశాన్ని అంగీకరించాలి *షహదా* ఖురాన్‌ను విశ్వసించాలని మరియు పాటించాలని ముస్లింలను నిర్బంధిస్తుంది.

ఖురాన్ ఉత్పత్తి చేయబడిన విధానం గురించి గ్రహించవలసిన ముఖ్య విషయం ఏమిటంటే ఒక శరీరం దాని వెన్నెముకతో ఎంత సన్నిహితంగా సరస్వరంగా అనుసంధానించబడి ఉన్నదో అలాగే మహమ్మద్ మరియు ఖురాన్ కూడా ఉన్నాయి. సున్నా - మహమ్మద్ యొక్క బోధన మరియు మాదిరి -శరీరమైతే ఖురాన్ వెన్నెముక వంటిది. ఒకటి లేకుండా మరొకటి నిలబడలేవు మరియు మీరు ఒకటిలేకుండా మరొకదాన్ని గ్రహించలేరు.

ఇస్లామిక్ *షరియా* ముస్లిం కావడానికి మార్గం

మహమ్మద్ యొక్క బోధన మరియు ఉదాహరణను అనుసరించడానికి, ఒక ముస్లిం ఖురాన్ మరియు సున్నా వైపు చూడాలి. అయినప్పటికీ, ముస్లింలు దీనిని అర్థం చేసుకోవడానికి మరియు ఉపయోగించడానికి ఇది క్లిష్టమైన మరియు కష్టమైన ముడి పదార్థంగా ఉంటుంది. మహమ్మద్ యొక్క *సున్నా* మరియు ఖురాన్ యొక్క ముడి పదార్థాలను వర్గీకరించి, జీవించడానికి ఒక క్రమబద్ధమైన మరియు స్థిరమైన నియమాలుగా నిర్వహించగల తక్కువసంఖ్యలో ముస్లింలు చాలా తక్కువసంఖ్యలో నిపుణులపై ఆధారపడాలని ఇస్లామిక్ శతాబ్దాల ప్రారంభంలో మత పెద్దలకు స్పష్టమైంది. కాబట్టి ఖురాన్ మరియు మహమ్మద్ యొక్క సున్నా ఆధారంగా, ముస్లిం న్యాయనిపుణులు ఒక ముస్లింగా జీవించడానికి షరియా, 'మార్గం' లేదా 'దారి' అని పిలువబడే వాటిని ఒకచోట చేర్చారు.

ఇస్లామిక్ షరియాను మహమ్మద్ యొక్క *షరియా* అని కూడా సూచించవచ్చు, ఎందుకంటే ఇది మహమ్మద్ యొక్క ఉదాహరణ మరియు బోధనపై ఆధారపడి ఉంటుంది. *షరియా* నియామకాల వ్యవస్థ ఒక వ్యక్తి మరియు సమాజం రెండింటి యొక్క మొత్తం జీవన విధానాన్ని నిర్వహిస్తుంది. *షరియా* లేకుండా ఇస్లాం లేదు.

మహమ్మద్ యొక్క సున్నా షరియా చట్టం యొక్క పునాది అయినందున, *హదీసు*లో మరియు *సిరా*లో నమోదు మహమ్మద్ ఏమి చేసాడు మరియు చెప్పాడు వంటి నమోదు చేయబడిన వివరాలను అర్థం చేసుకోవడంలో మరింత శ్రద్ధ వహించడం చాలా ముఖ్యం. మహమ్మద్ గురించి తెలియకపోవడం అంటే *షరియా* గురించి తెలియకపోవడమే, మరియు ఇది ఇస్లామిక్ పరిస్థితులలో జీవించే లేదా ఇస్లాం ప్రభావంతో జీవించే వ్యక్తుల మానవహక్కుల గురించి తెలియక పోవడం. మహమ్మద్ చేసిన దానిని, ముస్లింలు అనుకరించాలని *షరియా* చట్టము తెలియపరుస్తుంది. మరియు ముస్లింలు, ముస్లిమేతరు

లందరిజీవితాలు దీనిద్వారా ప్రభావితం అవుతాయి. మహమ్మద్ జీవితానికి మరియు నేటి ముస్లిం ప్రజల జీవితాలకు మధ్య ఉన్న సంబంధం ఎల్లప్పుడూ ప్రత్యక్షంగా ఉండకపోవచ్చు, కానీ అది చాలా శక్తివంతమైనది మరియు ముఖ్యమైనది.

షరియాను గూర్చి గమనించవలసిన మరో విషయం ఏమిటంటే, ప్రజలచే రూపొందించ బడిన మరియు మార్చగలిగే పార్లమెంటులు చేసిన చట్టాలకు భిన్నంగా, *షరియాను* దైవికమై న ఆదేశముగా భావిస్తారు. అందువల్ల *షరియా* పరిపూర్ణమైనది మరియు మార్చలేనిది అని పేర్కొన్నారు. అయినప్పటికీ, కొన్ని క్రొత్త పరిస్థితులు ఏర్పడుతూనే ఉన్నాయి. ముస్లిం న్యాయ నిపుణులు షరియాను ఎలా వర్తింపజేయాలి అనే దానిపై క్రొత్త పరిస్థితులు తలెత్తుతూనే ఉంటాయి, అయితే ఇవి ముందుగానిర్దేషించబడిన, పరిపూర్ణమైన మరియు శాశ్వతమైన వ్యవస్థగా పరిగణించబడే దాని చుట్టూ సర్దుబాట్లు జరుగుతూ ఉంటాయి.

ఈ తరువాతి విభాగాలలో మన ముస్లింలు విజయవంతమైన వారు, ఇతర వ్యక్తుల కంటే ఉన్నతమైన వారు అనే ఇస్లాం బోధనను పరిశీలిస్తాము.

"విజయం యొద్దకు రండి"

ఖురాన్ ప్రకారం, సరైన మార్గదర్శకత్వం యొక్క ఫలితం ఏమిటి? అల్లాహ్‌కు విధేయత చూపి, ఆయన మార్గదర్శకత్వాన్ని అంగీకరించిన వారికి ఇహలోకంలోను, తదుపరి జీవితం లోను విజయంసాధించడం. ఇస్లాం పిలుపు విజయానికి పిలుపు.

విజయానికి పిలుపు అనేది *అధాన్* లేదా ఆరాధనకు పిలుపులో ప్రకటించబడింది. ఇది ముస్లింలకు రోజుకి ఐదు సార్లు వినిపిస్తుంది:

> అల్లాహ్ గొప్పవాడు! అల్లాహ్ గొప్పవాడు!
> అల్లాహ్ గొప్పవాడు! అల్లాహ్ గొప్పవాడు!
> అల్లా తప్ప మరే దేవుడు లేడని సాక్ష్యమిస్తున్నాను
> అల్లా తప్ప మరే దేవుడు లేడని సాక్ష్యమిస్తున్నాను
> మహమ్మద్ అల్లాహ్ యొక్క దూత అని నేను సాక్ష్యమిస్తున్నాను.
> మహమ్మద్ అల్లాహ్ యొక్క దూత అని నేను సాక్ష్యమిస్తున్నాను.
> ఆరాధనకు రండి. ఆరాధనకు రండి.
> విజయం యొద్దకు రండి. విజయం యొద్దకు రండి.
> అల్లాహ్ గొప్పవాడు! అల్లాహ్ గొప్పవాడు!
> అల్లాహ్ గొప్పవాడు! అల్లాహ్ గొప్పవాడు!
> అల్లా తప్ప మరే దేవుడు లేడు.

విజయం యొక్క ప్రాముఖ్యతను ఖురాన్ గొప్పగా నొక్కి చెబుతుంది. ఇది మానవాళిని విజే తలుగా మరియు మిగిలిన వారిగా విభజిస్తుంది. అల్లాహ్ మార్గదర్శకత్వాన్ని అంగీకరించని వారిని పదే పదే 'ఓడిపోయినవారు' అంటారు:

> ఎవరైతే ఇస్లాం తప్ప మరే ఇతర మతాన్ని కోరుకుంటారో, అది అతని నుండి అంగీకరిం చబడదు మరియు తరువాత లోకంలో అతను నష్టపోయిన వారిలో ఒకడు అవుతాడు. (ఖు 3:85).

మీరు (అల్లాహ్ తన శక్తిని లేదా పాలనను మరొకరితో పంచుకుంటాడు అని చెప్పేవారితో) సహవాసం చేస్తే, మీ పనులకు ఫలితం ఏమీ ఉండదు మరియు మీరు నష్టపోయిన వారిలో ఒకరు అవుతారు. (ఖు 39:65)

విజయం మరియు వైఫల్యంపై ఇస్లాం యొక్క ప్రాముఖ్యత అంటే చాలా మంది ముస్లింలు తమ మతం ద్వారా తమను తాము ముస్లిమేతరుల కంటే గొప్పవారుగా పరిగణించాలని బోధించబడ్డారు. మరియు ఎక్కువ మంది పవిత్రమైన ముస్లింలు తక్కువ పవిత్రమైన ముస్లిం ల కంటే గొప్పవారని చెప్పబడింది, కాబట్టి వివక్ష అనేది ఇస్లాంలో ఒక జీవన విధానం.

విభజించబడిన ప్రపంచం

ఖురాన్ దాని అధ్యాయాలు అంతటా ముస్లింల గురించి మాత్రమే కాకుండా క్రైస్తవులు మరియు యూదులు సహా ఇతర విశ్వాసాల ప్రజల గురించి కూడా చాలా చెప్పడానికి ఉంది. ఖురాన్ మరియు ఇస్లామిక్ చట్టపరమైన పదజాలం నాలుగు విభిన్న వర్గాల వ్యక్తులను సూచిస్తాయి:

1. మొట్టమొదటిది ఏమనగా నిజమైన ముస్లింలు ఉన్నారు.
2. ఆ తరువాత వేషధారులు అనే మరో వర్గం ఉంది, వీరు తిరుగుబాటు చేసే ముస్లింలు.
3. మహమ్మద్ కనిపించక ముందు అరబ్బులలో విగ్రహారాధికులు ఆధిపత్య వర్గంగా ఉండేవారు. విగ్రహారాధన చేసే అరబిక్ పదం ముష్రిక్, దీని అర్థం 'సహచరుడు'. వీరు షిర్క్‌ను 'సాంగత్యం' గా భావించే వ్యక్తులు, అంటే ఎవరైనా లేదా ఏదైనా అల్లాహ్ లాగా ఉన్నారని లేదా అల్లాహ్ తన అధికారం మరియు పాలనలో భాగస్వాములు ఉన్నారని చెప్పడం.
4. ది పీపుల్ ఆఫ్ ది బుక్ ముష్రిక్ యొక్క ఉపవర్గం. ఈ వర్గంలో క్రైస్తవులు మరియు యూదులు ఉన్నారు. వారిని ముష్రిక్‌గా పరిగణించాలి, ఎందుకంటే ఖురాన్ క్రైస్తవులు మరియు యూదులు ఇద్దరినీ షిర్క్‌కు పాల్పడినట్లు పేర్కొంది (ఖు 9:30-31; ఖు 3:64).

పీపుల్ ఆఫ్ ది బుక్ యొక్క భావన క్రైస్తవ మతం మరియు జుడాయిజం ఇస్లాంకు సంబంధించినవి మరియు దాని నుండి ఉద్భవించాయని నమ్ముతారు. ఇస్లాం మతం మాతృమతంగా పరిగణించ బడుతుంది, దీని నుండి క్రైస్తవులు మరియు యూదులు శతాబ్దాలుగా విడిపోయారు. ఖురాన్ ప్రకారం, క్రైస్తవులు మరియు యూదులు నిజానికి స్వచ్ఛమైన ఏకధర్మ వాదంగా ఉన్న విశ్వాసాన్ని అనుసరిస్తారు- మరో మాటలో చెప్పాలంటే ఇస్లాం -వారి గ్రంథాలుపాడై పోయాయి మరియు ఇకపై ప్రామాణికమైనవి కావు. మరియు క్రైస్తవ మతం మరియుజుడాయిజం ఇస్లాం యొక్క వక్రీకరించిన ఉత్పాన్నాలుగా పరిగణించ బడుతున్నాయి, దీని అనుచరులు సరైన మార్గం నుండి తప్పుదారి పట్టారు.

క్రైస్తవులు మరియు యూదుల గురించి సానుకూల మరియు ప్రతికూల వ్యాఖ్యలు రెండింటిని గూర్చి ఖురాన్ చెబుతుంది. సానుకూల వైపు ఏదనగా కొంతమంది క్రైస్తవులు మరియు యూదులు విశ్వాస పాత్రులని మరియు నిజంగా విశ్వసిస్తున్నారని నివేదిస్తుంది

(ఖు 3:113-14). ఏది ఏమైనప్పటికీ అదే అధ్యాయం వారి చిత్తశుద్ధికి పరీక్ష అని చెబుతుంది. నిజమైన వారు ముస్లింలుగా మారతారు (ఖు 3:199).

ఇస్లాం ప్రకారం మహమ్మద్ ఖురాన్‌ను తీసుకు వచ్చేవరకు క్రైస్తవులు మరియు యూదులు తమ అజ్ఞానం నుండి విముక్తి పొందలేరు (ఖు 98:1). క్రైస్తవులకు మరియు యూదులకు ఉన్న దురభిప్రాయమును సరిదిద్దడానికి మహమ్మద్ అల్లా ఇచ్చిన బహుమతి అని ఇస్లాం బోధిస్తుంది. దీని అర్థం క్రైస్తవులు మరియు యూదులు మహమ్మద్‌ను అల్లా యొక్క దూతగా మరియు ఖురాన్‌ను అతని చివరి ప్రత్యక్షతగా అంగీకరించాలి
(ఖు 4:47; ఖు 5:15; ఖు 57:28-29).

ఖురాన్ మరియు సున్నా ముస్లిమేతరుల గురించి మరియు ముఖ్యంగా క్రైస్తవులు మరియు యూదుల గురించి చేసే నాలుగు వాదనలు ఇక్కడ ఉన్నాయి:

1. ముస్లింలు "ఉత్తమ వ్యక్తులు" మరియు ఇతర ప్రజల కంటే గొప్పవారు. ఏది ఒప్పు మరియు ఏది తప్పు అని వారికి బోధించడం, సరైనదాన్ని ఆజ్ఞాపించడం మరియు తప్పును నిషేదించడం (ఖు 3:110) వారి యొక్క పాత్ర..

2. ఇస్లాం యొక్క గురి అన్ని మతాలను పరిపాలించడం (ఖు 48:28)

3. ఈ ఆధీకృతను సాధించడానికి, యూదులు మరియు క్రైస్తవులు (పీపుల్ ఆఫ్ ది బుక్) ఓడి పోయి, అణగద్రొక్కబడి ముస్లిం సమాజానికి పన్ను చెల్లించేవరకు వారికి వ్యతిరేకంగాముస్లింలు పోరాడాలి (ఖు 9:29).

4. క్రైస్తవులు మరియు యూదులు తమ షిర్క్‌ను అంటిపెట్టుకొని మహమ్మద్ మరియు అతని ఏకధర్మవాధంపై అవిశ్వాసాన్ని కొనసాగించేవారు - అంటే ఇస్లాం లోకి మారని వారు నరకా నికి వెళతారు (ఖు 5:72; ఖు 4:47-56).

యూదులు మరియు క్రైస్తవులు కలిసి పీపుల్ ఆఫ్ ది బుక్ అని పిలువబడే ఒక వర్గాన్ని ఏర్ప రచ డానికి పరిగణించ బడుతున్నప్పటికీ యూదులు ఎక్కువగా విమర్శించబడ్డారు. ఖురాన్ మరియు సున్నాలో, వారికి వ్యతిరేకంగా అనేక నిర్ధిష్ట వేదాంత వాదనలు చేయబడ్డాయి. ఉదాహరణకు, అంతంలో యూదులను చంపడానికి ముస్లింలకు సహాయం చేయడానికి రాళ్లు గళమెత్తుతాయని మహమ్మద్ బోధించాడు. మరియు ముస్లింలకు "ప్రేమలో దగ్గరగా" ఉన్నవారు క్రైస్తవులే, కానీ యూదులు (మరియు విగ్రహారాధికు లు) ముస్లింలతో గొప్ప శత్రుత్వాన్ని కలిగి ఉంటారని ఖురాన్ చెబుతుంది. (ఖు 5 :82).

అయితే చివరికి, ఖురాన్ యొక్క తుది తీర్పు యూదులు మరియు క్రైస్తవులు ఇద్దరికీ ప్రతి కూలంగా ఉంది. ఈ తీర్పు గమనిక కలిగిన ప్రతి ముస్లిం యొక్క రోజువారీ ప్రార్థనలలో చేర్చబడింది.

ముస్లింల యొక్క రోజువారీ ప్రార్థనలలో యూదులు మరియు క్రైస్తవులు

ఖురాన్ యొక్క అత్యంత ప్రసిద్ధ అధ్యాయం (సూరా) అల్ ఫాతిహా 'ది ఓపెనింగ్' గా చెప్పబ డుతుంది. ఈ సూరా అన్ని తప్పనిసరి రోజువారీ ప్రార్థనలలో భాగంగా పఠించబడుతుంది - *సలాత్* - మరియు ప్రతి ప్రార్థనలో పునరావృత మవుతుంది. తమ ప్రార్థనలన్నీ చెప్పే

విశ్వాసులు సూరాను రోజు కనీసం 17 సార్లు మరియు సంవత్సరానికి 5000 సార్లు పఠిస్తారు.

అల్-*ఫాతిహా* మార్గదర్శకత్వం కొసం ప్రార్థన:

అల్లా నామంలో,
దయగల వాడు కనికరం గలవాడు.
సర్వలోకాలకు ప్రభువైన అల్లాహ్ కు స్తోత్రములు.
దయగలవాడు, కనికరం గలవాడు.
న్యాయాధిపతి.
మిమ్మలనే మేము ఆరాధించేది
మరియు మేము సహాయం కోరేది మిమ్ముల్ని.
మమ్మలను సన్మార్గంలో నడిపించు,
నీ కోపం ఎవరిమీద పడునో లేదా త్రోవ తప్పిన వారి మార్గంలో కాక,
నీవు దీవించిన వారి బాటలో,
మమ్మలను సరళమైన మార్గంలో నడిపించు, (ఖు 1:1-7)

ఇది విశ్వాసిని "సరళమైన మార్గం" లో నడిపించడానికి అల్లాహ్ సహాయం కోరే ప్రార్థన. ఇస్లాం యొక్క మార్గదర్శక సందేశం హృదయానికి యథార్థమైనదిగా అనిపిస్తుంది.

అయితే అల్లా కోపానికి లోనయ్యారని, లేదా సరళమైన మార్గం నుండి తప్పుదారి పట్టించార ని చెప్పబడిన వారు ఎవరు? ప్రతి ముస్లిం యొక్క ప్రార్థనలలో, ప్రతిరోజు, అనేక మంది ముస్లింల జీవితకాలంలో వందల వేలసార్లు ఇంత ఘోరంగా మాట్లాడటానికి అర్హులైన ఈ వ్యక్తులు ఎవరు? మహమ్మద్ ఈ సూరా యొక్క అర్థాన్ని వివరించాడు. "కోపం బారిన పడిన వారు యూదులు మరియు దారి తొలగిపోయినవారు క్రైస్తవులు".

ప్రతి ముస్లిం యొక్క రోజువారీ ప్రార్థనలు ఇస్లాం యొక్క ప్రధాన భాగంలో క్రైస్తవులు మరియు యూదులు దారి తొలగిపోయిన వారు మరియు అల్లాహ్ యొక్క ఉగ్రత బారిన పడినవారిగా తిరస్కరించ బడడం విశేషం.

ఈ తదుపరి విభాగాలలో ఇస్లామిక్ షరియా వల్ల కలిగే నష్టాన్ని మనము పరిశీలిస్తాము. చివరికి ఇది మహమ్మద్ యొక్క మాదిరి మరియు బోధనలకు కారణంగా ఉంది.

షరియా సమస్యలు

ఒక దేశంలో ఇస్లాం స్థాపించబడినప్పుడు చాలా కాలం పాటు సమాజ సంస్కృతిని *షరియా* ద్వారా పునర్నిర్మించవచ్చు. ఈ ప్రక్రియను 'ఇస్లామీకరణ' అంటారు. మహమ్మద్ జీవితంలోని బోధనలలో మంచి విషయాలు చాలా లేవు కాబట్టి, *షరియా* ద్వారా అనేక అన్యాయాలు మరియు సామాజిక సమస్యలు ఉన్నాయి. దీని అర్థం విజయాన్ని ఇస్లాం వాగ్దానం చేసినప్పటి కీ, *షరియా* సమాజాలు తరచుగా ప్రజలకు చాలా హాని కలిగిస్తాయి. ఈ రోజు మనం ప్రపంచ వ్యాప్తంగా చూస్తే, ఇస్లాం ప్రభావం వల్ల అనేక ఇస్లామిక్ దేశాలు పేలవంగా అభివృద్ధి చెందాయని మరియు అనేక మానవ హక్కుల సమస్యలను కలిగి ఉన్నాయని మనం చూడవచ్చు.

షరియా వల్ల కలిగే కొన్ని అన్యాయాలు మరియు సమస్యలు:

- ముస్లిం సమాజాలలో మహిళలు తక్కువ స్థాయిని కలిగి ఉన్నారు మరియు ఇస్లామిక్ చట్టం కారణంగా అనేకమైన నిందలకు గురవుతారు. మనము ఒక ఉదాహరణను పరిశీలిద్దాము: క్రింద చెప్పబడిన **అమీనా లావల్** కేసు.

- ఇస్లాం యొక్క *జీహాద్* బోధన ప్రపంచవ్యాప్తంగా మిలియన్ల మంది పురుషులు, మహిళలు మరియు పిల్లలకు సంఘర్షణ మరియు హాని కలిగిస్తుంది.

- కొన్ని నేరాలకు *షరియా* యొక్క శిక్షలు క్రూరమైనవి మరియు అధికమైనవి: ఉదాహరణకు, ఇస్లాంను తిరస్కరించినందుకు దొంగల చేతిని నరికి వేయడం మరియు మత భ్రష్టులను చంపడం.

- *షరియా* ప్రజలను మంచిగా మార్చలేకపోయింది. దేశాలలో ఇస్లామిక్ విప్లవాలు సంబవించినప్పడు మరియు రాడికల్ ముస్లింలు ప్రభుత్వాన్ని స్వాధీనం చేసుకున్నప్పుడు, అవినీతి ఎక్కువైంది గాని, తక్కువ కాలేదు. ఇరాన్ యొక్క ఇటీవలి చరిత్ర ఒక ఉదాహరణ: 1978 లో ఇరాన్ ఇస్లామిక్ విప్లవం తర్వాత షాను పడగొట్టినప్పుడు, ముస్లిం పండితులు ప్రభుత్వాన్ని చేజిక్కించుకున్నారు కానీ, వారి వాగ్దానాలు చేసినప్పటికీ అవినీతి పెరిగింది.

- మహమ్మద్ కొన్ని పరిస్థితులలో అబద్దాలు చెప్పడానికి ముస్లింలను అనుమతించాడు మరియు ప్రోత్సహించాడు. దీని పర్యవసానాలు తరువాత చర్చిస్తాం.

- ఇస్లామిక్ బోధనల కారణంగా, ముస్లిం సమాజాలలో ముస్లిమేతరులు తరచుగా వివక్షకుగురవుతారు. నేడు ప్రపంచంలో క్రైస్తవులపై జరుగుతున్న హింసలో అత్యధికంగా ముస్లింలు చేస్తున్నారు.

అమీనా లావల్ కేసు

ఇప్పుడు మనం *షరియా* ద్వారా ప్రాణ హాని ఉన్న ముస్లిం మహిళ యొక్క ఉదాహరణను పరిశీలిద్దాము. 1999 లో నైజీరియా దేశంలోని ఉత్తరాన ముస్లిం మెజారిటీ రాష్ట్రాల కోసం *షరియా* కోర్టులను ప్రవేశపెట్టారు. మూడు సంవత్సరాల తరువాత, 2002 లో అమీనా లావాల్ విడాకుల తర్వాత గర్భం దాల్చిన బిడ్డకు జన్మనిచ్చినందున *షరియా* న్యాయమూర్తి రాళ్లతో కొట్టి చంపమని శిక్ష విధించారు. ఆమె పిల్లలకు తమ తండ్రి పేరు ఇచ్చింది, కానీ డి.ఎన్.ఎ పరీక్ష లేకుండా అతను తండ్రి అని కోర్టు నిరూపించలేదు, కాబట్టి ఆ వ్యక్తి నిర్దోషి అని తేలింది. స్త్రీ మాత్రమే వ్యభిచారానికి పాల్పడినట్లు నిర్ధారించబడింది మరియు రాళ్లతో కొట్టడానికి శిక్ష విధించబడింది.

అమీనాను దోషిగా నిర్ధారించిన న్యాయమూర్తి, ఆమె తన బిడ్డకు కాన్పు చేసేంత వరకు దాడి చేయరాదని తీర్పు చెప్పారు. ఈ తీర్పు, మరియు బిడ్డకు పాలు మాన్పించిన తరువాత దానిని వర్తింపజేయడం, మహమ్మద్ యొక్క మాదిరికి సమీపముగా అనుసరించింది, అదే మనగా ఆమె వ్యభిచారాన్ని అంగీకరించిన తరువాత ఆ ముస్లిం స్త్రీని రాళ్లతో కొట్టి చంపారు, కానీ బిడ్డ పాలు మాన్పించి బలమైన ఆహారం తిన్న తర్వాత మాత్రమే ఈ తీర్పును అమలు పరిచారు.

రాళ్లతో కొట్టే *షరియా* చట్టం అనేక కారణాల వల్ల చెడ్డది:

- ఇది మితిమీరినది
- ఇది క్రూరమైనది: రాళ్లతో కొట్టి చంపడం చనిపోవడానికి ఇక భయంకరమైన మార్గం.
- ఇది రాళ్లతో కొట్టే పురుషులను కూడా దెబ్బ తీస్తుంది.
- ఇది వివక్షాపూరితమైనది, గర్భవతి అయిన స్త్రీని లక్ష్యంగా చేసుకొంటుంది కానీ ఆమె గర్భవతి కావడానికి కారణమైన పురుషుడుని కాదు.
- ఇది ఒక చిన్న పసికందును తల్లి నుండి దూరం చేస్తుంది, దానిని అనాథగా చేస్తుంది.
- ఇది ఒక మహిళపై అత్యాచారానికి గురైందన్న విషయాన్ని విస్మరిస్తుంది.

అమీనా ఉదంతం అంతర్జాతీయంగా దుమారం రేపింది. ప్రపంచ వ్యాప్తంగా ఉన్న నైజీరియా రాయబార కార్యాలయాలకు మిలియన్ కంటే ఎక్కువ నిరసన లేఖలు పంపబడ్డాయి. అదృష్ట వశాత్తు అమీనాకు, ఆమె శిక్షలో అప్పీల్ కోర్టు రద్దు చేసింది. అమీనా శిక్షను రద్దు చేయడంలో *షరియా* అప్పీల్‌కోర్టు నిజానికి వ్యభిచారానికి రాళ్లతో కొట్టి చంపడం అనే ఇస్లామిక్ సూత్రాన్ని తిరస్కరించ లేదు. బదులుగా ఇతర కారణాలు ఇవ్వబడ్డాయి; ఉదాహరణకు, అమీనాకు శిక్షను ఖరారు చేసే న్యాయమూర్తులు ఒక్కరు మాత్రమే కాకుండా ముగ్గురు ఉండాలని అప్పీలు కోర్టు పేర్కొంది.

చట్టబద్ధమైన మోసం

ఇస్లామిక్ *షరియా* యొక్క సమస్యాత్మక అంశాలలో ఒకటి అబద్ధం మరియు మోసంపై బోధనలు ఉండడం. ఇస్లాంలో అబద్ధం చాలా తీవ్రమైన పాపంగా పరిగణించబడుతుందని అంగీకరించాలి, మహమ్మద్ మాదిరి ఆధారంగా ఇస్లామిక్ అధికారులు ప్రకారం, కొన్ని పరిస్థితులలో అబద్ధం అనుమతించదగినది లేదా తప్పనిసరి అని పేర్కొన్నారు

ముస్లింలు అబద్ధాలు చెప్పడానికి అనుమతించబడిన లేదా అవసరమైన అనేక విభిన్న పరిస్థితులు ఉన్నాయి. ఉదాహరణకు *సహీహ్ అల్ - బుఖారీ* అనే *హదీసుల* సేకరణలో "ప్రజల మధ్య శాంతిని కలిగించేవాడు అబద్ధాల కోరు కాదు" అనే శీర్షికలో ఒక అధ్యాయం ఉంది. మహమ్మద్ మాదిరిలోనిఈ అంశం ప్రకారం, ముస్లింలు అవాస్తవమైన విషయాలు చెప్పడానికి అనుమతించబడిన పరిస్థితులలోఒకటి ఏమనగా వ్యక్తులను పునరుద్ధరించడానికి అబద్ధం సానుకూల ప్రభావాన్ని చూపుతుంది.

ముస్లిమేతరుల నుండి ముస్లింలు ప్రమాదంలో ఉన్నప్పుడు చట్టబద్ధమైన అబద్ధం చెప్పడానికి మరొక సంధర్భం (ఖు 3:28). ఈ పద్యం *తకియా* అనే భావన నుండి ఉద్భవించింది, ఇది ముస్లింలను సురక్షితంగా ఉంచడానికి మోసం చేసే అభ్యాసాన్ని సూచిస్తుంది. ముస్లిం పండితుల ఏకాభిప్రాయం ఏమిటంటే, ముస్లిమేతరుల రాజకీయ ఆధిపత్యంలో ముస్లింలు జీవిస్తున్నప్పుడు, వారు తమ విశ్వాసాన్ని (మరియు శత్రుత్వం) గట్టిగా పట్టుకున్నంత కాలం, ముస్లిమేతరుల పట్ల స్నేహ పూర్వకంగా మరియు దయ చూపడానికి ఒక రక్షణ చర్యగా

అనుమతించ బడతారు. వారి హృదయాలలో ఈ సిద్ధాంతం యొక్క ఒక తార్కికం ఏంటం టే, ముస్లిమేతరుల పట్ల గమనిక కలిగిన ముస్లింల ప్రవర్తనతక్కువ స్నేహ పూర్వకంగా మారు తుందని మరియు వారి రాజకీయ శక్తి పెరిగే కొద్దీ వారి నమ్మకాలు తక్కువ కప్పబడి ఉంటాయని భావిస్తున్నారు.

షరియా చట్టం ముస్లింలను అబద్ధం చెప్పడానికి ప్రోత్సహించే ఇతర పరిస్థితులు: భార్యా భర్త ల మధ్య వైవాహిక సామరస్యాన్ని కొనసాగించడం; వివాదాలను పరిష్కరించేటప్పుడు; నిజం చెప్పడం వల్ల మీరు నేరస్తులుగా ఎంచబడినప్పుడు - మహమ్మద్ కొన్నిసార్లు నేరం అంగీకరి ంచిన వ్యక్తులను మందలించే వాడు; ఎవరైనా మిమ్మల్ని నమ్మి తమ రహస్యాన్ని మీకు చెప్పి నప్పుడు; మరియు యుద్ధంలో. సాదారణంగా, ఇస్లాం అబద్ధం కోసం ఒక నీతిని సమర్థిస్తుం ది, దానిలో ముగింపు మార్గాలను సమర్థిస్తుంది.

కొంతమంది ముస్లిం పండితులు వివిధ రకాల అబద్ధాల మధ్య చక్కటి వ్యత్యాసాన్ని చూపారు; ఉదాహరణకు, సాదా అబద్ధం చెప్పడం కంటే తప్పుడు అభిప్రాయాన్ని ప్రోత్సహిస్తారు. యుటిలిటే రియన్ - ముగింపులో అబద్ధం మరియు నిజం చెప్పడం కోసం సాధనాలను సమర్థిస్తుంది' - చెప్పడం వల్ల సమాజానికి చాలా హాని కలిగిస్తుంది. ఇది నమ్మకాన్ని నాశనం చేస్తుంది మరియు గంధరగోళాన్ని సృష్టిస్తుంది, దేశీయ మరియు రాజకీయ సంస్కృతులను దెబ్బతీస్తు ంది. ముస్లిం ఉమ్మా - ముస్లింలమొత్తం సమాజం - దీని కారణంగా నైతికంగా దెబ్బతిన్న సంఘం. ఉదాహరణకు, మహమ్మద్ బోధించినట్లుగా, విబేధాలను చక్కదిద్దడానికి భర్తలు తమ భార్యలకు అలవాటుగా అబద్ధాలు చెప్పినట్లయితే,ఇది వివాహంలో నమ్మకాన్ని దెబ్బతీస్తుంది. తండ్రులు తమ తల్లులకు అబద్ధం చెప్పడం పిల్లలు గమనిస్తే, ఇది ఇతరులకు అబద్ధం చెప్పడానికి వారికి అనుమతిని ఇస్తుంది మరియు ఇతరులను నమ్మడం కష్టంగా ఉంటుంది. చట్టబద్ధమైన మోసపూరిత సంస్కృతి మొత్తం సమాజంలోవిశ్వాసాన్ని విచ్ఛిన్నం చేస్తుంది. దీనర్థం, ఉదాహరణకు, వ్యాపారం నిర్వహించడం చాలా ఖరీదైనది, విబేధాలు దీర్ఘకాలం ఉంటాయి మరియు సమాధానమును సాధించడం చాలా కష్టం.

ఎవరైనా ఇస్లాంను విడిచిపెట్టినప్పుడు, వారు మహమ్మద్ యొక్క మాదిరిని ప్రత్యేకంగా త్యజించడం ముఖ్యం. దీనిని తిరిగి పాఠం 7లో పరిశీలిద్దాము.

మీరే ఆలోచించండి

ఇస్లాంలో జ్ఞాన వ్యవస్థీకృతం చేయబడి మరియు రక్షించబడిన విధానం కారణంగా, కొన్ని విషయాలపై ఇస్లాం నిజంగా ఏమి బోధిస్తుందో తెలుసుకోవడం కష్టంగా ఉంటుంది. అబద్ధం చెప్పే సంస్కృతి ఈ సమస్యను మరింత తీవ్రతరం చేస్తుంది.

ఇస్లాం యొక్క ప్రాథమిక మూలాధారాలు పెద్దవి మరియు సంక్లిష్టమైనవి మరియు ఖురాన్ మరియు *సున్నా* యొక్క మూల పదార్థాల నుండి *షరియా* తీర్పులను పొందే ప్రక్రియ అత్యం త నైపుణ్యం కలిగినదిగా పరిగణించ బడుతుంది, దీనికి చాలా సంవత్సరముల శిక్షణ అవస రం, ఇది ముస్లింలలో అత్యధికులు దీనిని చేపట్టలేరు. దీని అర్థం ముస్లింలు విశ్వాస విషయాలలో మార్గదర్శకత్వం కోసం వారి పండితులపై ఆధారపడాలి. నిజానికి, ఇస్లామిక్ చట్టం ముస్లింలకు తమ కంటే విశ్వాస విషయాల గురించి ఎక్కువ అవగాహన ఉన్న వ్యక్తి ని వెతకమని మరియు ఆ వ్యక్తిని అనుసరించమని నిర్ధేశిస్తుంది. ముస్లింలకు షరియా చట్టం గురించి ఏమైనా ప్రశ్నలు ఉంటే, వారు అవసరమైన నైపుణ్యం ఉన్న వారిని అడగాలి.

ఇటీవలి శతాబ్దాలలో బైబిల్ జ్ఞానం ఉన్న విధంగా ఇస్లామిక్ మతపరమైన జ్ఞానం ప్రజాస్వామ్యీకరించ బడలేదు. ఇది తెలుసుకోవలసిన అవసరం అనే ఆధారంతో అందుబాటులో ఉంచబడింది. ఇస్లాంలో కొన్ని విషయాలు ప్రస్తావించబడనవసరం లేకుంటే మరియు అది ఇస్లాంను చీకటిలో ఉంచినట్లయితే వాటిని చర్చించరు. చాలా మంది ముస్లింలు తమ ఇస్లాం గురువును 'తప్పు ప్రశ్న' అడిగినప్పుడు మందలించిన అనుభవం ఉంది.

ఇస్లాం ఖురాన్ లేదా మహమ్మద్ యొక్క సున్నా గురించి అభిప్రాయాలు వ్యక్తం చేసే హక్కు తమకు లేదనే వాదనలతో ఎవరూ తమను తాము భయపెట్ట కూడదు. ఈ యుగంలో, ఈ విషయాలపై ప్రాథమిక మూలాంశాలు సులభంగా అందుబాటులో ఉన్నప్పుడు, ప్రతిఒక్కరూ - క్రైస్తవులు, యూదులు నాస్తికులు లేదా ముస్లింలు - ఈ విషయాలపై తమకు తాము తెలియజేయడానికి ప్రతి అవకాశాన్ని ఉపయోగించుకోవాలి. ఇస్లాం ద్వారా ప్రభావితమైన ఎవరైనా మరియు ప్రతి ఒక్కరూ తమ గురించి తమకు తెలియజేయడానికి మరియు దాని గురించి వారి స్వంత అభిప్రాయలను ఏర్పరచుకొనే హక్కును కలిగి ఉంటారు.

ఈ తదుపరి విభాగాలలో మనం యేసును గురించి ఇస్లాం యొక్క అవగాహన గురించి చర్చిస్తాము మరియు ఇస్లామిక్ యేసు మానవులకు ఎందుకు స్వేచ్ఛను అందించలేడో వివరిస్తాము.

ఇస్లాం ప్రవక్త ఈసా

విశ్వాసం గల వ్యక్తులు ఇక ముఖ్యమైన ప్రశ్నను నిర్ణయించుకోవాలి: వారు నజరేయుడైన యేసును అనుసరిస్తారా? లేదా మక్కాకు చెందిన మహమ్మద్‌ను అనుసరిస్తారా? వ్యక్తులకు మరియు దేశాలకు కూడా భారీ పరిమాణాలతో ఇది ముఖ్యమైన ఎంపిక.

ముస్లింలు మహమ్మద్ లాగే 'ఈసా' అని పిలిచే యేసును కూడా అల్లాహ్ యొక్క దూతగా భావిస్తారు. యేసు కన్య మేరీ నుండి అద్భుతంగా జన్మించాడని ఇస్లాం బోధిస్తుంది, కాబట్టి అతన్ని కొన్నిసార్లు ఇబ్న్ మరియం 'మేరీ కుమారుడు' అని పిలుస్తారు. ఇసా అల్-మసీహ్‌ను 'మెస్సియా' అని కూడా ఖురాన్ పిలుస్తుంది, అయితే ఈ పేరుకు అర్థం ఏమిటో వివరణ ఇవ్వబడలేదు.

ఖురాన్‌లో యేసును ఈసా అనే పేరుతో ఇరవై సార్లు కంటే ఎక్కువ సార్లు ప్రస్తావించారు- దీంతో పోల్చి చూస్తే, మహమ్మద్ అనే పేరు కేవలం నాలుగు సార్లు మాత్రమే ప్రస్తావించబడింది - మరియు ఖురాన్ మొత్తం 93 సార్లు యేసును ఒక పేరుతో లేదా మరొక పేరుతో సూచిస్తుంది.

మహమ్మద్‌కు ముందు చాలా మంది దూతలు లేదా ప్రవక్తలు అల్లాహ్ ద్వారా గతంలో ఉన్న ప్రజలకు పంపబడ్డారని ఇస్లాం బోధిస్తుంది. ఈసాతో సహా వీరంతా కేవలం మనుషులే అని ఖురాన్ నొక్కి చెబుతుంది.

ఈ మాజీ దూతలు మహమ్మద్ చెప్పిన సందేశాన్ని తీసుకువచ్చారని ఖురాన్ పేర్కొంది: ఇది ఇస్లాం యొక్క సందేశం. ఉదాహరణకు, పోరాడి చంపాలనే ఆదేశం మరియు పోరాడుతూ మరణించిన విశ్వాసులకు స్వర్గం యొక్క వాగ్దానం గతంలో యేసు మరియు మోషేకు

ఇవ్వబడిందని (ఖు 9:111), తర్వాత అదే ఆదేశం మరియు వాగ్దానం మహమ్మద్ ద్వారా జారీ చేయబడిందని పేర్కొంది. నిజమే, నిజమైన నజరేయుడైన యేసు అలాంటి వాటిని బోధించలేదు మరియు వాగ్దానం చేయలేదు.

ఖురాన్‌లో, ఈసా శిష్యులు, "మేము ముస్లింలము" అని ప్రకటించారు (ఖు 3:52; ఖు 5:111 కూడా చూడండి) మరియు ఖురాన్‌లో అబ్రాహాం యూదుడు లేదా క్రైస్తవుడు కాదు, కాని ముస్లిం అని పేర్కొంది (ఖు 3:67). ఇస్లాం ప్రవక్తలుగా ఖురాన్ పేర్కొన్న ఇతర బైబిల్ వ్యక్తులలో అబ్రాహాము,ఇస్సాకు, యాకోబు, ఇష్మాయేల్, మోషే, అహరోను, దావీదు, సొలోమోను, యోబు, యోనా మరియు బాప్తిస్మమిచ్చు యోహాను ఉన్నారు.

ఈ పూర్వపు 'ఇస్లాం ప్రవక్తలు' తీసుకువచ్చిన లేదా ఆరోపించిన షరియా, మహమ్మద్ షరియాతో సమానంగా లేదని ఇస్లాం అనుమతిస్తుంది. ఏదీ ఏమైనప్పటికీ, మహమ్మద్ వచ్చినప్పుడు మునుపటి *షరియాలు* రద్దు చేయబడ్డాయి మరియు వాటి స్థానంలో వేరే *షరియాలు* తీసుకువచ్చాడు, కాబట్టియేసు తిరిగి వచ్చినప్పుడు అతను మహమ్మద్ యొక్క *షరియా* ప్రకారం పరిపాలిస్తాడు:

> మహమ్మద్ అపోస్తలత్వం రాకతో పూర్వపు ప్రవక్తలందరి షరియా రద్దు చేయబడినందున, ఇస్లాం[6] ధర్మశాస్త్ర ప్రకారం యేసు తీర్పు ఇస్తాడు[6]

మహమ్మద్‌కు ఇవ్వబడిన ఖురాన్ లాగా *ఇంజిల్* అనే పుస్తకాన్ని అల్లాహ్ ఈసాకు ఇచ్చాడని ఖురాన్ కూడా పేర్కొంది. *ఇంజిల్* బోధన ఖురాన్ సందేశం వలెనే ఉంటుందని నమ్ముతారు, అయితే వాస్తవమైన *ఇంజిల్* పాఠ్యభాగం పోయిందని పేర్కొన్నారు. వాస్తవమైన *ఇంజిల్* యొక్క మారిపోయిన మరియు చెడిపోయిన విషయాలను బైబిల్‌లోని సువార్తలలో ఉన్నాయని ముస్లింలు నమ్ముతారు. ఏది ఏమైనప్పటికీ, ఏది అవసరమో అంతిమంగా చెప్పడానికి మహమ్మద్‌ను అల్లా పంపినందున ఇది పట్టింపు లేదని వాదించారు.

ముఖ్యంగా, ఇస్లాం బోధించేది మరియు చాలామంది ముస్లింలు విశ్వసించేది ఏమిటంటే, యేసు ఈ రోజు సజీవంగా ఉంటే ఆయన క్రైస్తవులతో, "మహమ్మద్‌ను అనుసరించండి!" అని చెప్పేవాడు. దీని అర్థం ఎవరైనా ఈసా ఏమి బోధించారో మరియు అతనిని అనుసరించాలంటే, వారు చేయవలసింది మహమ్మద్‌ను అనుసరించడం మరియు ఇస్లాంకు లొంగిపోవడం: ఒక మంచి క్రైస్తవుడు లేదా మంచి యూదుడు మహమ్మద్‌ను అల్లా యొక్క నిజమైన ప్రవక్తగా గుర్తిస్తారని ఖురాన్ వివరిస్తుంది (ఖు 3:199).

యేసును "దేవుని కుమారుడు" అని పిలువ వద్దని లేదా ఆయనను ఆరాధించవద్దని ఖురాన్ ద్వారా క్రైస్తవులు హెచ్చరిస్తున్నారు. ఈసా కేవలం మానవుడు (ఖు 3:59) మరియు అల్లాహ్ యొక్క బానిస (ఖు 19:30) అని నొక్కి చెప్పబడింది.

ప్రపంచం అంతం కాకముందే, జుడాయిజం మరియు క్రైస్తవ మతాలు ఈసా చేతిలో నాశనం అవుతాయని ఇస్లాం బోధిస్తుంది. అంత్య కాలాల గురించిన ఈ బోధన ఇస్లామిక్ దృక్పథాన్ని అర్థం చేసుకోవడంలో మనకు సహాయ పడుతుంది. *సూనన్ అబూ దావూద్* నుండి ఈ క్రింది హదీసును పరిశీలించండి:

---

6. సహీహ్ ముస్లిం, సం. 2. పేజి 111, ఎఫ్. ఎన్ 288

(ఈసా తిరిగి వచ్చినప్పుడు) అతను ఇస్లాం మతం కొరకు ప్రజలతో పోరాడుతాడు. అతను సిలువను విచ్ఛిన్నం చేస్తాడు, పందులను చంపుతాడు, మరియు *జిజియా* పన్నును రద్దు చేస్తాడు. ఇస్లాం తప్ప అన్ని మతాలను అల్లా నాశనం చేస్తాడు. అతను క్రీస్తువిరోధిని నాశనం చేస్తాడు మరియు నలభై సంవత్సరాలు భూమిపై జీవించి చనిపోతాడు.

ఈసా భూమిపైకి తిరిగి వచ్చినప్పుడు అతను "సిలువను విరగగొడతాడని" హో- అంటే క్రైస్తవ్యాన్ని నాశనం చేస్తానని - మరియు "జిజియాను రద్దు చేస్తానని" హో -అంటే ఇస్లామికపాలనలో నివసిస్తున్న క్రైస్తవుల చట్టపరమైన సహనాన్ని అంతం చేస్తానని మహమ్మద్ ఇక్కడచెబుతున్నాడు. దీని అర్థం క్రైస్తవులు పన్ను చెల్లించి తమ క్రైస్తవ మతాన్ని కొనసాగించడానికి అవకాశం ఉండదు. ఈసా అనబడిన ముస్లిం యేసు తిరిగి వచ్చినప్పు డు అతను క్రైస్తవులతో సహా ముస్లిమేతరులందరినీ ఇస్లాంలోకి మారమని బలవంతం చేస్తాడని ముస్లిం పండితులు వివరణ ఇస్తారు.

నిజమైన నజరేయుడైన యేసును వెంబడించడం

ప్రజలు యేసును వెంబడించాలో లేదా మహమ్మద్‌ను వెంబడించాలో నిర్ణయించుకోవాలని మనము ముందే పేర్కొన్నాము. అయితే ముస్లింలకు ఇవి రెండూ కూడా ఒకే ఎంపిక అని బోధిస్తారు: యేసును అనుసరించడం అంటే మహమ్మద్‌ను అనుసరించడమే. మరియు మహమ్మద్‌ను వెంబడించి ప్రేమిస్తే యేసును కూడా వెంబడించి ప్రేమించడమే అర్థం అని ముస్లింలకు బోధించబడింది. ముస్లింలు చరిత్రలో ఉన్న యేసును, సువార్తలలోని యేసు స్థానంలో వేరే యేసును, ఖురాన్ లోనిఈసాగా పేర్కొన్నారు. ఈ గుర్తింపు చిహ్నాలు దేవుని రక్షణ ప్రణాళికను మరుగుచేస్తుంది మరియు నిజమైన యేసును కనుగొని అనుసరించ డానికి ముస్లింలను ఆటంకంగా పనిచేస్తుంది.

నిజమేమిటంటే, యేసు యొక్క జీవిత వృత్తాంతంలో వ్రాయబడిన నాలుగు సువార్తల నుండి చరిత్ర యొక్క నిజమైన యేసు మనకు తెలుసు. ఇవి యేసు, ఆయన సందేశం మరియు ఆయన పరిచర్యకు సంబంధించిన నమ్మకమైన ఋజువులు. యేసు భూమిమీద నడిచిన తరువాత 600 సంవత్సరాలకు పైబడిన తరువాత, నజరేయుడైన యేసు గురించిన సమా చారం ఇచ్చిన ఇస్లాం బోధనలు నమ్మలేము.

ఎవరైనా ఇస్లాంను తిరస్కరించినప్పుడు, వారు మహమ్మద్ యొక్క మాదిరిని మాత్రమే కాకుండా ఖురాన్ యొక్క తప్పుడు యేసును కూడా తిరస్కరించాలి. యేసు శిష్యునిగా జీవించడానికి నిజమైన మరియు ఉత్తమమైన మార్గం ఏమిటంటే లూకా చెప్పినట్లుగా "కనుకనీకు ఉపదేశించ బడిన సంగతులు నిశ్చయముగా జరిగినవని నీవు తెలుసుకొనుట కు వాటినన్నిటిని" (లూకా 1:3-4).

ఇది చాలా ముఖ్యమైనది ఎందుకంటే, యేసుక్రీస్తు యొక్క జీవం మరియు మరణం ఆత్మీయ బంధకముల నుండి స్వాతంత్ర్యమును పొందేందుకు చాలా కీలకమైనదని మనము పరిశీలించ బోతున్నాము. నిజమైన నజరేయుడైన యేసు, సువార్తలలోని యేసు మాత్రమే మనకు ఈ స్వాతంత్ర్యమును అందించగలరు.

స్టడీ గైడ్

పాఠం - 3

పదజాలం

ఇస్లాం	*దూత*	*సలాత్*
షహాదా	*అధన్*	*ఇస్లామీకరణ*
ఖురాన్	*ముష్రిక్*	*సహీహ్ అల్- బుఖారీ*
సున్నా	*షిర్క్*	*తకీయ్యా*
హదీసు	*పిపుల్ ఆఫ్ ది బుక్*	*ఉమ్మా*
సిరా	*అల్- ఫాతీహా*	*ఇంజల్*

క్రొత్త పేర్లు

- అమీనా లావల్: నైజీరియన్ మహిళ (జననం 1972)
- ఈసా: ఖురాన్‌లో యేసు పేరు

ఈ పాఠంలో బైబిల్

లూకా : 1:4

ఈ పాఠంలో ఖురాన్

ఖు. 33:21	ఖు. 8:12-13	ఖు. 4:47	ఖు. 1:1-7
ఖు. 4:80	ఖు. 3:85	ఖు. 5:15	ఖు. 3:28
ఖు. 33:36	ఖు. 39:65	ఖు. 57:28-29	ఖు. 9:111
ఖు. 24:52	ఖు. 9:30-31	ఖు. 3:110	ఖు. 3:52
ఖు. 4:69	ఖు. 3:64	ఖు. 48:28	ఖు. 5:111
ఖు. 4:115	ఖు. 3:113-14	ఖు. 5:72	ఖు. 3:67
ఖు. 59:7	ఖు. 3:199	ఖు. 4:47-56	ఖు. 3:59
ఖు. 9:29	ఖు. 98:1	ఖు. 5:82	ఖు. 19:30

ప్రశ్నలు పాఠం 3

- కేస్ స్టడీని పరిశీలించండి

ముస్లింగా ఎలా మారాలి

1. *ఇస్లాం* అనే అరబిక్ పదానికి మూల అర్థం మరియు వివరణ ఏమిటి ?

2. మీరు *షహదా* ను పలిస్తే ఏమి అవుతారు?

3. మీరు *షహదా* ను పలించేటప్పుడు మీ జీవిత మార్గదర్శిగా ఎవరు మారతారు?

4. మహమ్మద్ నుండి మార్గదర్శకత్వాన్ని అర్థం చేసుకోవడానికి రెండు మూలాలు ఏమిటి? మరియు అవి ఎలా విభిన్నంగా ఉన్నాయి?

5. ఏ రెండు గ్రంథాలలో మహమ్మద్ యొక్క మాదిరి నమోదు చేయబడింది?

మహమ్మద్ వ్యక్తిత్వం

6. ముస్లింలు అల్లాకు లోబడాలని కోరుకుంటే, వారు ఎవరికి లోబడాలి?

7. మహమ్మద్ యొక్క మాదిరిని ముస్లింలందరికి అనుసరించడానికి ఉత్తమమైన నమూనాగా అల్లాచే చట్టబద్దం చేయబడితే దాని చిక్కులు ఏమిటి?

8. ఖు. 24:52 ప్రకారం ఎవరు విజయం సాధిస్తారని వాగ్దానం చేయబడింది?

9. అల్లాహ్ మరియు అతని ప్రవక్తకు అవిధేయత చూపే వారికి ప్రతీకారంగా ఏమి వాగ్దానం చేయబడింది?

10. ఖు. 9:29 మరియు ఖు 8:12-13 ప్రకారం ముస్లింలు ఎవరితో పోరాడాలి?

ఖు 8:12-13 ?

11. మహమ్మద్ కొన్ని ప్రశంశనీయమైన పనులు చేశాడని డ్యూరీ పేర్కొన్నాడు, అయినప్పటికీ అతను ఏ ఎనిమిది ఉదాహరణలను ఆశ్చర్యపరిచాడు?

ఖురాన్ - మహమ్మద్ వ్యక్తిగత పత్రం

12. మీరు *షహదా* అని చెబితే, మీరు దేనిని విశ్వసించి, పాటించాల్సిన భాధ్యత కూడా ఉంది?

13. సున్నా మరియు *ఖురాన్* ల మధ్య సంబంధాన్ని వివరించడానికి డ్యూరీ ఏ దృష్టాంతాన్నిఉపయోగిస్తాడు?

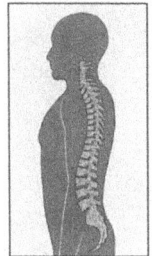

ఇస్లామిక్ *షరియా* ముస్లిం కావడానికి 'మార్గం'

14. సున్నా మరియు *ఖురాన్* లను *షరియా* అని పిలిచే ఒక క్రమబద్ధమైన నియమావళిగా నిర్వహించడానికి ముస్లింలు నిపుణుల అధికారం కోసం ఎవరిపై ఆధారపడాలి?

15. డ్యూరీ ప్రకారం ఏది లేకుండా ఇస్లాం ఉండదు?

16. పార్లమెంటులు రూపొందించిన చట్టాల నుండి *షరియా* ఎందుకు భిన్నంగా ఉంటుంది?

"విజయం యొద్దకు రండి"

17. ఇస్లాం పిలుపు ఏమిటి?

18. **ఖురాన్** పిలుపు మానవాళిని ఏ రెండు రకాల వ్యక్తులుగా విభజిస్తుంది?

19. ఇస్లాం ఏ రెండు విధాలుగా వివక్ష మరియు ఉన్నత భావాలను బోధిస్తుంది?

విభజించబడిన ప్రభుత్వం

20. ఖురాన్ మరియు ఇస్లామిక్ చట్టంలోని వ్యక్తుల యొక్క నాలుగు వర్గాలు ఏమిటి?

21. అల్లాహ్‌తో ఎవరినైనా లేదా దేనినైనా జతపరిస్తే ఆ వ్యక్తిని మహమ్మద్ ఏమని పిలుస్తారు?

22. ప్రారంభంలో జుడాయిజం మరియు క్రైస్తవ్యంలో **(గ్రంథపు ప్రజలు) ఖురాన్**లో మొద ట్లోఏకధర్మవాధం యొక్క స్వచ్ఛమైన రూపాలుగా వివరించబడినప్పటికీ, ముస్లింలు ఇ ప్పుడు యూదులను మరియు క్రైస్తవులను ఖండించే నాలుగు విషయాలను ఇది మార్చింది:

1)

2)

3)

4)

23. ఖురాన్‌లో యూదులు మరియు క్రైస్తవుల గురించి ఎలాంటి సాకులు సానుకూల విషయాలు చెప్పబడ్డాయి?

24. ముస్లిమేతరులకు వ్యతిరేకంగా ముస్లింలు చేసిన నాలుగు వేదాంత వాదనలు కూడా యూదులను మరియు క్రైస్తవులను హింసించడానికి నాలుగు మార్గాలు ఏ విధంగా ఉన్నాయి? నాలుగు చెప్పండి:

1)

2)

3)

4)

25. **ఖురాన్**లో ముస్లింలతో యూదుల సంబంధం ఎలా చిత్రీకరించబడింది?

ముస్లింల రోజువారీ ప్రార్థనల్లో యూదులు మరియు క్రైస్తవులు

26. అల్- ఫాతీహా 'ది ఓపెనింగ్' అని పిలువబడే ఖురాన్ ప్రారంభ అధ్యాయంలో ఏ మూడుఅంశాలు ప్రత్యేకంగా ఉన్నాయి?

27. డ్యూరీ ప్రకారం, అల్- ఫాతీహాలో పేర్కొన్న వ్యక్తులలో ఎవరు దారి తప్పినవారు మరియు అల్లా కోపం బారిన పడినవారు ఎవరు?

షరియా యొక్క సమస్యలు

28. *షరియా* వల్ల కలిగే సమస్యల యొక్క ప్రాథమిక మూలం ఏమిటి?

29. ఒక దేశ సంస్కృతిని ఇస్లాంకు అనుగుణంగా మార్చే ప్రక్రియకు పేరు ఏమిటి?

30. *షరియా*కు డ్యూరీ ఆపాదించిన ఆరు సమస్యలను గుర్తించండి:

1)

2)

3)

4)

5)

6)

అమీనా లావల్ కేసు

31. 1999 లో నైజీరియా లో జరిగిన ఏ మార్పు **అమీనా లావల్** వ్యభిచార నేరానికి దారితీసింది?

32. **అమీనా లావల్**ను రాళ్లతో కొట్టి చంపాలని *షరియా* న్యాయమూర్తి ఎవరిని అనుసరించారు?

33. ఇస్లాం యొక్క రాళ్లతో కొట్టే చట్టంపై డ్యూరీ చేసిన ఆరు విమర్శలు ఏమిటి?

1)

2)

3)

4)

5)

6)

చట్టబద్ధమైన మోసం

34. ముస్లింలు అబద్ధాలు చెప్పవచ్చని వివరించడానికి డ్యూరీ ఏ పరిస్థితులను ఉదహరించారు?

35. *తకియ్యా* అంటే ఏమిటి?

36. అలవాటైన అబద్ధం యొక్క నైతిక నష్టంగా డ్యూరీ ఏవిధంగా చూస్తాడు?

మీరే ఆలోచించండి

37. చాలామంది ముస్లింలు విశ్వాస విషయాలలో మార్గదర్శకత్వం కోసం దేనిపై ఆధారపడతారు?

38. ఆధునిక ఇంటర్నెట్ యుగంలో ఇస్లాం యొక్క ప్రాథమిక వనరులు మనకు అందుబాటులో ఉన్నందున ఇప్పుడు ఏమి చేయమని డ్యూరీ మనల్ని ప్రోత్సహిస్తున్నాడు?

ఇస్లామిక్ ప్రవక్త ఈసా

39. ప్రజలు ఎదుర్కొనే ముఖ్యమైన ఎంపిక ఏమిటి?

40. **ఖురాన్**లో ఏ పేరు ఎక్కువగా ప్రస్తావించబడింది: మహమ్మద్ లేదా ఈసా (యేసు)?

41. ఇస్లాం ప్రకారం, మహమ్మద్ ఏమి రద్దు చేసాడు ?

42. **ఖురాన్** ప్రకారం, *ఇంజిల్* అంటే ఏమిటి?

43. *హదీసుల* ప్రకారం, **ఈసా** తిరిగి వచ్చినప్పుడు ఏమి చేస్తాడు?

నిజమైన నజరేయుడైన యేసును వెంబడించడం

44. యేసును అనుసరించడం గురించి ముస్లింలకు ఏమి బోధిస్తారు?

45. ఇది ముస్లింల నుండి ఏమి మరుగు
చేయబడుతుంది?

46. నిజమైన నజరేయుడైన యేసు గురించి మనం
ఎలా విశ్వసనీయంగా తెలుసుకోవచ్చు?

47. ఖురాన్ యొక్క ఈసా మరియు సువార్తలలోని యేసు మధ్య తేడాను గుర్తించడం
ఏ విధంగా ముఖ్యమైనది?

4

మహమ్మద్ మరియు తిరస్కరణ

"మీ శత్రువులను ప్రేమించుడి; నిన్ను ద్వేషించే వారికి మేలు చేయుడి"

లూకా 6:27

పాఠ్యాంశాలు

ఎ) అరేబియాలో మహమ్మద్ జీవితంలోని బాధాకరమైన మొదటి 40 సంవత్సరాలను అభినందించండి.

బి) మక్కాలో ఇస్లాం స్థాపనలో మహమ్మద్ స్వీయ తిరస్కరణ మరియు స్వీయ సందేశం ఎలా అంతర్భాగంగా ఉన్నాయో అర్థం చేసుకోండి.

సి) మక్కాన్ల నుండి ఎగతాళి మరియు హింసల నేపధ్యంలో మహమ్మద్‌ను ధృవీకరించడానికి మక్కన్ 'బహిర్గతాలు' ఎలా ఉపయోగించబడ్డాయో గ్రహించండి.

డి) మహమ్మద్ యొక్క మక్కన్ జీవితంలోని ముఖ్య వ్యక్తులను మెచ్చుకోండి: అతని తీవ్రమైన మద్దతుదారులు మరియు కోపంతో ఉన్న శత్రువులు.

ఇ) ఫిట్నాను హింస లేదా ప్రలోభాలకు గురి చేయడం అనే మహమ్మద్ యొక్క అసలు భావన మక్కన్ చివరి నుండి మొదలై మదీనాలో అతని జీవించిన సంవత్సరాల వరకు కొనసాగే హింసాత్మక యుద్ధ సిద్ధాంతంగా ఎలా రూపాంతరం చెందిందో అర్థం చేసుకోండి.

ఎఫ్) పగ మరియు ప్రతీకారం కోసం మహమ్మద్ యొక్క కోరిక అతని వేదాంతాన్ని మరియు విశ్వాసులు కాని వారి పట్ల మరియు ముఖ్యంగా యూదుల పట్ల ఎలా వ్యవహరించిందో గ్రహించండి.

జి) తిరస్కరణను వ్యతిరేకించే మహమ్మద్ యొక్క మార్గం ఇస్లాంలో బాధితులు మరియు దురాక్రమణ యొక్క ప్రపంచ భావంగా మారిందని గుర్తించండి.

హెచ్) *షరియా* ప్రభావం వల్ల నేడు ముస్లింల జీవితాల్లో మహమ్మద్ యొక్క చెడు లక్షణాలు ఎలా పునరుత్పత్తి అవుతున్నాయో అర్థం చేసుకోండి.

ఐ) ఇస్లాంను విడిచిపెట్టిన వారు మహమ్మద్ పాత్ర మరియు మాదిరి నుండి వైదొలగవలసిన అవసరాన్ని మెచ్చుకోండి.

కేస్ స్టడీ: మీరు ఏమి చేస్తారు?

మీ వృత్తికి మీరు మీ అర్హతలను మెరుగుపరుచు కోవడానికి కొన్ని సెమినార్‌లను తీసుకోవాలి. ఒక వర్క్ షాప్ సమయంలో, మీరు ఒక గ్రూపులో ఉంచబడ్డారు, అక్కడ ఒక భక్తుడైన ముస్లిం, ఒక విరక్తి నాస్తికుడు, నామమాత్రపు కాథలిక్ మరియు మీరు ఉంటారు. ఈ బృందంతో కలిసి పని చేసేటప్పుడు కొన్ని సార్లు కలిసి బోజనం చేయడం కూడా ఉంటుంది. ఒక భోజన చేసే సమయంలోముస్లిం పెద్ద మనిషి ఈ విధంగా సంభాషించాడు. శతాబ్దాలుగా ముస్లింలకు వ్యతిరేకంగా క్రైస్తవులు చేసిన హింస యొక్క అన్నీ వ్యక్తీకరణలను జాబితా చేయాలని నిర్ణయించు కున్నాడు మరియు ఈరోజు ముస్లిం దేశాలపై జరుగుతున్న సమస్త కీడులను చేర్చాడు. అతను చూసినది ఏమంటే, "ముస్లింలు అణగారిన బాధితులు; క్రైస్తవులు దురాక్రమణదారులు". నాస్తికుడు క్రూసేడర్లచే రక్తపాత "పవిత్ర యుద్ధాల" ఉపయోగించడంపై దాడి చేయడంలో ముస్లింలతో చేరాడు. కేథలిక్ సహోద్యోగిరౌద్రంతో సహాయం కోసం మీ వైపు చూస్తున్నాడు.

ఇప్పుడు మిమ్మల్ని చూస్తున్న ముస్లిం మరియు నాస్తికుడైన ఇద్దరికీ మీరు ఏమి చెబుతారు?

ఇస్లాం యొక్క మూలం మరియు శరీరము మహమ్మద్ అయి ఉన్నాడు. ఈ పాఠం మహమ్మద్ జీవితంలోని కొన్ని బాధాకరమైన అనుభవాలు మరియు అతని కష్టాలకు అతను స్పందించిన హానికరమైన విధానానికి సంబంధించిన సారాంశాన్ని అందిస్తుంది. మొదటి విభాగంలో అతని కష్టతరమైన కుటుంబ పరిస్థితులు మరియు మక్కాలో అతను అనుభవించిన ఇతర సమస్యలను పరిశీలిస్తాము.

కుటుంబ ప్రారంభం

మహమ్మద్ క్రీ.శ 570 ఎ.డి, మక్కాలోని అరబ్ తెగ అయిన ఖురైష్‌లో జన్మించాడు. అతని తండ్రి, అబ్దుల్లా బిన్ అబ్ద్ అల్ - ముత్తాలిబ్, మహమ్మద్ పుట్టకముందే మరణించాడు. మహమ్మద్ తన ప్రారంభ సంవత్సరాల్లో సంరక్షణ కోసం మరొక కుటుంబానికి పెంచబడడానికి పంపబడ్డాడు. అతనికి ఆరేళ్ల వయస్సులో అతని తల్లి మరణించింది, మరియు అతని బలవంతుడైన తాత అతనిని కొంతకాలం చూసుకున్నాడు, కానీ మహమ్మద్ ఎనిమిదేళ్ల వయస్సులో అతను కూడా చనిపోయాడుఅప్పుడు మహమ్మద్ తన తండ్రి సోదరుడు అబూ తాలిబ్‌తో నివసించడానికి వెళ్లాడు, అక్కడ అతనికి వాళ్ల మామ ఒంటెలు మరియు గొర్రెలను చూసుకొనే వినయ పూర్వకమైన పని ఇవ్వబడింది. తర్వాత అతను ప్రతి ప్రవక్త తన మందను మేపుతున్నాడని, తన వినయపూర్వకమైన నేపథ్యాన్ని ప్రత్యేకంగా మరియు విలక్షణమైనదిగా మార్చాడని పేర్కొన్నాడు.

మహమ్మద్ యొక్క ఇతర మేనమామలలో కొందరు ధనవంతులు అయినప్పటికీ, వారు అతనికి సహాయం చేయడానికి ఏమీ చేయలేదని తెలుస్తుంది. అబూ లహబ్ లేదా 'జ్వాల యొక్క తండ్రి' అనే మారుపేరుతో ఉన్న ఒక మేనమామపై ఖురాన్ ధిక్కారాన్ని వ్యక్తపరుస్తుంది. మహమ్మద్ పట్ల అతని ధిక్కారం కారణంగా అతను నరకంలో కాలిపోతాడు:

అబూ లహాబ్ చేతులు రెండూ విరిగి పోయాయి,వాడు సహా నాశనం అయిపోయాడు!
వాడి ధనం గాని, వాడి సంపాదన కాని వాడికేమాత్రం పనికి రాలేదు.
త్వరలోనే వాడు భగభగ మండే అగ్నికి ఆహుతి అవుతాడు.
ఇంకా అతని భార్య, అగ్ని పుల్లలు మోసుకుంటూ ఆమె కూడా నరకానికి పోతుంది
ఆమె మెడలో గట్టిగా పేనిన ఒక త్రాడు ఉంటుంది. (ఖు 111)

వివాహం మరియు కుటుంబం

ఖదీజా అనే సంపన్న మహిళ మహమ్మద్ తన ఇరవై ఐదవ ఏట ఆమె వద్ద పని చేస్తున్నప్పుడు వివాహ ప్రస్తావన తీసుకొని వచ్చింది. ఆమె మహమ్మద్ కంటే వయస్సులో పెద్ద. ఇబ్న్‌ఖతీర్ నివేదించిన ఒక సాంప్రదాయం ప్రకారం, ఖదీజా తన తండ్రి ఈ వివాహాన్ని తిరస్కరిస్తాడని భయపడి అతను తాగి ఉండగానే అతనిని వివాహం చేసుకున్నాడు. ఆమె తండ్రికి స్పృహ వచ్చినప్పుడు అతను ఏమి జరిగిందో తెలుసుకొని కోపంగా ఉంటాడు.

అరేబియా సంస్కృతిలో, ఒక వ్యక్తి తన భార్య కోసం వధువు ధరను చెల్లించాల్సి ఉంటుంది, ఆ తర్వాత ఆమె తన ఆస్తిగా పరిగణించ బడుతుంది. ఆమె భర్త చనిపోతే, ఆమె అతని ఆస్తిలో భాగంగా కూడా పరిగణించ బడుతుంది మరియు అతని మగ వారసుడు అతను కోరుకుంటే ఆమెను వివాహం చేసుకోవచ్చు. సాధారణ పరిస్థితికి భిన్నంగా, ఖదీజా శక్తివంతురాలు మరియు సంపన్నురాలైన స్త్రీ - మహమ్మద్ జీవితచరిత్ర యొక్క రచయిత ఇబ్న్ ఇషాక్ ఆమెను "గౌరవం మరియు సంపద" కలిగిన మహిళ అని పిలిచాడు - మరియు మహమ్మద్ పేదవాడు. ఖదీజా కూడా ఇంతకు ముందు రెండు వివాహాలు చేసుకుంది. అరబ్బులలో వివాహం గురించిన సాధారణ అవగాహన ఉన్న ఆ సమయంలో ఖదీజా మరియు మహమ్మద్‌లమధ్య ఏర్పాటు యొక్క వ్యత్యాసం అద్భుతమైనది.

ఖదీజా మరియు మహమ్మద్ లకు ఆరుగురు (కొన్ని లెక్కల ప్రకారం ఏడుగురు) పిల్లలు ఉన్నారు. మొత్తం మీద మహమ్మద్‌కు ముగ్గురు (లేదా నలుగురు) కుమారులు ఉన్నారు, కానీ వారందరూ చిన్న వయస్సులోనే మరణించారు, అతనికి మగ వారసులు లేకుండా పోయారు. ఇది నిస్సందేహం గా మహమ్మద్ కుటుంబ జీవితం యొక్క అనుభవంలో, అతని చిన్ననాటి అనుభవాలతో పాటు నిరుత్సాహానికి మరో మూలం..

చివరిగా, మహమ్మద్ కుటుంబ పరిస్థితులలో అనాథగా మారడం మరియు అతని తాతను కోల్పోవడం, బంధువులపై ఆధారపడిన పేదవాడిగా మారడం, తాగుబోతు మామగారి ద్వారా వివాహం చేసుకోవడం, అతని పిల్లలను కోల్పోవడం, మరియు బలవంతులైన బంధువుల యొక్క శత్రుత్వానికి గురి అవ్వడము వంటి బాధాకరమైన విషయాలు ఉన్నాయి. అతని మామ అబూ తాలిబ్ అతని పట్ల చూపిన శ్రద్ధ మరియు ఖదీజా అతనిని వివాహ భాగస్వామిగా ఎంచుకోవడం, ఇది అతనిని పేదరికం నుండి రక్షించడం వంటి కొన్ని విషయాలు తిరస్కరణ మరియు నిరాశ యొక్క సంధర్భాలకు మినహాయింపుగా ఉన్నాయి.

క్రొత్త మతం స్థాపించబడింది (మక్కా)

మహమ్మద్ కుటుంబ పరిస్థితులు కష్టంగా ఉన్నాయి మరియు అతను క్రొత్త మతాన్ని స్థాపించాడు. అయినప్పటికీ అతను కష్టాలు అనుభవించడం కొనసాగుతూనే ఉంది.

మహమ్మద్ దాదాపు 40 సంవత్సరాల వయస్సులో ఉన్నప్పుడు, అతను ఒక ఆత్మ నుండి ప్రత్యక్ష తలను అనుభవించడం ప్రారంభించాడు. ఆ ఆత్మను అతను దేవదూత జిబ్రిల్ అని చెప్పాడు. మొదట మహమ్మద్ ఈ ప్రత్యక్షతల వల్ల అతను చాలా దు:ఖపడ్డాడు మరియు అతను బంధి ంపబడ్డాడా అని ఆశ్చర్యపోయాడు. అతను ఆత్మహత్య గురించి కూడా ఆలోచించాడు. "నేను పర్వత శిఖరానికి వెళ్లి, అక్కడ నుండి క్రిందకు దూకి నన్ను నేను చంపుకొని నెమ్మది పొందుతాను" అని అనుకున్నాడు. అతని భార్య ఖదీజా అతని యొక్క తీవ్ర ఆందోళనలో అత నిని ఓదార్చింది మరియుఅతనిని తన బంధువైన వరాఖా అనే క్రైస్తవుని వద్దకు తీసుకు వెళ్లింది. అతను మహమ్మద్ ఒక ప్రవక్త అని మరియు పిచ్చివాడు కాదని ప్రకటించాడు.

తరువాత, కొంతకాలం ఆ ప్రత్యక్షతలు ఆగిపోయినప్పుడు, మహమ్మద్‌కు మళ్లీ ఆత్మహత్య ఆలో చనలు వచ్చాయి, కానీ ప్రతిసారి అతను తనను తాను పర్వతం నుండి త్రోసి వేసుకోవాలను కున్నప్పుడు, జిబ్రిల్ కనిపించి అతనికి భరోసా ఇచ్చేవాడు, "ఒక క్రొత్త మతం మహమ్మద్! మీరు అల్లాహ్ యొక్క నిజమైనదూత") అని చెప్పాడు.

మహమ్మద్ మోసగాడుగా తిరస్కరింప బడతాడేమోనని భయపడినట్లు తెలుస్తోంది. ఎందు కంటే ప్రారంభ సూరాలలో ఒక దానిలో మహమ్మద్‌ను అల్లాహ్ విడిచిపెట్టనని లేదా తిరస్కరి ంచనని హామీ ఇచ్చాడు (ఖు 93).

ముస్లిం సమాజం మొదట్లో మెల్లగా పెరిగింది. ఖదీజా మొదటిగా మతం మారింది. తదుపరి మహమ్మద్ యొక్క ఇంటిలో పెరిగిన తన బంధువు అలీబిన్ అబూ తాలిబ్ మతం మారాడు. ఇతరులు ప్రధానంగా పేదలు, బానిసలు మరియు విముక్తి పొందిన బానిసల ఇతనిని అను సరించారు.

మహమ్మద్ సొంత తెగ

మొదట మహమ్మద్ స్థాపించిన క్రొత్త మతాన్ని దాని అనుచరులను రహస్యంగా ఉంచారు, కానీ మూడు సంవత్సరాల తర్వాత మహమ్మద్ దానిని బహిరంగ పరచమని అల్లా తనకు చెప్పాడని చెప్పాడు. అతడు కుటుంబ సమావేశాన్ని ఒకటి ఏర్పాటు చేయడం ద్వారా తన బంధువులను ఇస్లాంలోకి ఆహ్వానించి దీనిని చేసాడు.

మొదట, మక్కాలోని ఖురేష్ తెగ ప్రజలు మహమ్మద్ మాట వినడానికి సిద్ధంగా ఉన్నారు, కానీ అతను వారి దేవుళ్లపై దాడి చేయడం ప్రారంభించే వరకు మాత్రమే అతని మాట విన్నారు. దీని తరువాత ముస్లింలు ఇబ్న్ - ఇషాక్ "ద్వేషించబడిన మైనారిటీగా మారారు, దీంతో ఉద్రిక్తత నెలకొనడంతో ఇరు వర్గాలు వాగ్వాదానికి దిగాయి.

వ్యతిరేకత పెరగడంతో, మహమ్మద్ యొక్క మేనమామ అబూ తాలిబ్ అతన్ని రక్షించాడు. మక్కాలోని ఇతరులు, "ఓ అబూతాలిబ్ నీ మేనల్లుడు మా దేవుళ్లను దూషించాడు, మా మతాన్ని అవమానించాడు, మా జీవన విధానాన్ని అపహాస్యం చేశాడు... మీరు అతన్ని ఆపాలి లేదా మమ్ముల్ని అతని వద్దకు రానివ్వండి" అంటూ అబూ తాలిబ్ వారి వద్దకు వచ్చినప్పుడు వారికి మృధువుగా సమాధానం చెప్పినప్పుడు వారు వెళ్లిపోయారు.

అవిశ్వాసులైన అరబ్బులు మహమ్మద్ వంశానికి వ్యతిరేఖంగా ఆర్థిక మరియు సామాజిక భహిష్కరణను నిర్వహించారు, వారితో వాణిజ్యం మరియు వివాహాలను నిషేదించారు.

వారి పేదరికం కారణంగా, ముస్లింలు బలహీనంగా ఉన్నారు. ఖురైష్ చేతిలో వారు బాధలు పడ్డా రని ఇబ్న్ ఇషాక్ సంక్షిప్తంగా తెలియజేసాడు:

> అప్పుడు ఖురైషులు దేవదూతను అనురించిన వారందరికీ తమ శత్రుత్వాన్ని చూపించారు; ముస్లింలను కలిగి ఉన్న ప్రతి వంశం వారిపై (ముస్లింలపై) దాడి చేసారు, వారిని జైలులో పెట్టారు మరియు కొట్టారు. వారికి ఆహారం లేదా పానీయాలను అనుమతించలేదు మరియు వారి మతం నుండి వెలివేస్తూ మక్కాలోని ఎండ వేడిమికి వారిని బయట ఉంచారు, కొందరు హింసల ఒత్తిడికి దారి తీసారు, మరికొందరు దేవునిచే[7] రక్షించబడుతూ వారిని ఎదిరించారు.

మహమ్మద్ స్వయంగా ప్రమాదాలు మరియు అవమానాల నుండి తప్పించుకోలేదు: అతను ప్రార్థన చేస్తున్నప్పుడు అతనిపై మురికి మరియు జంతువుల ప్రేగులు కూడా విసిరి వేయబడ్డాయి.

హింస కొనసాగినప్పుడు, 83 మంది ముస్లిం పురుషులు మరియు వారి కుటుంబాలు ఆశ్రయం కోసం క్రిస్టియన్ అబిస్సీనియాకు వలస వెళ్లారు, అక్కడ వారికి రక్షణ లభించింది.

మక్కాలోని తన సొంత ప్రజల తిరస్కరణకు మహమ్మద్ ఎలా ప్రతిస్పందించాడో ఈ తదుపరి విభాగాలలో పరిశీలిస్తాము.

స్వీయ సందేహం మరియు స్వీయ ధృవీకరణ

మహమ్మద్ ఒకానొక సమయములో ఖురేషుల ఒత్తిడి వలన దేవుడొక్కడే అన్న తనకున్న నమ్మకంపై సందేహించాడు. వారు అతనితో ఒక ఒప్పందాన్ని చేసారు, అదేమనగా మహమ్మద్ వారి దేవుళ్లను ఆరాధిస్తే వారుకూడా అల్లాను ఆరాధిస్తానన్నారు. ఈ ఒప్పందాన్ని అతను అంగీకరించడు, ఎందుకంటే ఖు 109:6 యొక్క వాక్యాల ప్రకారం "మీకు మీ మతం, నాకునామతం!" అని ప్రకటించాడు. అయినప్పటికీ, మహమ్మద్ తప్పక సంకోచించ వలసి ఉంటుంది, ఎందుకంటే అతను ఖు 53 ని అందుకొంటున్నప్పుడు, మక్కన్ దేవతలైన **అల్-లాత్, అల్‌ఉజ్జా**, మరియు **మనత్** గురిం చెప్పబడిన 'సాతాను వాక్యాలు' అని పిలువబడేది అతనికి 'బయలు పరచబడింది" అని అల్ తబరి రికార్డ్‌లు పేర్కొన్నాయి. "ఇవి ఉన్నతమైన *ఘరానిక్* (క్రేన్లు) దీని మధ్యవర్తిత్వం ఆమోదించ బడింది".

వారు ఈ వాక్యం విన్నప్పుడు, అన్యజాతి ఖురేషులు సంతోషించారు మరియు ముస్లింలతో కలిసి పూజలు చేయడం ప్రారంభించారు. అయితే, దేవదూత జిబ్రిల్ మహమ్మద్‌ను మందలించాడు, కాబట్టి మహమ్మద్, ఆ వాక్యం రద్దు చేయబడిందని (రద్దు చేయబడింది) మరియు సాతాను నుండి వచ్చినట్లు ప్రకటించాడు. ఆ వాక్యం ఉపసంహరించు కున్నట్లు మహమ్మద్ తెలియ జేసినప్పుడు, ఇది మహమ్మద్ మరియు అతని అనుచరులకు మరింత శత్రుత్వం వహించిన ఖురైష్ నుండి మరింత ధిక్కారాన్ని కలిగించింది.

7. ఎ. గుయిలౌమ్, ది లైఫ్ ఆఫ్ మహమ్మద్, పేజి 143.

దీని తరువాత, మహమ్మద్ తన ముందున్న ప్రవక్తలందరూ కూడా సాతానుచే తప్పుదారి పట్టించ బడ్డారని పేర్కొన్న ఒక వాక్యం నివేదించాడు (ఖు 22:52). మహమ్మద్ అవమానానికి ఒక సంభావ్య కారణాన్ని తీసుకొని దానిని ప్రత్యేక చిహ్నంగా మార్చడాన్ని మనం ఇక్కడ మళ్లీ చూస్తాము.

అతను ఒక మోసగాడు అని అపహాస్యపు ఆరోపణలు ఎదుర్కొంటున్నప్పుడు, ఇది అతనిని తీవ్రంగా బాధించింది, మహమ్మద్ అల్లా నుండి అతనిని ధృవీకరించే వాక్యాలను స్వీకరించినట్లు నివేదించాడు మరియు అతని పాత్ర అద్భుతమైనదని ప్రశంసించాడు. అతను చిత్తశుద్ధి ఉన్న వ్యక్తే కాని తప్పులోఉన్న వాడు కాడు అని ఖురాన్ చెబుతుంది. (ఖు 53:1-3; ఖు 68: 1-4).

మహమ్మద్ తన జాతి, తెగ, వంశం మరియు తల్లిదండ్రుల యొక్క ఔన్నత్యాన్ని విశ్వసించాడని అనేక రకాల *హదీసు* సంప్రదాయాలు కూడా నివేదించాయి. అతను చట్టవిరుద్ధమైన వాదనలకు ప్రతిస్పందనగా, ఆదాము మొదలుకొని తన పూర్వీకులందరూ చట్టపరమైన వివాహం ద్వారానే జన్మించారు కాని చట్టబద్ధంకాని వివాహం ద్వారా జన్మించలేదని చెప్పాడు. ఇబ్న్ ఖథీర్ నివేదించిన ఒక హథీథ్‌లోమహమ్మద్ అత్యుత్తమ దేశం (అరబ్బులు) యొక్క ఉత్తమ వంశం (హాషెమైట్‌లు) నుండి తాను ఉత్తమ వ్యక్తి అని ప్రకటించాడు, "నేను మీలో ఉత్తమ మైన ఆత్మను కలిగిన వాడను మరియు తల్లిదండ్రులలో ఉత్తమమైన వాడను .. ... ఎన్నుకొనబడిన వారిలో నేను ఉత్తముడను; కాబట్టి ఎవరైతే అరబ్బులను ప్రేమిస్తారో, వారు నన్ను ప్రేమించడం ద్వారా వారిని ప్రేమిస్తారు".

మహమ్మద్ మక్కాలో 13 సంవత్సరాలు గడిపిన సమయంలోనే ఇస్లామిక్ విజయం మరియు విజేతలు మరియు ఓడిపోయిన వారు అన్న పదాలు ఖురాన్‌లో ఇతివృత్తాలుగా ఉద్భవించాయి. ఉదాహరణకు, మోషే ఐగుప్తీయుల విగ్రహారాధికుల మధ్య విభేధాల గురించి పదే పదే ప్రస్తావిస్తూ, ఖురాన్ విజేతలు మరియు ఓడిపోయిన వారి పరంగా ఫలితాలను వివరిస్తుంది (ఉదాహరణకు, ఖు 20:64, 68; ఖు 26 :40-44). మహమ్మద్ తనకు మరియు తన ప్రత్యర్థులకు జరిగే పోరాటానికి విజయంయొక్క పదజాలాన్ని వర్తింప జేయడం ప్రారంభించాడు, ల్లాహ యొక్క ప్రత్యక్షతలను తిరస్కరించే వారు ఓడిపోతారని ప్రకటించారు (ఖు 10:95).

మరింత తిరస్కరణ మరియు క్రొత్త మిత్రులు

మహమ్మద్ తన భార్య ఖథీజా మరియు అతని మేనమామ అబూ తాలిబ్ ఇద్దరిని ఒకే సంవత్సరంలో కోల్పోయినప్పుడు మక్కాలో కొంతకాలంగా పరిస్థితులు సరిగా లేవు. ఇవి భారీ గాయాలు అయ్యాయి. వారి మద్దతు మరియు రక్షణ లేకుండా, ఖురేష్లు మహమ్మద్ మరియు అతని మతానికి వ్యతిరేకంగా మరింత శత్రుత్వం వహించడానికి ధైర్యంగా చేశారు.

అరబ్ సమాజం పొత్తులు మరియు క్లయింట్ సంబంధాలపై ఆధారపడింది . భద్రతను కనుగొనే మార్గం ఏమిటంటే, తనకంటే శక్తివంతమైన వ్యక్తి యొక్క రక్షణలోకి రావడము. అతను మరియు అతని అనుచరులకు ప్రమాదాలు ఎక్కువైనందున మరియు తన స్వంత తెగచే తిరస్కరించబడి నందున, మహమ్మద్ ప్రత్యామ్నాయ రక్షకులను వెతక డానికి మక్కా సమీపంలోని తైఫ్‌కు వెళ్లాడు. అయినప్పటికీ, తైఫ్‌లో అతన్ని ఎగతాళి చేశారు మరియు ఒక గుంపు ద్వారా అతన్ని తరిమి కొట్టారు.

తైఫ్ నుండి తిరిగి వస్తుండగా, ఇస్లామిక్ సంప్రదాయ ప్రకారం, మహమ్మద్ అర్ధరాత్రి ఖురాన్ నుండి వాక్యాలను పఠిస్తూ ప్రార్థనలు చేస్తున్నప్పుడు *జిన్* (దురాత్మలు) సమూహం విన్నాయి. అవి విన్నవాటి వలన ఎంతగానో ఆకర్షించబడ్డాయి, అవి వెంటనే ఇస్లాంను స్వీకరించాయి. అప్పుడు ఈ ముస్లిం దురాత్మలు ఇతర జిన్లకు ఇస్లాంను బోధించడానికి బయలు దేరాయి. ఈ సంఘటన ఖురాన్‌లో రెండు సార్లు ప్రస్తావించబడింది (ఖు 46:29-32; ఖు 72:1-15).

ఈ సంఘటన రెండు కారణాల వల్ల ముఖ్యమైనది. మొదటిది ఇది మహమ్మద్ యొక్క స్వీయ - ధృవీకరణ యొక్క నమూనాకు అనుగుణంగా ఉంటుంది: తైఫ్ లోని మనుష్యులు అతన్ని తిరస్కరించినప్పటికీ, అతను అల్లాహ్ నుండి వచ్చిన నిజమైన దూత అని చెప్పుకున్నందుకు అతనిని గుర్తించిన *జిన్లు* ఉన్నారని అతను వాదించగలిగాడు.

రెండవది *జిన్*‌లు దైవభీతి గల ముస్లింలుగా ఉండవచ్చనే ఆలోచన ఇస్లాంలో దెయ్యాల రాజ్యానికి ఒకద్వారం తెరిచింది. మహమ్మద్ జీవితంలో జరిగిన ఈ సంఘటన మరియు ముస్లిం *జిన్* ల ప్రస్తావన, ముస్లింలు (ముస్లిం) ఆత్మీయ లోకంతో సంబంధాలు పెట్టుకోవడానికి ప్రయత్నించిందనే ఒక సమర్ధతను అందించింది. ముస్లింలు ఆత్మీయ లోకంతో నిమగ్నమవ్వడానికి మరొక కారణం ఖురాన్‌మరియు హదీథ్‌లోని ప్రతి వ్యక్తికి ఖరీన్ లేదా సహవాస ఆత్మ కలిగి ఉండాలి (ఖు 43:36; ఖు 50:23, 27)

తిరిగి మక్కాలో, మహమ్మద్‌కు పరిస్థితులు అనుకూలంగా లేవు. అయినప్పటికీ చివరికి అతను తనను రక్షించడానికి సిద్ధంగా ఉన్న సమాజాన్ని కనుగొన గలిగాడు. వీరు యాత్రిబ్ (తరువాత మదీనా అని పిలువబడ్డారు) నుండి వచ్చిన అరబ్బులు, ఈ పట్టణంలో చాలా మంది యూదులు కూడా నివసించారు. మక్కాలో వార్షిక ఉత్సవంలో, మదీనా నుండి వచ్చిన సందర్శకుల బృందం మహమ్మద్ యొక్క ఏకధర్మవాదమైన సందేశానికి అనుగుణంగా జీవించడానికి అంగీకరించి విధేయతను చూపిస్తూ ప్రతిజ్ఞ చేసారు.

ఈ మొదటి ప్రతిజ్ఞలో, పోరాడే నిబద్ధత లేదు. అయితే, మరుసటి సంవత్సరం జరిగే ఉత్సవంలో మదీనాల పెద్ద సమూహం మహమ్మద్ కోరుతున్న రక్షణను ప్రతిజ్ఞ చేసింది. అన్సార్ 'సహాయకులు' అని పిలువబడే ఈ మదీనా వాసులు "అపోస్తలునికి పూర్తి విధేయతతో యుద్ధం" చేయడానికి పూనుకున్నారు.

దీని తరువాత మక్కా ముస్లింలు రాజకీయ సురక్షిత స్వర్గాన్ని ఏర్పరచుకోవడానికి మదీనాకు వలస వెళ్లాలని నిర్ణయించారు. మహమ్మద్ మక్కానుండి పారిపోయిన చివరి వ్యక్తి, అర్ధరాత్రి వెనుక కిటికీ ద్వారా తప్పించుకున్నాడు.మదీనాలో, మహమ్మద్ తన సందేశాన్ని ఎటువంటి ఆటంకం లేకుండా ప్రకటించగలిగాడు మరియుమదీనా అరబ్బులు అందరూ మొదటి సంవత్సరంలోనే ఇస్లాంలోకి మారారు. ఈ సమయానికి మహమ్మద్ వయస్సు కేవలం 52 ఏళ్లు దాటింది.

మక్కన్ సంవత్సరాలలో, మహమ్మద్ తన స్వంత కుటుంబం మరియు తెగచే తిరస్కరించబడ్డాడు. కొన్ని మినహాయింపులతో, నిరాడంబరమైన పేదలు మాత్రమే అతనినివిశ్వసించారు మరియు మిగిలిన వారందరూ అతన్ని ఎగతాళి చేసారు, బెదిరించారు, అవమానించారు మరియు దాడి చేశారు.

మహమ్మద్ మొదట తన గురించి తనకు చాలా ఖచ్చితంగా తెలియలేదు, అతని ప్రవచనాత్మకపు పిలుపు యొక్క భావం తిరస్కరణకు గురవుతుంది. ఒకానొక సమయంలో అతను ఖురైష్ దేవుళ్లను అంగీకరించినట్లు కూడా అనిపించింది. అయితే, అంతిమంగా, అంత

వ్యతిరేకత ఉన్నప్పటికీ, మహమ్మద్ దృఢమైన పట్టుదలతో వ్యవహరించాడు మరియు అంకితమైన అనుచరుల సమూహాన్ని సంపాదించాడు.

మక్కాలో మహమ్మద్ నిజంగా ప్రశాంతంగా ఉన్నాడా?

మక్కాలో మహమ్మద్ యొక్క జీవితం దశాబ్దం వరకు శాంతియుతంగా ఉన్నదని సాక్ష్యం ఇస్తుందని చాలామంది రచయితలు పేర్కొన్నారు. ఒక కోణంలో ఇది నిజమైంది. ఏదీ ఏమైన ప్పటికీ, ఖురాన్ యొక్క మక్కన్ అధ్యాయాలలో ఎటువంటి శారీరక హింసను అజ్ఞాపించన ప్పటికీ అది ఖచ్చితంగా ఆలోచించబడింది మరియు మహమ్మద్ యొక్క పొరుగు వారిని భయానక భాషలో తన తొలి ప్రత్యక్షతలు ఖండించాయి మరియు అతని మతాన్ని తిరస్కరిం చేవారికి తదుపరి జీవితంలో భయంకరమైన హింసను ప్రకటించాయి.

ఖురాన్ లోని మక్కన్ తీర్పు వాక్యాల యొక్క విధుల్లో ఒకటి ఖురైష్ అరబ్బుల నుండి మహ మ్మద్ తిరస్కరణకు గురైన విషయాన్ని ధృవీకరించడం. ఉదాహరణకు, ముస్లింలను చూసి నవ్వేవారు ఇహలోకంలో మరియు తరువాత కూడా శిక్షించబడతారని ఖురాన్ చెబుతుంది. విశ్వాసులు, స్వర్గంలో తమ పరుపులపై విలాసవంతంగా ద్రాక్షారసం త్రాగుతూ కూర్చొని, నర కాగ్నిలో కాలుతున్న అవిశ్వాసులను చూస్తూ నవ్వుతారు (ఖు 83:29-36).

ఈ తీర్పు సందేశాలు నిస్సందేహంగా మక్కాలో వివాదాల మంటలను రేకెత్తించాయి. అవిశ్వాసులైన విగ్రహారాధికులు వారు వింటున్న ఈ సందేశాన్ని ఇష్టపడలేదు.

మహమ్మద్ శాశ్వతమైన తీర్పును బోధించడమే కాకుండా, మక్కన్ కాలం ప్రారంభంలోనే మహమ్మద్ అవిశ్వాసులైన మక్కన్లను చంపాలనే తన ఉద్ధేశాన్ని ముందుగా సూచించాడని ఇబ్న్ ఇషాక్ నివేదించాడు. అతను వారితో ఇలా అన్నాడు, “ఓ ఖురేషు, మీరు నామాట వింటా రా? నా ప్రాణాన్ని తన చేతిలో పెట్టుకున్న వాని ద్వారా నేను మీకు వధ తీసుకు వస్తాను”.

తరువాత, మహమ్మద్ మదీనాకు పారిపోవడానికి ముందు, ఖురైషీల బృందం అతని వద్దకు వచ్చి, తనను తిరస్కరించిన వారిని చంపుతానని అతను బెదిరించిన “మీరు అతనిని అను సరించకపోతే మీరు చంపబడతారని మహమ్మద్ ఆరోపించాడు... మరియు మీరు మృతుల లో నుండి లేపబడినప్పుడు నరకాగ్నిలో కాల్చబడతారు” విషయాన్ని బట్టి మహమ్మద్‌ను ఎదుర్కొన్నారు. “నేను చెబుతున్నది సరైనది” అని మహమ్మద్ ఒప్పుకున్నాడు.

మక్కాలో తిరస్కరణ మరియు హింసను అనుభవించిన తరువాత, ముస్లిం సమాజం, వారి ప్రవక్త మహమ్మద్ ద్వారా మార్గనిర్దేశం చేయబడ్డారు, వారి ప్రత్యర్థులకు వ్యతిరేకంగా యుద్ధానికి వెళ్లాలని నిర్ణయించుకున్నారు.

ఈ విభాగాలలో మహమ్మద్ తనను మరియు అతని సందేశాన్ని తిరస్కరించిన వారిపై హింసాత్మకంగా మారడాన్ని మనము పరిశీలిద్దాము.

హింస నుండి హత్య వరకు

ఫిట్నా అనే అరబిక్ పదం 'విచారణ, హింస, ఒత్తిడి, అనేది సైనిక నాయకుడిగా మహమ్మద్ యొక్క రూపాంతరాన్ని అర్థం చేసుకోవడానికి కీలకమైనది. ఈ పదం ఫటానా నుండి

ఉద్భవించింది 'తొలగిపోవడం, ప్రలోభపెట్టటం, మోహింపజేయడం లేదా పరీక్షలకు గురిచేయడం'.అగ్నితో లోహాన్ని పరీక్షించడం మరియు శుద్ధి చేయడం దీని మూలార్థం. ఫిట్నా అనేది ఒత్తిడి లేదా పరీక్షని సూచించవచ్చు, ఇందులో సానుకూల మరియు ప్రతికూల ఒప్పందాలు ఉన్నాయి. ఇది ఆర్థిక మరియు ప్రేరణలను అందించడం లేదా హింసను వర్తింప జేయడం వంటివి కలిగి ఉండవచ్చు..

అవిశ్వాసులతో తొలి ముస్లిం సమాజం యొక్క అనుభవాలపై వేదాంతపరమైన ప్రతిబింబంలో ఫిత్నా కీలకమైన అంశంగా మారింది. ఖురైష్‌లపై మహమ్మద్ చేసిన ఆరోపణ ఏమిటంటే, ముస్లింలు ఇస్లాంను విడిచిపెట్టడానికి లేదా దాని వాదనలను పలుచన చేయడానికి వారు ఫిట్నాను అవమానిం చడం, అపవాదు, హింస, మినహాయింపు, ఆర్థిక ఒత్తిళ్లు మరియు ఇతర ప్రోత్సాహకాలను ఉపయోగించారు.

పోరాటానికి సంబంధించిన తొలి ఖురాన్ వాక్యాలు పోరాడి చంపడం యొక్క మొత్తం ఉద్ధేశ్యం ఫిట్నాను తిలగించడమేనని స్పష్టం చేసింది:

> మీకు విరోధంగా పోరాడే వారితో అల్లాహ్ మార్గంలో పోరాడండి, కానీ దురాక్రమణకు పాల్పడవద్దు: అల్లాహ్ దురాక్రమణ దారులను ప్రేమించడు.
> మీరు వారిని ఎక్కడకు తీసుకెళ్లారో అక్కడ చంపివేయండి,
> మరియు వారు మిమ్మల్ని ఎక్కడకు నుండి వెళ్లగొట్టారో అక్కడ నుండి వారిని బహిష్కరించండి. హింసించడం (ఫిట్నా) చంపడం కంటే ఘోరమైనది
> .....
>
> హింస (ఫిట్నా) పోయెంత వరకు మరియు మతం అల్లాహ్ కు చెందే వరకు పోరాడండి.
> కానీ వారు ఆగిపోతే (ఇస్లాంపై వారి యొక్క అవిశ్వాసం మరియు అపనమ్మకం ఆపివేసినప్పుడు),
> దుర్మార్గులపై తప్ప దురాక్రమణ ఎవరిపై ఉండకూడదు.
> (ఖు 2:190-93)

ముస్లింల ఫిట్నా " చంపడం కంటే ఘోరమైనది" అనే ఆలోచన చాలా ముఖ్యమైనదిగా నిరూపించ బడింది. పవిత్ర మాసంలో (అరబ్ గిరిజన దాడి నిషేదించిన కాలంలో) మక్కాన్ కారవాన్ (ఖు 2:217) పై దాడి తర్వాత అదే పదబంధం మళ్లీ బహిర్గతమౌతుంది. ఇది కనీ సం, అవిశ్వాసుల రక్తాన్ని చిందించడం, ముస్లింలను వారి విశ్వాసం నుండి తప్పుదారి పట్టించడం అంత చెడ్డది కాదని సూచించింది.

సూరా 2 లోని ఈ బాగంలోని మరో ముఖ్యమైన పదబంధం "ఫిట్నా ముగించే వరకు వారి తో పోరాడండి". మదీనా లో రెండవ సంవత్సరంలో బద్ర్ యుద్ధం తర్వాత ఇది కూడా రెండ వసారి వెల్లడి అయింది (ఖు 8:39).

ఈ ఫిట్నా పదబంధాలు, ఒక్కొక్కటి రెండుసార్లు వెల్లడి చేయబడ్డాయి, ప్రజలు ఇస్లాంలోకి ప్రవేశించడానికి ఏదైనా అడ్డంకి లేదా ముస్లింలు వారి విశ్వాసాన్ని విడిచిపెట్టడానికి ప్రేరణలు ఉండడం ద్వారా *జిహాద్* సమర్ధించ బడుతుందనే సూత్రాన్ని స్థాపించింది. ఏది ఏమైనప్పటికీ ఇతరులపై పోరాడి చంపడం బాధాకరం, ఇస్లాంను అణగద్రొక్కడం లేదా అడ్డుకోవడం దారుణమైనది.

ముస్లిం పండితులు అవిశ్వాసం యొక్క ఉనికిని కూడా చేర్చడానికి ఫిట్నా భావనను విస్తరించారు, కాబట్టి ఈ పదబంధాన్ని "అవిశ్వాసం చంపడం కంటే ఘోరమైనది" అని అర్థం చేసుకోవచ్చు.

ఈ విధంగా అర్థం చేసుకుంటే, "ఫిట్నా చంపడం కంటే ఘోరమైనది" అనే పదబంధం మహమ్మద్ సందేశాన్ని తిరస్కరించిన అవిశ్వాసులు మరియు ముస్లింలతో జోక్యం చేసుకున్నా లేదా చేయక పోయిన వారితో పోరాడి చంపడానికి విశ్వవ్యాప్త ఆదేశంగా మారింది. అవిశ్వాసులు కేవలం "అవిశ్వాసంలో కట్టుబడి" - గొప్ప వ్యాఖ్యాత ఇబ్న్ కథీర్ చెప్పినట్లుగా - వారు చంపబడటం కంటే గొప్ప కీడు. ఇదిఅవిశ్వాసాన్ని తొలగించడానికి మరియు అన్ని ఇతర మతాలపై ఇస్లాంను ఆధిపత్యం చేయడానికి యుద్ధానికి సమర్థతను అందించింది (ఖు 2:193; ఖు 8:39).

"మేము బాధితులం!"

ఖురాన్‌లోని ఈ వాక్యభాగాల ద్వారా, మహమ్మద్ ముస్లింల యొక్క బలిపశువు అని నొక్కి చెప్పబడింది. పోరాటం మరియు ఆక్రమణ నీతిగా కనిపించేలా చేయడానికి, అవిశ్వాసులైన శత్రువులు దోషులుగా మరియు దాడికి అర్హులని పేర్కొన్నాడు. హింసను సమర్థించడానికి ముస్లిం బాధితులుగా ఉపయోగించారు: ముస్లింలు తమ శత్రువులపై విధించిన శిక్ష ఎంత తీవ్రంగా ఉంటే, శత్రువుల నేరాన్ని నొక్కి చెప్పడం అంత అవసరం. ముస్లింల బాధలు "చంపడం కంటే ఘోరమైనవి" అని అల్లా ప్రకటించిన తరువాత, ముస్లింలు తమ శత్రువులపై విధించిన దానికంటే తమ సొంత బలిదానాన్ని గొప్ప కీడుగా పరిగణించడం తప్పనిసరి అయింది.

ఖురాన్ మరియు మహమ్మద్ యొక్క సున్నా ఆధారంగా ఈ వేదాంత మూలం, కొంతమంది ముస్లింలు తమపై దాడి చేసిన వారికంటే బలిదానాలు ఎక్కువ అని మళ్లీ మళ్లీ ఎందుకు నొక్కి చెప్పారు. అల్ - జజీరా టెలివిజన్‌లో డాక్టర్ వఫా సుల్తాన్‌తో జరిగిన చర్చలో అల్జీరియన్ మత రాజకీయాల ప్రొఫెసర్ అహ్మద్ బిన్ మహమ్మద్ ఈ మనస్తత్వాన్ని వ్యక్తపరచారు. ముస్లింలు అమాయక ప్రజలను చంపారని డాక్టర్ సుల్తాన్ ఎత్తి చూపారు. డాక్టర్ సుల్తాన్ వాదనలకు కోపంతో అహ్మద్ బిన్ మహమ్మద్ ఇలా అరవడం ప్రారంభించాడు:

> బాధితులం మేమే! ... మాలో (ముస్లింలు) మిలియన్ల మంది అమాయక ప్రజలు ఉన్నారు, అయితే మీలో అమాయకులు ....దాదాపు డజన్ల కొద్దీ, వందలు లేదా వేల సంఖ్యలో మాత్రమే ఉన్నారు.

ఈ బాధిత మనస్తత్వం నేటికీ అనేక ముస్లిం సంఘాలను పీడిస్తునే ఉన్నది మరియు వారి స్వంత చర్యలకు బాధ్యత వహించే సామర్థ్యాన్ని బలహీన పరుస్తుంది.

ప్రతీకారం

మదీనాలో మహమ్మద్ యొక్క సైనిక బలం పెరగడం మరియు విజయాలు రావడం ప్రారంభించడంతో, ఓడిపోయిన శత్రువుల పట్ల అతని వ్యవహారశైలి వారిపైన పోరాడడానికి ప్రేరణ కలిగిన వ్యక్తిగా కనపరిచింది. ఇంతకు ముందు ఒంటె పేడ మరియు పేగులను అతనిపై విసిరిన ఉక్బాతో మహమ్మద్ వ్యవహరించిన తీరు స్పష్టంగా తెలియపరుస్తుంది. బద్ర్ యుద్ధంలో ఉక్బా పట్టుపడ్డాడు మరియు అతని ప్రాణాల కోసం ఇలా వేడుకున్నాడు, కాని "నాపిల్లలను ఎవరు చూసుకుంటారు ఓ మహమ్మద్?" సమాధానంగా "నరకం"! అని మహమ్మద్

చెప్పాడు. తరువాత మహమ్మద్ ఉక్బానుచంపాడు. బద్ర్ యుద్ధం తరువాత, పోరాటంలో మరణించిన మక్కన్‌ల మృతదేహాలను ఒక గొయ్యిలోకి విసిరి వేసారు మరియు మక్కన్‌ల మృతదేహాలను ఎగతాళి చేయడానికి మహమ్మద్ అర్థరాత్రి గొయ్యి వద్దకు వెళ్లాడు.

తనను తిరస్కరించిన వారిపై ప్రతీకారం తీర్చుకోవడం ద్వారా మహమ్మద్ తనను తాను ధృవీకరించు కోవాలని ఇటువంటి సంఘటనలు చూపిస్తున్నాయి. చనిపోయిన వారిని కూడా విడిచి పెట్టకుండా తన మాటే చెల్లాలని పట్టుబట్టాడు.

మహమ్మద్‌ను తిరస్కరించిన వారు చంపబడే జాబితాలో అగ్రస్థానంలో ఉన్నారు. అతను మక్కాను జయించినప్పుడు, మహమ్మద్ హత్యను ప్రోత్సహించలేదు. అయినప్పటికీ చంప వలిసిన వ్యక్తుల యొక్క జాబితా చిన్నది ఒకటి తన దగ్గర ఉంది. ఈ జాబితాలో ముగ్గురు మత భ్రష్టులు, మక్కాలో మహమ్మద్‌ను అవమానించిన ఒక పురుషుడు మరియు స్త్రీ మరియు అతని గురించి వ్యంగ పాటలు పాడే ఇద్దరు బానిస బాలికలు ఉన్నారు.

తను తిరస్కరించబడినందుకు మహమ్మద్‌లో ఉన్న వైపరీత్యాన్ని మక్కన్‌ల యొక్క హత్య జాబితా ప్రతిబింబిస్తుంది. మత భ్రష్టుల యొక్క నిరంతర ఉనికి ఫిట్నా యొక్క రూపముగా ఉన్నది, వారు జీవించి ఉన్నంతకాలం ఇస్లాంను విడిచిపెట్టడం సాధ్యమేనని రుజువుగా ఉన్నారు, అయితే మహమ్మద్‌ను అపహాస్యం చేసిన లేదా అవమానించిన వారు చాలా ప్రమా దకరమైనవారు ఎందుకంటే వారు ఇతరుల యొక్క విశ్వాసాన్ని అణగద్రొక్కే శక్తిని కలిగి ఉన్నవారు.

ముస్లిమేతరుల సమస్యలు

మహమ్మద్ యొక్క భావోద్వేగ ప్రపంచ దృష్టి కోణం మరియు అతను తిరస్కరించబడినప్పు డు ప్రతిస్పందించిన తీరు, అవిశ్వాసులైన వారు ఇస్లామిక్ చట్టం ద్వారా తృణీకరించడానికి మూల కారణమైంది.

ప్రారంభంలో మహమ్మద్ తన తోటి గిరిజనులైన అన్యమత అరబ్బులపై తన శత్రుత్వాన్ని కేంద్రీక రించాడు. అన్యమత అరబ్బుల పట్ల మహమ్మద్ వ్యవహరించిన తీరులో మనం ఒక దోరణిని గమనించ వచ్చు: అవిశ్వాసం యొక్క ఉనికి ఫిట్నా అనే ఆలోచనను సమర్థించడానికి ముస్లి ంలపై వారు మోపిన అభియోగాలు ఒక అపరాధ భావమును కలిగించింది. వారు గ్రంథ ప్రజలతో మహమ్మద్ యొక్క వ్యవహారాలలో కూడా ఇదే ధోరణి కనిపిస్తుంది. ఇస్లాంను తిర స్కరించిన వారిగా, వారు శాశ్వతంగా దోషులుగా గుర్తించబడ్డారు, అణచి వేయబడడానికి అర్హులుగా మరియు తక్కువ స్థాయికి చెందినవారిగా గుర్తించబడ్డారు.

మక్కా ఆక్రమణకు ముందు, మహమ్మద్ మక్కాకు తీర్థయాత్ర చేసే ఒక దర్శనం కలిగి ఉన్నా డు. ముస్లింలు మక్కన్లతో యుద్ధ స్థితిలో ఉన్నందున ఆ సమయంలో ఇది అసాధ్యం. అతని దర్శనం తరువాత, మహమ్మద్ హుదైబియా ఒప్పందంపై చర్చలు జరిపాడు, అది అతని తీర్థ యాత్ర చేయడానికి అనుమతించింది. ఈ ఒప్పందం పదేళ్లపాటు ఉండాలి మరియు మక్కన్‌లు వారి సంరక్షకుని అనుమతి లేకుండా ఎవరైనా తన వద్దకు వచ్చిన వారిని తిరిగి మక్కన్ల యొద్దకు పంపిస్తాడనేది దాని నిబంధనలలో ఒకటి ఇందులో బానిసలు మరియు స్త్రీలు ఉన్నారు. ఇరువైపులా ప్రజలు పరస్పరంపొత్తులు పెట్టుకోవడానికి కూడా ఈ ఒప్పందం అనుమతించింది.

మహమ్మద్ ఈ ఒప్పందాన్ని తన పక్షంగా నిలబెట్టుకోలేదు: ప్రజలు తమ భార్యలను లేదా బాని సలను తిరిగి పొందేందుకు మక్కా నుండి అతని వద్దకు వచ్చినప్పుడు, అల్లాహ్ అధికారాన్ని ఉటంకిస్తూ పారిపోయిన వారిని తిరిగి ఇవ్వడానికి నిరాకరించాడు. మొదటి సంఘటనగా ఉమ్ కుల్తుమ్ అనే మహిళను, ఆమె సోదరులు ఆమెను తిరిగి తీసుకు వెళ్లడానికి వచ్చారు. దానికి మహమ్మద్ నిరాకరించారు, ఎందుకంటే ఇబ్న్ ఇషాక్ చెప్పినట్లుగా, "అల్లా దానిని నిషే ధించాడు" (ఖు 60:10 కూడా చూడండి).

అవిశ్వాసులను తమ స్నేహితులుగా తీసుకోవద్దని సూరా 60 ముస్లింలకు ఉపదేశిస్తుంది. ఎవరైనా ముస్లింలు మక్కన్ లను రహస్యంగా ప్రేమిస్తే వారు దారి తప్పిపోయినట్లు, ఎందు కంటే అవిశ్వాసుల కోరిక ముస్లింలను అవిశ్వాసులను చేయడమేనని అది చెబుతుంది. సూరా 60 మొత్తం హుదైబియా ఒప్పందం యొక్క స్ఫూర్తికి విరుద్ధంగా ఉంది, ఇది "మేము ఒకరితో ఒకరు శత్రుత్వం చూపము మరియు రహస్య సంబంధాలు లేదా చెడు విశ్వాసం ఉండకూడదు" అని పేర్కొంది. అయినప్పటికీ, ముస్లింలు మక్కాపై దాడి చేసి దాన్ని స్వాధీనం చేసుకొన్నప్పుడు, ఒప్పందాన్ని ఉల్లంఘించినది ఖురేషులు అని వారు సమర్థించుకున్నారు.

దీని తరువాత, విగ్రహారాధకులతో ఇకపై ఎలాంటి ఒప్పందాలు కుదుర్చుకోకూడదని అల్లా ప్రకటించాడు - "అల్లా విగ్రహారాధికులను త్యజిస్తాడు" మరియు "విగ్రహారాధికులను మీరు ఎక్కడ కనిపించినావారిని చంపండి" (ఖు 9:3,5).

ఈ సంఘటనల క్రమం ఇస్లామిక్ దృక్పదం ఏ విధంగా స్థిరపడి మారిందో వివరిస్తుంది, ముస్లిమేతర విశ్వాసులు సహజంగానే ఒడంబడికలను ఉల్లంఘిస్తారు ఎందుకంటే వారు ఒప్పందాల ప్రకారం ఉండరు (ఖు 9:7-8). అదే సమయంలో, అల్లా నుండి సూచనల మేరకు, అవిశ్వాసులతో ఒప్పందాలను విచ్ఛిన్నం చేసే హక్కును మహమ్మద్ పొందాడు. మహమ్మద్ ఒక ఉన్నత శక్తి యొక్క అధికారాన్ని ఆరోపించినప్పుడు, తన ఒప్పందాలను ఉల్లంఘించినప్పుడు, ఇది అధర్మంగా పరిగణించబడలేదు.

మహమ్మద్ అవిశ్వాసులను వారి విశ్వాసం నుండి (అనగా ఫిట్నాకు పాల్పడే వారు) తప్పుదోవ పట్టించే వారి వర్గంలోకి పంపడం ద్వారా, వారు ఇస్లాంను అంగీకరించడానికి నిరాకరించి నంత కాలం వారితో సాదారణ సంబంధాలు కొనసాగించడం సాధ్యం కాదని ఇలాంటి సంఘటనలు వెల్లడిస్తున్నాయి.

మహమ్మద్ అరేబియాలోని యూదులపై తన ఆగ్రహాన్ని మరియు దురాక్రమణను విషాద కర మైన పరిణామాలతో ఎలా మార్చాడో ఈ తదుపరి విభాగాలలో పరిశీలిస్తాము. అరేబియాలో ని యూదులతో మహమ్మద్ యొక్క పరస్పర చర్యలు ముస్లిమేతరులపై ఇస్లాం యొక్క విధా నానికి పునాదిని ఏర్పరుస్తాయి, ఇందులో *పీపుల్ ఆఫ్ ది బుక్* కోసం ధిమ్మా ఒడంబడిక వ్యవస్థ కూడా ఉంది, దానిని మేము తరువాత పాఠంలో విశ్లేషిస్తాము.

యూదులపై మహమ్మద్ యొక్క ప్రారంభ అభిప్రాయాలు

మొదట యూదుల పట్ల మహమ్మద్ యొక్క ప్రధాన ఆసక్తి ఏమనగా చాలా మంది యూదా ప్రవక్తలను కలిగి ఉన్న సుదీర్ఘ వరుసలో తాను కూడా ఒక ప్రవక్త అనే వాదనకు సంబంధిం చినది. మక్కన్ చివరి మరియు ప్రారంభ మదీనా కాలంలో, యూదుల గురించి అనేక

సూచనలు ఉన్నాయి, తరచుగా వారిని బుక్ ఆఫ్ ది ఫిపుల్ అని సూచిస్తారు. ఈ సమయం లో ,కొంతమంది యూదులు విశ్వసించినప్పటికీ కొందరు విశ్వసించనప్పటికీ, మహమ్మద్ సందేశం వారికి ఆశీర్వాదంగా వస్తుందని ఖురాన్ చెబుతుంది (ఖు 98:1-8).

మహమ్మద్ కొంతమంది క్రైస్తవులను కూడా ఎదుర్కొన్నాడు. మరియు ఈ పరిచయాలు ప్రోత్సాహ కరంగా ఉన్నాయి. ఖదీజా యొక్క క్రైస్తవ బంధువు వరాఖా మహమ్మద్‌ను ప్రవక్తగా గుర్తించారు. మహమ్మద్ తన ప్రయాణాలలో బహీరా అనే సన్యాసిని కలుసుకున్నట్లు ఒక సంప్రదాయం కూడా ఉంది, అతను మహమ్మద్‌ను ప్రవక్త అని ప్రకటించాడు. బహుశా మహమ్మద్ యూదులు తనలో అల్లా (ఖు 98) నుండి "స్పష్టమైన సూచన" చూస్తారని మరియు అతనిసందేశానికి సానుకూలంగా ప్రతిస్పందిస్తారని ఆశించి ఉండవచ్చు. నిజానికి, మహమ్మద్ తాను బోధిస్తున్నది యూదా మతం మాదిరిలో ఉన్నట్లుగానే "ప్రార్థన చేయడం" మరియు జకాత్[8] చెల్లించడం (ఖు 98:5) ఉందని చెప్పాడు. అతను తన అనుచరులను అల్ - షామ్ 'సిరియా ' వైపుగా ప్రార్థించమని ఆదేశించాడు, ఇది యూదుల పద్ధతియైన యెరూషలేము వైపు తిరిగి ప్రార్థించమన్న ఆచారాన్ని అనుకరిస్తున్నది.

మహమ్మద్ మదీనాకు వచ్చినప్పుడు, అతను ముస్లింలు మరియు యూదుల మధ్య ఒడంబ డికను అమలు చేసినట్లు ఇస్లామిక్ సాంప్రదాయం నమోదు చేసింది. ఈ ఒడంబడిక యూదుల మతాన్ని గుర్తించింది- "యూదులకు వారిమతం మరియు ముస్లింలకు వారి మతం" -మరియు ఇది యూదులు, మహమ్మద్‌కు విధేయతను చూపించమని ఆదేశించింది.

మదీనాలో వ్యతిరేకత

మహమ్మద్ మదీనాలోని యూదాలో నివసించే వారికి తన సందేశాన్ని అందించడం ప్రారం భించాడు, కానీ ఊహించని ప్రతిఘటనను ఎదుర్కొన్నాడు. ఇస్లామిక్ సాంప్రదాయం దీనిని అసూయకు ఆపాదిస్తుంది. మహమ్మద్ యొక్క ప్రత్యక్షతలో కొన్ని బైబిల్ సూచనలు ఉన్నాయి మరియు మహమ్మద్ యొక్క వివరణలోని విరుద్ధప్రకటనలను ఎత్తిచూపుతూ రబ్బీలు ఈ విషయాన్ని వ్యతిరేకించారు.

ఇస్లాం ప్రవక్త రబ్బీల ప్రశ్నలను సమస్యాత్మకంగా భావించాడు, మరియు కొన్ని సమయాల్లో అతనికి ప్రత్యుత్తరాలతో కూడిన మరింత సమాచారం ఖురాన్ నుండి పంపబడుతుంది, మళ్లీమళ్లీ, మహమ్మద్‌కు ఒక ప్రశ్న ఎదురైనప్పుడు, ఖురాన్‌లోని వచనాలు చూపినట్లుగా, అతను ఆ సందర్భమును తననుతాను ఋజువు చేసుకోవడానికి అవకాశంగా మార్చుకుంటాడు.

యూదులు తమకు అనుకూలంగా ఉన్న వాక్య బాగాలను పేర్కొంటూ వారికి సహాయ పడని వాటిని దాచిపెడుతున్న మోసగాళ్లగా ఉన్నారని నొక్కిచెప్పడమే మహమ్మద్ యొక్క సరళమై న వ్యూహాలలో ఒకటి, (ఖు 36:76; ఖు 2 :77). యూదులు ఉద్దేశ్యపూర్వకంగా వారి లేఖనా లను తప్పుబట్టారని (ఖు 2 :75) అల్లా యొక్క సమాధానం.

8. ఇస్లాం యొక్క ఐదు స్థంబాలలో ఒకటి, జకాత్ వార్షిక మతపరమైన పన్ను.

మహమ్మద్ తో రబ్బీల సంభాషణలు ఇస్లామిక్ సాంప్రదాయం ద్వారా నిజమైన సంభాషణగా లేదా మహమ్మద్ వాదనలకు సహేతుకమైన సమాధానాలుగా కాకుండా, ఇస్లాంను మరియు ముస్లింల విశ్వాసాన్ని ధ్వంసం చేయడానికి ఫిట్నాగా భావించబడ్డాయి.

తిరస్కరించే వారి శత్రు వేదాంతం

యూదులతో మహమ్మద్ యొక్క విసుగు ఉట్టించే సంభాషణలు వారిపట్ల అతనికి పెరుగుతున్న శత్రుత్వానికి దోహదపడ్డాయి. గతంలో ఖురాన్ యొక్క శ్లోకాలు కొంతమంది యూదులు విశ్వాసులని చెప్పగా, తరువాత ఖురాన్ మొత్తం యూద జాతి శాపగ్రసస్తులని మరియు చాలా కొద్దిమంది మాత్రమే నిజమైన విశ్వాసులని ప్రకటించింది (ఖు 4:46).

ఖురాన్ గతంలో కొంతమంది యూదులు తమ పాపాల కోసం కోతులు మరియు పందులుగా మార్చబడ్డారని పేర్కొంది (ఖు 2:65; ఖు 5:60; ఖు 7:166). అల్లా వారిని ప్రవక్త కిల్లర్స్ అని కూడా పిలిచాడు (ఖు 4:155; ఖు 5:70). అల్లా ఒడంబడికను ఉల్లంఘించే యూదులతో తన సంబంధాన్ని త్యజించాడని చెప్పబడింది, వారి హృదయాలను కఠినతరం చేస్తుంది, కాబట్టి ముస్లింలు ఎల్లప్పుడూ వారిని నమ్మక ద్రోహులుగా (కొంతమంది మినహా) ఆశించవచ్చు (ఖు 5:13). వారి ఒడంబడికను ఉల్లంఘించిన తరువాత, యూదులు తమ నిజమైన మార్గదర్శకత్వాన్ని విడిచిపెట్టిన "ఓడిపోయిన వారు" గా ప్రకటించబడ్డారు (ఖు 2:27).

మదీనాలో, యూదుల తప్పులను సరిదిద్దడానికి తాను పంపబడ్డాడని మహమ్మద్ ఒక అభిప్రాయానికి వచ్చాడు (ఖు 5:15). మదీనా కాలం ప్రారంభంలో, మహమ్మద్ యొక్క ప్రత్యక్షతలు జుడాయిజం చెల్లుబాటు అయ్యే మతం అని సూచించింది (ఖు 2:62). అయితే, ఈ వచనం ఖు 3: 85 ద్వారా అది కొట్టివేయబడింది. మహమ్మద్ తన రాకతో జుడాయిజం రద్దు చేయబడిందని, అతను తీసుకొచ్చిన ఇస్లాం తుది మతమని మరియు ఖురాన్ చివరి ప్రకటన అని ముగించాడు. ఈ సందేశాన్ని తిరస్కరించిన వారందరూ "ఓడిపోయిన వారు" (ఖు 3:85).యూదులు లేదా క్రైస్తవులు తమ మతాన్ని అనుసరించడం ఇకపై ఆమోదయోగ్యం కాదు: వారు మహమ్మద్‌ను అంగీకరించి ముస్లింలుగా మారాలి.

ఖురాన్ యొక్క వచనాలలో మహమ్మద్ జుడాయిజంపై పూర్తి స్థాయి వేదాంత దాడిని ప్రారంభించాడు. యూదులు తమ సందేశాన్ని తిరస్కరించినందుకు మహమ్మద్ తీసుకున్న తీవ్రమైన నేరంగా ఇదిఉద్భవించింది. అతను మక్కన్ విగ్రహారాధికులను పట్టుకున్నట్లే యూదులతో కూడా వ్యవహరించడం వలన మహమ్మద్ తనను తాను ఋజువు చేసుకున్నాడు. తరువాత మహమ్మద్ మరింత ముందుకువెళ్లి, దూకుడు ప్రభావాన్ని కూడా అమలు చేశాడు.

తిరస్కరణ హింసగా మారింది

మదీనాలో మహమ్మద్ యూదులను భయపెట్టడానికి మరియు చివరికి నిర్మూలించడానికి ఒక ప్రచారాన్ని ప్రారంభించాడు. భద్ర్ యుద్ధంలో విగ్రహారాధికులపై విజయం సాధించినందుకు ధైర్యంగా, అతను ఖైనుకా' అనే యూదుల తెగను సందర్శించి, దేవుని ఉగ్రత వారిపై వస్తుందని వారిని బెదిరించాడు. తరువాత అతను ఖైనుకా యూదులను ముట్టడించడానికి ఒక సాకును కనుగొన్నాడు మరియు వారిని మదీనా నుండి బహిష్కరించాడు.

తరువాత మహమ్మద్ యూదులను లక్ష్యంగా చేసుకొని హత్యలు చేయడం ప్రారంభించాడు మరియు అతని అనుచరులకు "మీ అధికారంలో ఉన్న ఏ యూదుడినైనా చంపండి" అని ఆదేశం జారీ చేశాడు. యూదులకు *అస్లిమ్ తస్లామ్* 'ఇస్లాంను అంగీకరించండి అప్పుడు మీరు సురక్షితంగా ఉంటారు' అని ప్రకటించాడు.

మహమ్మద్ యొక్క అవగాహనలో లోతైన మార్పు జరిగింది. ముస్లిమేతరులు ఇస్లాం మరియు ముస్లింలను ఆదరించి గౌరవిస్తేనే వారి ఆస్తి మరియు జీవితాలపై హక్కులు కల్గి ఉంటారు. ఇది కాకుండా మరింకేదైనా ఫిట్నాగా భావించా వారితో పోరాడటానికి ఒక సాకుగా చెప్పవచ్చు.

మదీనాలోని యూదులతో వ్యవహరించే మహమ్మద్ యొక్క పని ఇంకా పూర్తి కాలేదు. అతని దృష్టికివచ్చే వరుసలో బాను నాదీర్ అనేవారు ఉన్నారు. మొత్తం నాదీర్ తెగ వారి ఒడంబడికను ఉల్లంగించిందని ఆరోపించబడింది, కాబట్టి వారు దాడి చేయబడ్డారు మరియు ముట్టడిని కొనసాగిస్తూ మదీనా నుండి తరిమివేయబడ్డారు, వారి ఆస్తులను ముస్లింలకు దోపిడిగా వదిలి వేశారు.

దీని తరువాత మహమ్మద్ దేవదూత జిబ్రిల్ ఆదేశం ఆధారంగా మిగిలిన చివరి యూదుల తెగ, బనుఖురైజాను ముట్టడించారు. యూదులు బేషరతుగా లొంగిపోయినప్పుడు, మదీనా మార్కెట్‌లో - 600 నుండి 900 వందల మంది యూదా పురుషులు నరికివేయబడ్డారు. వివిధ కారణాల ద్వారా - యూదా స్త్రీలు మరియు పిల్లలను ముస్లింలకు దోపిడిగా (అంటే బానిసలుగా) పంచుకున్నారు.

అరేబియాలో ఉన్న యూదుల విషయంలో మహమ్మద్ ఇంకా తన పని పూర్తి చేయలేదు. మదీనాలో ఉన్న యూదుల ఉనికిని తొలగించిన తరువాత అతను ఖైబర్‌పై దాడి చేశాడు. ఖైబర్‌పై దాడి యూదులకు రెండు ఎంపికలతో ప్రారంభమైంది: ఇస్లాంలోకి మారండి లేదా చంపబడండి. అయితే, ముస్లింలు ఖైబర్ యూదులను ఓడించినప్పుడు, మూడవ ఎంపిక చర్చలు జరిగాయి: షరతులతో కూడిన లొంగుబాటు. ఈ విధంగా ఖైబర్‌యూదులు మొదట *ధిమ్మీ*లుగా మారారు (పాఠం 6 చూడండి).

యూదులతో మహమ్మద్ యొక్క వ్యవహార విషయాలు ఈ చర్చతో ముగించబడింది.

ఖురాన్ క్రైస్తవులను మరియు యూదులను ఒకే వర్గానికి చెందిన వ్యక్తులుగా పరిగణిస్తున్నందున, ఖురాన్‌లో మరియు మహమ్మద్ జీవితంలో యూదులను గ్రంథ ప్రజలు గా పరిగణించడం చాలా ముఖ్యం. యుగయుగాలుగా క్రైస్తవులను కూడా గ్రంథప్రజలుగా వ్యవహరించడానికి ఒక నమూనాగా మారిందని గమనించడం ముఖ్యం.

తిరస్కరణకు మహమ్మద్ యొక్క మూడు ప్రతిస్పందనలు

మహమ్మద్ ప్రవక్త యొక్క జీవితంలో, అతను అనేక విధాలుగా తిరస్కరణను ఎలా అనుభవించాడో మనం చూసాము: అతని కుటుంబ పరిస్థితులద్వారా, మక్కాలో అతని స్వంత సమాజము ద్వారా మరియు మదీనాలోని యూదులుద్వారా తిరస్కరించబడ్డాడు.

తిరస్కరణకు అతని ప్రతిస్పందనల పరిధిని కూడా మనము గమనించాము. ప్రారంభంలో, స్వీయ - తిరస్కరించే ప్రతిస్పందనలను చూపించాడు, అందులో భయం మరియు నిరాశ తో కూడిన ఆత్మహత్య ఆలోచనలు కలిగి ఉన్నాడు.

తిరస్కరణ[9] భయాన్ని ఎదుర్కొనెందుకు తననుతాను ఋజువు చేసుకునే ప్రతిస్పందనలు కూడా ఉన్నాయి. అల్లా తన శత్రువులను నరకంలో శిక్షిస్తాడనే వాదనలు వీటిలో ఉన్నాయి; ప్రవక్తలందరూ సాతాను ద్వారా ఏదో ఒక సమయంలో దారితప్పి తడబాటుకు గురైనవారు అనే అంశాలను చెప్పాడు; మరియు అల్లాహ్ నుండి పంపబడిన వచనాలు మహమ్మద్ యొక్క దివ్య దర్శనాలను అనుసరించిన వారు ఇహ మరియు తదుపరి జీవితంలో విజేతలుగా ఉంటారని ప్రకటించారు.

చివరగా దూకుడు ప్రతిస్పందనలు ఆధిపత్యానికి వచ్చాయి. ఇవి ముస్లిమేతరులకు వ్యతిరేకం గా పోరాడి జయించడం ద్వారా ఫిట్నాను నిర్మూలించడానికి జీహాద్ సిద్ధాంతానికి దారి తీసాయి.

అతని ప్రతిస్పందనలలో, మహమ్మద్ స్వీయ - తిరస్కరణ, తరువాత స్వీయ - ధృవీకరణ మరియు చివరికి దూకుడు ద్వారా వెళ్లాడు. అనాథ అయిన మహమ్మద్ అనేకులను అనాధలుగా మార్చాడు. తాను దురాత్మలచే హింసించ బడుతున్నాననే భయంతో ఆత్మహత్య గురించి ఆలోచించిన స్వీయ - సందేహదారుడు, తన మతం కొరకు పోరాడి అన్ని ఇతర విశ్వాసాలను నిషేధిస్తూ తన మతాన్ని వాటి స్థానాల్లో పెట్టి ఇతరులకు అంతిమ తిరస్కారుడు గా అయ్యాడు.

మహమ్మద్ యొక్క భావోద్వేగ ప్రపంచ దృష్టికోణంలో, అవిశ్వాసుల ఓటమి మరియు వారిని అవమానపరచడం తన అనుచరులకు "ఉపశమనం" ఇస్తుంది మరియు వారి కోపాన్ని చల్లార్చుతుంది. ఈ పోరాటం ద్వారా సాధించిన 'ఇస్లామిక్ శాంతి', ఖురాన్‌లో వివరించబడింది:

> వారితో యుద్ధం చేయండి! అల్లాహ్ మీ చేతుల మీదుగా వారిని దండిస్తాడు మరియు వారిని అవమాన పరుస్తాడు మరియు వారికి వ్యతిరేకంగా మీకు సహాయం చేస్తాడు, విశ్వసించే ప్రజల హృదయాలను స్వస్థపరుస్తాడు మరియు వారి హృదయాలనుండి కోపాన్ని తొలగిస్తాడు. (ఖు 9:14-15)

మొదట, బహు దేవతారాధికులు అయిన మక్కన్‌ల చేతుల్లో మహమ్మద్ మరియు అతని అనుచరులు హింసను నిజంగా అనుభవించారు. అయితే, మదీనాలో అతను అధికారం చేపట్టినప్పుడు, మహమ్మద్ తన ప్రవక్తత్వంపై కనుపరిచిన అవిశ్వాసాన్ని కూడా ముస్లింలను హింసించడమేనని భావించాడు మరియు అవిశ్వాసులైన లేక, అపహాస్యం చేసే వారైనా - విగ్రహారాధికులు, యూదులులేదా క్రైస్తవులు - ఎవరైనప్పటికీ వారిని హింసించి, వారిని లొంగ దీసుకొనే అధికారం సంపాదించాడు. మహమ్మద్ తనను, మరియు తన మతాన్ని మరియు తన సమాజంపై ఉన్న అన్ని రకాల తిరస్కరణలను తొలగించడానికి సైద్ధాంతిక మరియు సైనిక కార్యక్రమాన్ని స్థాపించాడు. అతని విజయం తన ప్రవక్తత్వాన్ని ధృవీకరిం చింది మరియు నిరూపించిందని అతను పేర్కొన్నాడు.

[9] *తిరస్కరణ మరియు దానికి ప్రతిస్పంద-నల చర్చ కోసం, నోయెల్ మరియు ఎతిల్ గిబ్సన్, ఎవిక్టింగ్ డెమోనిక్ స్క్వాటర్స్ మరియు బ్రేకింగ్ బాండేజి లను చూడండి.*

ఇదంతా జరుగుతున్న సమయంలోనే, మహమ్మద్ తన అనుచరులైన ముస్లింలపై మరింత నియంత్రణను కొనసాగించాడు. మక్కాలో ఇంతకు ముందు మక్కాలో మహమ్మద్ "కేవలం హెచ్చరించేవాడు" అని ఖురాన్ ప్రకటించగా, మదీనాకు వలస వచ్చిన తరువాత అతను "అల్లా మరియు దూత" అని ఖురాన్ ఒకప్పుడు ప్రకటించిన సమయంలో విశ్వాసులను వారి జీవితాలను నియంత్రించే నాయకుడు అయ్యాడు, ప్రశ్నించకుండా కేవలం విధేయత చూపడం తప్ప విశ్వాసులకు మరొక అవకాశంలేదు (ఖు 33:36), మరియు ఈ ప్రవక్తకు విదేయత చూపినవాడు అల్లాహ్‌కు విదేయత చూపినట్లే (ఖు 4:80).

మదీనా కాలంలో మహమ్మద్ ప్రవేశ పెట్టిన నియంత్రణలు షరియా ద్వారా నేటికి అనేక మంది ముస్లింలకు గాయం కలిగిస్తున్నాయి. ఒక ఉదాహరణ ఏమనగా మహమ్మద్ ప్రవేశ పెట్టిన *షరియా* చట్టం, "నేను నీకు విడాకులు ఇస్తున్నాను" అని వ్యక్తి తన భార్యకు మూడు సార్లు చెప్పిన తరువాత, ఆ జంట మళ్లీ వివాహం చేసుకోవాలని కోరుకుంటే, ఆమె తన మొదటి భర్తను మళ్లీ పెళ్లిచేసుకునే ముందు మరొక వ్యక్తిని వివాహం చేసుకోవాలి, అతనితో లైంగిక సంబంధం కలిగి ఉండాలి మరియు ఆమె తన రెండవ భర్త ద్వారా విడాకులు తీసుకోవాలి. ఈ నిబంధన ముస్లిం మహిళలకు చాలా భాధ కలిగించింది.

మహమ్మద్ యొక్క ప్రవచనాత్మక వృత్తి యొక్క పురోగతిని ఖురాన్ మనకు చూపుతుంది: మహమ్మద్ ఎదుర్కొన్న తిరస్కరణ ద్వారా అతనిలో పెరుగుతున్న శత్రుత్వం మరియు దూకుడుతనం, ఇతరుల జీవితాలను నియంత్రించడానికి అతనిలో పెరుగుతున్న కోరిక మహమ్మద్ యొక్క తీవ్రమైన సొంత వ్యక్తిగత పత్రంగా ఇది ఋజువు చేస్తుంది. తరువాత ముస్లిమేతరుల పై విధించబడిన లక్షణాలు- మౌనం, అపరాధభావం మరియు కృతజ్ఞత వంటివి - తిరస్కరణను ఎదుర్కొన్న మహమ్మద్ యొక్క స్వంత ప్రతిస్పందనల పరిణామం నుండి వచ్చాయి, "అల్లా తప్ప దేవుడు లేడని మరియు మహమ్మద్ ఒక్కడే ప్రవక్త అని నేను నమ్ముతాను" అని ఎవరు ప్రకటించరో వారందరిపై హింసాత్మకంగా వైఫల్యం మరియు తిరస్కరణను బలవంతం చేసాడు.

తిరస్కరణను ఎదుర్కొన్నప్పుడు మహమ్మద్ యొక్క అనుభవం మరియు అతని యొక్క ప్రతిస్పందనల గురించి, ఈ రెండింటినీ స్వీకరించడం, ఇతరులపై విధించడం మరియు అతని శత్రువులపై విజయం సాధించాలనే తన స్వీయ ధృవీకరణ గురించిన సారాంశం ముగించబడింది,.

"ఉత్తమ ఉదాహరణ"

ఈ పాఠంలో మనం మహమ్మద్ యొక్క కొన్ని ముఖ్యమైన లక్షణాలు గురించి నేర్చుకొంటున్నాము. అతను మానవాళిని అనుసరించడానికి ఇస్లాంలో ఉత్తమ ఉదాహరణగా పరిగణించబడుతున్నప్పటికీ, తిరస్కరణ వలన అతను ప్రభావితమైనట్లు మరియు నిజంగా తీవ్రంగా దెబ్బ తిన్నట్లు మనము చూశాము. అతను తిరస్కరణతో ప్రభావిత మయ్యాడని మరియు నిజానికి అతని ప్రతిస్పందనలలో స్వీయ-తిరస్కరణ, స్వీయ - ధృవీకరణ, నియంత్రణ మరియు దూకుడు ఉన్నాయి. తిరస్కరణకు ఈ ప్రతిస్పందనలు అతనికి హానికరంగా ఉన్నాయి మరియు నేటికి అనేక మందికి హానికరంగా మారుతున్నాయి.

మహమ్మద్ యొక్క వ్యక్తిగత చరిత్ర ముఖ్యమైనది ఎందుకంటే అతని వ్యక్తిగత సమస్యలు *షరియా* మరియు దాని ప్రపంచ దృష్టికోణం అయినప్పటికీ ప్రపంచ సమస్యలుగా మారాయి ఈ విధంగా ఒకముస్లిం మహమ్మద్ యొక్క పాత్ర మరియు అతని మాదిరికి ఆధ్యాత్మికంగా కట్టుబడి ఉంటాడు. ఈ బంధం *షహాదా* పఠించే ఆచారం ద్వారా నొక్కి చెప్పబడింది మరియు షహదా పఠించినప్పుడల్లా ఇస్లాం యొక్క ఆచారాల ద్వారా ఇది బలపడుతుంది. ముస్లిం శిశువు జన్మించిన తరువాత మొట్ట మొదటిసారిగా వాని చెవిలో షహదాను గురించిన పదాలు ప్రకటిస్తారు.

మహమ్మద్ అల్లాహ్ యొక్క దూత అని *షహాదా* ప్రకటిస్తుంది, ఖురాన్ అల్లాహ్ యొక్క మాటగా మరియు మహమ్మద్ అల్లా యొక్క దూతగా పంపబడ్డాడని ఆమోదయోగ్యమైంది. మహమ్మద్‌ను అనుసరించే భాధ్యత, తనను అనుసరించని వారిపై మహమ్మద్ ఉచ్ఛరించిన బెదిరింపులు మరియు శాపాలను అంగీకరించడం మరియు వారిని వ్యతిరేకించడం మరియు పోరాడడం వంటి భాధ్యతలతో సహా మహమ్మద్ గురించి ఖురాన్ చెప్పేదానికి *షహాదా* సమ్మతి ఇస్తుంది.

వాస్తవానికి *షహదా* అనేది ఆత్మీయ లోకానికి ఒక ప్రకటన వంటిది - ఈ అంధకార సంబంధులగు లోకనాధులతోను, మరియు అధికారులతోను (ఎఫేసి 6:12) - మహమ్మద్ యొక్క మాదిరికి అనుగుణంగా విశ్వాసి ఒక ఒడంబడికతో కట్టుబడి ఉంటాడు: అతను లేదా ఆమె మహమ్మద్‌తో 'ఆత్మ బంధాన్ని' కలిగి ఉంటారు (పాఠం 7 చూడండి). ఇది మహమ్మద్‌తో ఒక ఆధ్యాత్మిక బంధాన్ని ఏర్పరుస్తుంది. ఈ ఒడంబడిక బంధం మహమ్మద్‌ను సవాలు చేసిన మరియు బంధించిన అదే నైతిక మరియు ఆధ్యాత్మిక సమస్యలను ముస్లిం విశ్వాసులపై విధించడానికి అధికారులకు మరియు అధికారాలకు అనుమతిని ఇస్తుంది, ఇవి ఇస్లామిక్ షరియాలో పొందు పరచబడ్డాయి మరియు బలోపేతం చేయబడ్డాయి, ఇవి ఇస్లామిక్ సమాజాల సంస్కృతిలలోకి లోతుగా పని చేస్తాయి.

షహాదా మరియు *షరియా* ప్రభావం వల్ల చాలా మంది ముస్లింల జీవితాల ద్వారా ప్రతిరూపం పొందిన మహమ్మద్ సున్నాలోని అనేక ప్రతికూల అంశాలలో కొన్నింటిని మాత్రమే మనము చర్చిస్తున్నాము మహమ్మద్ యొక్క మాదిరి మరియు బోధనను వివరించే కొన్ని ప్రతికూల లక్షణాల జాబితా ఇక్కడ ఉంది:

- హింస మరియు యుద్ధం
- హత్య
- బానిసత్వం
- బెదిరింపు మరియు ప్రతీకారం
- ద్వేషం
- స్త్రీల పట్ల ద్వేషం
- యూదుల పట్ల ద్వేషం
- నిందించు

- అవమానం మరియు ఇతరులను అవమానించడం
- ధౌర్జన్యం
- మోసం
- నేరం చేయడం
- బాధితుడు
- స్వీయ - నిరూపణ
- ఆధిపత్య భావాలు
- దేవుని తప్పుగా చూపించడం
- ఇతరులపై ఆధిపత్యం చెలాయించడం
- అత్యాచారం

ముస్లింలు *షహాదాను* పఠించినప్పుడు వారు క్రీస్తు మరియు బైబిల్ గురించి ఖురాన్ మరియు *సున్నా* యొక్క వాదనలను సమర్థిస్తారు. వీటితో పాటు:

- సిలువపై క్రీస్తు మరణాన్ని తిరస్కరించడం
- సిలువపై ద్వేషం
- యేసు దేవుని కుమారుడని తిరస్కరించడం (మరియు దీనిని విశ్వసించే వారిపై శాపం)
- యూదులు మరియు క్రైస్తవులు తమ గ్రంథాలను పాడు చేశారనే ఆరోపణ
- క్రైస్తవ మతాన్ని నాశనం చేయడానికి యేసు తిరిగి వస్తాడని మరియు ప్రపంచం మొత్తాన్ని మహమ్మద్ యొక్క *షరియాకు* లొంగిపొమ్మని బలవంతం చేస్తాడు.

ఈ లక్షణాలు నిజానికి ఎక్కువ భారమైంది. యేసుక్రీస్తును అనుసరించడానికి ఇస్లాంను విడిచిపెట్టిన వారికి ఎదురయ్యే సవాళ్లలో ఒకటి ఏమిటంటే, ఈ లక్షణాలతో నిర్ణయాత్మకం గావ్యవహరించకపోతే, అవి ప్రజల హృదయాలలో స్థిరపడి ఉంటాయి. క్రీస్తు వైపు తిరిగే ముస్లింలు తమ క్రైస్తవ బాటలో కష్టాలు మరియు ఇబ్బందులను అనుభవించడానికి ఇది ఒక కారణం.

దూతగా మహమ్మద్ యొక్క స్థితిని స్పష్టంగా త్యజించకపోతే, ఖురాన్ యొక్క శాపాలు మరియు బెదిరింపులు మరియు క్రీస్తు మరణానికి మరియు అదిపత్యానికి విరోధంగా ఉన్న మహమ్మద్ యొక్కవ్యతిరేకత ఆధ్యాత్మిక అస్థిరతకు కారణం కావచ్చు, దీనివల్ల ఎవరైనా సులభంగా భయపెట్టవచ్చు మరియు ఆత్మీయ అభివృద్ధి దుర్బలత్వంగా మారి విశ్వాసం లేని

వానిగా మార్చి యేసుక్రీస్తు శిష్యుడిగా ఉండకుండా దెబ్బతీస్తుంది. ఇది ఒకరి శిష్యరికాన్ని తీవ్రంగా దెబ్బతీస్తుంది.

దీని కారణంగా, ఎవరైనా ఇస్లాంను విడిచిపెట్టినప్పుడు, వారు మహమ్మద్ యొక్క మాదిరి మరియు బోధనను, అలాగే ఖురాన్ను, వారసత్వం మరియు షహదా సూచించిన అన్ని శాపాలను ప్రత్యేకంగా తిరస్కరించాలని మరియు త్యజించాలని సిఫార్సు చేయబడింది. మనము యేసుక్రీస్తు మరియు ఆయన సిలువ జీవితాన్ని పరిగణలోకి తీసుకొన్నప్పుడు మరియు మహమ్మద్ మాదిరి నుండి విముక్తిపొందేందుకు శక్తివంతమైన విషయాలను ప్రతిపాదిస్తున్నప్పుడు దీన్ని ఎలా చేయాలో తదుపరి పాఠంలో నేర్చుకుంటాము.

స్టడీ గైడ్

పాఠము - 4

పదజాలం

సాతాను వచనాలు	హుదైబియా ఒప్పందం
రద్దు	*జకాత్*
జిన్	అస్లిం తస్లాం
ఖలీస్	*ఖలీస్*
వలస	*ధిమ్మి*
ఫిట్నా	పీపుల్ ఆఫ్ ది బుక్

తిరస్కరణ ప్రతిచర్యలు: స్వీయ- తిరస్కరణ, స్వీయ ధృవీకరణ, ఆక్రమణ

కొత్త పేర్లు

- ఖురైష్, మక్కాలోని మహమ్మద్ యొక్క తెగ
- అబ్దుల్లా బిన్ అబ్దు అల్ - ముత్తాలిబ్: మహమ్మద్ యొక్క అరబ్ తండ్రి (క్రీ.శ 570 లో మరణించాడు)
- అబూ తాలిబ్: మహమ్మద్ యొక్క మేనమామ మరియు పోషకుడు (క్రీ.శ 620 లో మరణించాడు)
- అబూ లహబ్: మహమ్మద్ యొక్క మామ మరియు ప్రత్యర్థి (క్రీ.శ 624 లో మరణించాడు)
- ఖదీజా : మహమ్మద్ యొక్క మక్కన్ భార్య (క్రీ.శ 620 లో మరణించింది)
- ఇబ్న్ ఖతీర్: సిరియన్ చరిత్రకారుడు మరియు పండితుడు (1301-1373)

- ఇబ్న్ ఇషాక్: మహమ్మద్ యొక్క సిరియన్ ముస్లిం జీవిత చరిత్ర రచయిత (704 - 768 ఎ.డి). మహమ్మద్ జీవితానికి సంబంధించిన అతని వృత్తాంతం ఇబ్న్ హిషామ్ (సి.833 ఎ.డి) చేత సవరింపబడిన రూపంలో నమోదు చేయబడింది.
- జిబ్రీల్: మహమ్మద్‌కు సందేశాలు పంపించిన దేవదూత
- వారఖా: మహమ్మద్ మొదటి భార్య ఖదీజా యొక్క క్రైస్తవ బంధువు.

- అలీ బిన్ తాలిబ్: మహమ్మద్ యొక్క పినతండ్రి కొడుకు, అబూ తాలిబ్ కుమారుడు మరియు మహమ్మద్ ద్వారా మతం మార్చుకున్న రెండవ వ్యక్తి (601 - 661 ఎ.డి)
- అల్ - తబారి: ప్రతిభావంతమైన ముస్లిం చరిత్రకారుడు మరియు ఖురాన్‌పై వ్యాఖ్యాత (839 - 923 ఎ.డి)
- అల్- లాత్, అల్ - ఉజ్జా మరియు మనత్: మక్కన్ దేవతలు, అల్లాహ్ యొక్క ముగ్గురు కుమార్తెలు
- హాషెమైట్స్: మహమ్మద్ యొక్క ముత్తాత అయిన హాషీమ్ యొక్క వారసులు
- యాత్రిబ్: మదీనా యొక్క పూర్వపు పేరు
- అన్సార్ 'సహాయకులు': మహమ్మద్‌ను అనుసరించిన మదీనా వాసులు
- డాక్టర్ వఫా సుల్తాన్: సిరియన్ - అమెరికన్ సైకియాట్రిస్ట్ మరియు ఇస్లాం విమర్శకుడు (జననం 1958 ఎ.డి)
- అహ్మద్ బిన్ మహమ్మద్: మత రాజకీయాల యొక్క అల్జీరియన్ ప్రొఫెసర్

- ఉక్బా: మక్కన్ అరబీయుడైన మహమ్మద్ యొక్క శత్రువు
- బహీరా: మహమ్మద్ తన ప్రయాణాలలో కలుసుకున్న క్రైస్తవ సన్యాసి
- బను ఖైనుఖా, బను నాదీర్ మరియు బను ఖురైజా: మదీనా యూదా తెగలు

ఈ పాఠంలో బైబిల్

ఎఫేసీయులు 6:12

ఈ పాఠంలో ఖురాన్

ఖు 111	ఖు 46:29-32	ఖు 36:76	ఖు 2:27
ఖు 93	ఖు 71:1-15	ఖు 2:77	ఖు 5:15
ఖు 109:6	ఖు 83:29-36	ఖు 2:75	ఖు 2:62
ఖు 53	ఖు 2:190 -93	ఖు 4:46	ఖు 3:85
ఖు 22:52	ఖు 2:217	ఖు 2:65	ఖు 9:14-15
ఖు 53:1-3	ఖు 8:39	ఖు 5:60	ఖు 33:36
ఖు 68:1-4	ఖు 2:193	ఖు 7:166	ఖు 4:80
ఖు 20:64, 69	ఖు 60:10	ఖు 4:155	
ఖు 26:40-44	ఖు 9:3-5, 7-8	ఖు 5:70	
ఖు 10:95	ఖు 98:1-8	ఖు 5:13	

ప్రశ్నలు పాఠం - 4

- కేస్ స్టడీని చర్చించండి.

కుటుంబ ప్రారంభం

1. మహమ్మద్ యొక్క ప్రారంభ సంవత్సరాల్లో ఏ మూడు బాధాకరమైన సంఘటనలు జరిగాయి?

2. మహమ్మద్ మేనమామ అబూ లహబ్ దేనికి ప్రసిద్ధి చెందాడు?

3. ఖతీజాతో మహమ్మద్ వివాహం యొక్క ఆరు ప్రత్యేక అంశాలు ఏమిటి?

4. ప్రసవ సమయంలో మహమ్మద్ మరియు ఖతీజా ఎలాంటి బాధలు ఎదుర్కొన్నారు?

5. మహమ్మద్ పట్ల ఎంతో శ్రద్ధ చూపిన ఇద్దరు వ్యక్తులు ఎవరు?

క్రొత్త మతం స్థాపించబడింది (మక్కా)

6. 'దేవదూత' అయిన జిబ్రిల్ నుండి మహమ్మద్ సందర్శనలను అనుభవించడం ప్రారంభించినప్పుడు అతని వయస్సు ఎంత మరియు అతను వాటికి ఎలా స్పందించాడు?

7. మహమ్మద్ సందర్శనల గురించి విన్న వరఖా, ఏమి ప్రకటించాడు?

8. అల్లా తాను కాదని పదే పదే హామి ఇచ్చినప్పటికీ మహమ్మద్ దేనికి భయపడ్డాడు?

9. మొదటి ముస్లిం విశ్వాసులు ఎవరు?

మహమ్మద్ సొంత తెగ

10. మహమ్మద్ యొక్క ముస్లింల చిన్న సమాజం తృణీకరించబడిన మైనారిటీగా మారడానికి కారణంఏమిటి?

11. మామయ్య అబూ తాలిబ్ ముస్లిం కానప్పటికీ, ఏ ముఖ్యమైన పాత్రను కలిగి యున్నాడు?

12. మక్కాలోని ఖురైష్ తెగకు మహమ్మద్ మరియు అతని సమాజం పట్ల క్రొత్త విధానం ఏమిటి?

13. చాలా మంది ముస్లింలు ఏ క్రైస్తవ దేశానికి పారిపోయారు మరియు ఎంతమంది పురుషులు తమ కుటుంబాలతో పారిపోయారు?

స్వీయ సందేహం మరియు స్వీయ ధ్రువీకరణ

14. ఖు 109:6 కు మహమ్మద్ ఏ ఒప్పందాన్ని అందించారు?

15. మక్కన్‌లను సంతోషపెట్టడానికి మహమ్మద్ ఏ రాయితీని ఇచ్చాడు, కానీ అతను దానిని తరువాత త్రిప్పి కొట్టాడు మరియు ఇప్పుడు దీనిని సాతాను యొక్క వచనాలు అని పిలుస్తారు?

16. మహమ్మద్ యొక్క తిరోగమనాన్ని అనుసరించి ఖు 22:52 ఏ సాకుగా చెప్పాడు?

17. మహమ్మద్ తన ఔన్నత్యాన్ని పెంపొందించుకోవడానికి ఎలాంటి ప్రగల్భాలు పలికాడు?

18. మక్కన్ కాలం చివరిలో మహమ్మద్ 'విజయం' యొక్క క్రొత్త ప్రణాళిక ఏమిటి?

మరింత తిరస్కరణ మరియు క్రొత్త మిత్రులు

19. మహమ్మద్ కోసం ఏ బలమైన దెబ్బ ఎదురుచూసింది మరియు అతను క్రొత్త రక్షకుల ను ఎక్కడ కనుగొన్నాడు?

20. మహమ్మద్ తైఫ్ నుండి తిరిగి వస్తున్నప్పుడు, అతను ప్రార్థన చేయడం విని ఎవరు ముస్లింలుగా మారారు?

21. చాలా మంది ముస్లింలు ఆత్మీయ లోకానికి బహిరంగంగా ఉండటానికి డ్యూరీ ఏ రెం డు కారణాలను చెప్పాడు?

22. మదీనాకు చెందిన అన్సార్ మహమ్మద్‌కు చేసిన ప్రతిజ్ఞ ఏమిటి?

23. మక్కాలో సాధించలేనిది మహమ్మద్ మదీనాలో తన మొదటి సంవత్సరంలో ఏమి సాధించాడు?

మక్కాలో మహమ్మద్ నిజంగా నెమ్మదిగా ఉన్నాడా?

24. మక్కన్ సూరాలలో ఏ భయంకరమైన ప్రకటనలు ఉన్నాయి?

25. **ఇబ్న్ ఇషాక్** ప్రకారం, మక్కన్ **ఖురైష్ తెగ**కు ఏమి జరుగుతుందని మహమ్మద్ వాగ్దానం చేశాడు?

హింస నుండి హత్య వరకు

26. ఖురైష్‌లు దేనిని వ్యతిరేకంగా ఉపయోగించారని మహమ్మద్ ఆరోపించాడు, అది పోరాడడం యొక్క మొత్తం ఉద్దేశ్యాన్ని సమర్థించింది?

27. మహమ్మద్ ప్రకారం, ప్రజలను చంపడం లేదా పవిత్ర మాసాన్ని హింసాత్మకంగా ఉల్లంఘించడం కంటే ఘోరమైనది ఏమిటి?

28. *జిహాద్‌ను* ఎల్లప్పుడూ ఏది సమర్థిస్తుంది?

29. ముస్లిం పండితులు మరియు పర్షియన్ పండితుడు **ఇబ్న్ ఖతీర్** ప్రకారం మీరు 'అవిశ్వాసం' కనపరిస్తే, మీరు దేనికి అర్హులు ?

"మేము బాధితులం"

30. ముస్లింలు తమ శత్రువులను చంపడం కంటే తమ బలిదానాన్ని ఎందుకు అధ్వాన్నంగా భావిస్తారు?

31. బలిదానం అనే అంశంపై డాక్టర్. **వఫా సుల్తాన్**తో చర్చించేటప్పుడు ప్రొఫెసర్ **అహ్మద్ బిన్** మహమ్మద్ దేనిని ఆధారం చేసుకున్నారు?

ప్రతీకారం

32. **ఉక్బా** పట్ల మహమ్మద్ వ్యవహరించిన తీరు మరియు అతని ప్రవర్తన దేన్ని సూచిస్తుంది?

33. బంధింపబడిన మక్కన్లను మహమ్మద్ హత్య చేసే జాబితా దేనిని ప్రతిబింబిస్తుంది?

ముస్లిమేతరులకు చిక్కులు

34. వారు కూడా ఇస్లాంను తిరస్కరించినప్పుడు గ్రంథంలోని వ్యక్తులు ఏమి ఎదురుచూసారు?

35. డ్యూరీ ప్రకారం, మహమ్మద్ జీవితంలో ఏది ఆధిపత్యం వహించింది?

36. **హుదైబియా ఒప్పందాన్ని** ఉల్లంఘించనని మహమ్మద్ ఎందుకు భావించాడు?

37. ఖు 9:3-5 విగ్రహారాధికులను ఏమి చేయాలని ముస్లింలకు సూచించింది?

యూదులపై మహమ్మద్ యొక్క ప్రారంభ అభిప్రాయాలు

38. ఖురాన్ యొక్క మక్కన్ సూరాలలో మరియు సూరా 98 లో యూదుల గురించి ఏమి మాట్లాడుతున్నాయి?

39. మహమ్మద్ సందేశానికి యూదులు సానుకూలంగా స్పందిస్తారని ఆశించిన విషయం ఏమి సూచిస్తుంది?

మదీనాలో వ్యతిరేకత

40. మహమ్మద్ మదీనాలోని యూదు రబ్బీలతో తన మార్పిడిలో క్రొత్త ఖురాన్ వెల్లడిపై ఎందుకు ఎక్కువగా ఆధారపడవలసి వచ్చింది?

41. యూదుల యొక్క ఫిట్నాకు మహమ్మద్ ఏ రెండు విధాలుగా ప్రతిస్పందించాడు?

తిరస్కరించే వారి యొక్క శత్రు వేదాంతం

42. మహమ్మద్ యొక్క క్రొత్త యూదుల వ్యతిరేక సందేశాన్ని డ్వారీ వివరించాడు: "యూదులు ఏమైై యున్నారో " అనే విషయం గురించి ఖురాన్ ఏమి చెబుతుంది?

 1) ఖు 4:46...

 2) ఖు 7:166 ...

 3) ఖు 5: 70.....

 4) ఖు 5: 13.....

 5) ఖు 2: 27......

43. మహమ్మద్ ఇప్పుడు తన సందేశం రద్దు చేయబడిందని విషయాన్ని ఏ విధంగా విశ్వసించాడు?

తిరస్కరణ హింసగా మారుతుంది

44. మదీనా యొక్క యూదుల *ఖైనుకా* అనే మొదటి తెగకు మహమ్మద్ ఏమి చేసాడు?

45. మదీనాలో మిగిలిన యూదులకు మహమ్మద్ ఎందుకు *అస్లీమ్ తస్లామ్* బోధించాడు?

46. మదీనా యొక్క యూదు **నాదిర్** అనే రెండవ తెగకు మహమ్మద్ ఏమి చేశాడు?

47. మదీనా యొక్క యూదు **ఖురైజా** అనే మూడవ తెగకు మహమ్మద్ ఏమి చేశాడు?

48. **ఖైబర్** యూదు తెగకు మహమ్మద్ ఏమి చేశాడు?

49. ఇస్లాంలో గ్రంథపు వ్యక్తులుగా ఎవరు పరిగణించబడ్డారు?

తిరస్కరణకు మహమ్మద్ యొక్క మూడు స్పందనలు

50. అనేక రకాల తిరస్కరణల ఫలితంగా, ప్రతిస్పందనగా మహమ్మద్ ఏ మూడు దశలను దాటాడు?

51. ఖు 9:14-15 ప్రకారం, మహమ్మద్ మరియు అతని అనుచరుల మనోభావాలను మరియు వారి కోపాన్ని చల్లార్చేలా ఏది "నయం" చేస్తుంది?

52. మహమ్మద్ మరియు అతని సమాజంపై తిరస్కరణను ఆపడానికి అతను ఏమి చేశాడు?

53. మదీనాకు వలస వచ్చిన తరువాత మహమ్మద్ స్వభావంలో ఎలాంటి మార్పు వచ్చింది?

54. అల్లాహ్ కు విధేయత చూపే మార్గంగా ఖురాన్ లోని తరువాత వచనాలు ఏమి తెలియజేస్తున్నాయి?

55. ముస్లిమేతరుల యొక్క మౌనం, అపరాధం మరియు కృతజ్ఞత అనే తప్పనిసరి దేనిపై ఆధారపడి ఉంటాయి?

116

“ఉత్తమమైన ఉదాహరణ”

56. మహమ్మద్ యొక్క సమస్యలు ప్రపంచానికి ఎలా సమస్యలుగా మారాయి?

57. నవజాత ముస్లిం శిశువు చెవిలో పలించే మొదటి పదాలు ఏమిటి?

58. ముస్లింలు *షహదా* చెప్పినప్పుడు ఏ రెండు విషయాలను ఆమోదిస్తారు?

59. డ్యూరీ ప్రకారం, ఆధ్యాత్మిక శక్తులకు *షహాదా* పఠనం ఎలాంటి అనుమతి ఇస్తుంది?

60. మీరు వ్యక్తిగతంగా ముస్లింలను ఎదుర్కొన్నట్లయితే, క్రింద జాబితా చేయబడిన మహమ్మద్ ఉదాహరణలోని 18 అంశాలలో ఏదైనా వారి ప్రవర్తనలో మీరు గమనించారా? (ఒకటి లేదా అంతకంటే ఎక్కువ వాటిని సున్నా చుట్టండి).

- హింస / యుద్ధం
- హత్య
- బానిసత్వం
- ప్రతీకారం / పగ తీర్చుకోవడం
- ద్వేషం
- స్త్రీల పట్ల ద్వేషం
- యూదుల పట్ల ద్వేషం
- దూషణ
- అవమానం / అవమానించడం
- బెదిరింపు
- మోసం
- నేరం చేయడం
- బాధితుడు
- స్వీయ ధృవీకరణ
- ఆధిపత్య భావాలు
- దేవుని తప్పుగా చూపించడం
- ఇతరులపై ఆధిపత్యం
- అత్యాచారం
- పైవేవి కావు

61. క్రీస్తు యొక్క దైవిక కుమారత్వానికి ఖురాన్ మరియు సున్నా ఎలా స్పందిస్తాయి?

62. బైబిల్ పట్ల ఖురాన్ మరియు సున్నా ఎలా స్పందిస్తాయి?

63. యేసు (ఈసా) భూమికి తిరిగి వచ్చినప్పుడు క్రైస్తవులకు ఏమి చేస్తాడని ఖురాన్ మరియు సున్నా చెబుతాన్నాయి?

64. మనం మహమ్మద్ యొక్క ఉదాహరణను మరియు దానితో కూడిన శాపాలను తిరస్కరించినప్పుడు మరియు త్యజించినప్పుడు, మనం ఇంకా దేనిని తిరస్కరిస్తాము?

65. మహమ్మద్‌ను స్పష్టంగా త్యజించడంలో గల వైఫల్యం వల్ల ఏ నాలుగు ఆధ్యాత్మిక లక్షణాలు ఏర్పడతాయి?

5

షహాదా నుండి విముక్తి

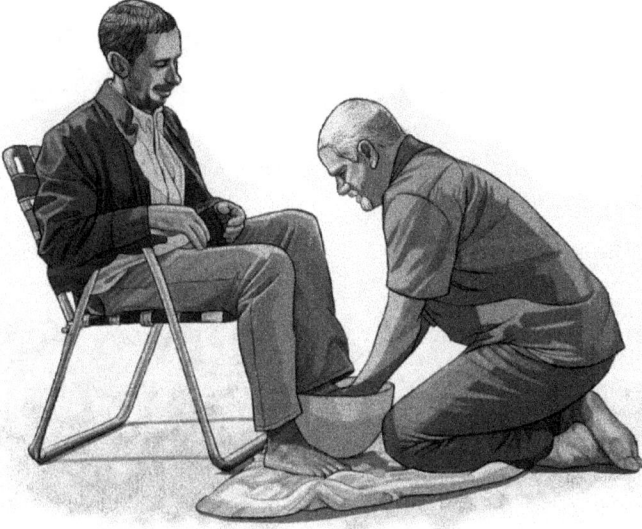

"కాగా ఎవడైననూ క్రీస్తునందున్న యెడల వాడు నూతన సృష్టి"
2 కొరింథి 5:17.

పాఠ్యాంశాలు

ఎ) యేసు మరియు మహమ్మద్ తిరస్కరణకు గురైనప్పుడు వారు ప్రతిస్పందించిన విధానంలో ఎంత విరుద్ధంగా ఉన్నారో అర్థం చేసుకోగలరు.

బి) యేసు ప్రశ్నించబడిన, తిరస్కరించబడిన మరియు తృణీకరించబడిన అనేక మార్గాలను విచారించండి.

సి) యేసు తిరస్కరణను ఎలా స్వీకరించాడో మరియు హింసను ఎలా తిరస్కరించాడో అర్థం చేసుకోండి.

డి) మన శత్రువులను ప్రేమించాలనే క్రీస్తు బోధ యొక్క లోతైన ప్రభావాన్ని మెచ్చుకోండి.

ఇ) యేసు తన శిష్యులను మరియు క్రైస్తవులందరిని హింసించబడటానికి సిద్ధం చేశాడని అంగీకరించండి.

ఎఫ్) యేసుక్రీస్తు సిలువ మరణంలో మానవ మరియు దైవిక తిరస్కరణను దేవుడు ఎలా సంబోధిస్తాడో గ్రహించండి.

జి) పునరుత్థానం మరియు ఆరోహణం యేసుక్రీస్తు యొక్క నిరూపణను ఎలా బయలు పరుస్తాయో అర్థం చేసుకోండి.

హెచ్) యేసు సిలువ పట్ల మహమ్మద్‌కు ఉన్న తీవ్రమైన ద్వేషం గురించి తెలుసుకోండి.

ఐ) క్రీస్తును అనుసరించడానికి ప్రార్థనను చదవడం ద్వారా అతని పట్ల నిబద్ధతను ఏర్పరచుకోండి.

జె) మీరు షహాదాను త్యజించడానికి సిద్ధమవుతున్నప్పుడు 15 నిర్దిష్ట సత్యాలను ప్రకటించే లేఖన వచనాలను పరిగణించండి

కె) త్యజించే ప్రార్థనను చదవడం ద్వారా షహాదా నుండి ఆధ్యాత్మిక స్వేచ్ఛను పొందండి.

కేస్ స్టడీ: మీరు ఏమి చేస్తారు?

"విశ్వాసము మరియు న్యాయము" అనే కాన్ఫరెన్స్‌కు హాజరు కావడానికి మీరు, నైజీరియా లోని జోస్ కు ఆహ్వానించబడ్డారు. మీ వద్ద పూర్తి ధనము ఉంది. మరియు మీరు మీడియా విభాగానికి వాలంటీర్ సహాయకుడిగా వెళ్తున్నారు. మీరు అక్కడ జరిగే చర్చలను ఉద్వేగ భరితంగా మరియు ఆసక్తికరంగా భావిస్తారు మరియు చిన్న సమూహ వర్క్‌షాపు సెషన్‌లలో కూర్చొని వినడానికి నాయకత్వం మిమ్మల్ని ప్రోత్సహిస్తుంది. మీరు ఇష్టపూర్వకంగా అలా చేస్తారు.

రెండవ రోజు నాటికి, మీ చిన్న సమూహంలో చర్చ జరుగుతున్న అంశం ఏమిటంటే "క్రైస్తవులు మూడవ[11] చెంపను త్రిప్పాలా?" మీ గుంపులోని రెండు స్వరాలు స్థిరమైన అహింస నిరంతర శాంతి వాదం మరియు ఏదైన హింసాత్మక సంధర్భం నుండి పారిపోవడాన్ని బలంగా ప్రోత్సహిస్తాయి. మీ సమూహంలో ఇంకా చాలా స్వరాలు ఉన్నాయి అవి దీనిని నిరసిస్తూ "భయంతో పారిపోవడం మరియు అహింస నైజీరియా అంతటా మతపరమైన ప్రక్షాళనను వ్యాప్తి చేయడానికి ముస్లింలను ప్రోత్సహిస్తుంది". ముస్లింలు ధిక్కరించే ప్రతిఘటనను, ధృడమైన రక్షణ చర్యలు మరియు అప్రమత్తమైన చర్చి సమాజాన్ని మాత్రమే గౌరవిస్తారని వారు వాదించారు. నిజక్రైస్తవులు పారిపోకుండా తమ ఇళ్లను మరియు గ్రామాలను రక్షించుకుంటారు.

ఇరుపక్షాలు తమ విశ్వాసాలను ధృవీకరించడానికి లేఖనాలను ఉపయోగిస్తాయి. వారు చివరకు మీవైపు తిరిగి, "మీరు ఏమి చెబుతారు? యేసు, 'మరో చెంపను చూపించు' అన్నాడు. అనగా మనం మూడో చెంపను కూడా త్రిప్పాలా?"

మీరు ఏమి చెబుతారు?

తిరస్కరణ అనుభవాలకు యేసు ఎలా స్పందించాడో ఈ విభాగాలలో పరిశీలిస్తాము. యేసు జీవితం, మహమ్మద్ జీవితం కంటే తక్కువ కాదు కాని, సిలువ ద్వారా ముగించబడిన మరియు తిరస్కరణకు గురైన జీవిత కథ. మహమ్మద్ ప్రతీకారంతో హింసకు ప్రతిస్పందించాడు: క్రీస్తు ప్రతిస్పందన పూర్తిగా భిన్నమైనది మరియు ఇది ఇస్లాం నుండి విముక్తికి జవాబును అందిస్తుంది.

కష్టమైన ప్రారంభం

మహమ్మద్ లాగే యేసు యొక్క కుటుంబ పరిస్థితులు ఆదర్శానికి దూరంగా ఉన్నాయి. పుట్టినప్పుడు చట్టవిరుద్ధమైన అవమానం ఆయనపై మోపబడింది (మత్తయి 1:18-25). ఆయన కడు దీన పరిస్థితులలో, పశువుల తొట్టిలో జన్మించాడు (లూకా 2 :7). ఆయన పుట్టిన తరువాత హేరోదు రాజు ఆయనను చంపడానికి ప్రయత్నించాడు. అప్పుడు ఆయన ఆశ్రయం పొందడానికి ఐగుప్తుకు పారిపోయాడు (మత్తయి 2:13-18).

11. మరో మాటలో చెప్పాలంటే, క్రైస్తవులు ఒక్కసారి మాత్రమే కాదు, రెండు లేదా అంతకంటే ఎక్కువ సార్లు ఇతర చెంపలను త్రిప్పుతూ ఉండాలా?

యేసు ప్రశ్నించబడ్డాడు

యేసు ముప్పై సంవత్సరాల వయస్సులో తన బోధనా పరిచర్యను ప్రారంభించినప్పుడు, చాలా వ్యతిరేకతను ఎదుర్కొన్నాడు. మహమ్మద్ లాగానే, యూదా మత పెద్దలు యేసును సవాలు చేయడానికి మరియు అతని అధికారాన్ని అణగద్రొక్కడానికి ఉద్ధేశించిన ప్రశ్నలు అడిగారు:

> .... శాస్త్రులను పరిస్సయులను ఆయన మీద నిండ పగబట్టి ఆయన మీద నేరము మోపవలెనని యుండి, ఆయన నోట నుండి వచ్చు ఏ మాటనైనను పట్టుకొనుటకు పొంచి, వెదకుచు చాలా సంగతులను గూర్చి ఆయనను మాటలాడింపసాగిరి. (లూకా11:53-54).

ఈ ప్రశ్నలు ఈ క్రింది వాటికి సంబంధించినవి:

- విశ్రాంతి దినమున యేసు ప్రజలకు ఎందుకు సహాయం చేస్తున్నాడు: ఆయన ధర్మశాస్త్రమును ఉల్లంఘిస్తున్నాడని చూపించడానికి ఈ ప్రశ్న అడిగారు (మార్కు 3:2; మత్తయి12:10).
- ఆయన చేసిన పనులు ఏ అధికారంతో చేస్తున్నాడు (మార్కు 11:28; మత్తయి 21:23; లూకా 20:2)
- పురుషుడు తన భార్యకు విడాకులు ఇవ్వడం న్యాయమా కాదా (మార్కు 10:2; మత్తయి 19:3)
- కైసరుకు పన్ను చెల్లించడం న్యాయమా (మార్కు 12:15; మత్తయి 22:17; లూకా 20:22)
- ఆజ్ఞలలో ఏది ప్రధానమైనది (మత్తయి 22:36)
- మెస్సియా ఎవరి కుమారుడు (మత్తయి 22:42)
- యేసు దేవుని కుమారుడు (యోహాను 8:19).
- పునరుత్థానం (మత్తయి 22:23-28; లూకా 20:27-33).
- సూచక క్రియలు చేయమని అడిగారు (మార్కు 8:11; మత్తయి 12:38; 16:1)

ఈ ప్రశ్నలతో పాటు యేసుపై ఆరోపణలు ఉన్నాయి:

- దయ్యం పట్టినవాడు, 'సాతాను సంబంధి' మరియు సాతాను శక్తి ద్వారా అద్భుతాలు చేస్తున్నాడు (మార్కు 3:22; మత్తయి 12:24; యోహాను 8:52;10:20)
- శిష్యులు విశ్రాంతి దినము మరియు శుద్ధీకరణ ఆచారాలను పాటించక పోవడం (మత్తయి 12:2) (మార్కు 7:2; మత్తయి 15:1-2; లూకా 11:38)
- ఆయన సాక్ష్యం అసత్యము (యోహాను 8:13)

తిరస్కరించేవారు

మనము యేసు జీవితాన్ని మరియు బోధనలను పరిశీలిస్తే, ఆయన అనేక విభిన్న వ్యక్తులు మరియు సమూహాల నుండి తిరస్కరణను అనుభవించినట్లు మనం కనుగొంటాము:

- శిశువుగా ఉన్నప్పుడు హేరోదు రాజు ఆయనను చంపడానికి ప్రయత్నించాడు (మత్తయి 2:16).
- నజరేతులోని ఆయన స్వంత గ్రామ ప్రజలు ఆయనపై ఆగ్రహం వ్యక్తం చేశారు (మార్కు 6:3; మత్తయి 13:53-58; మరియు ఆయనను చంపడానికి కొండపై నుండి త్రోసివేయడానికి ప్రయత్నించారు (లూకా 4:28-30).
- ఆయన సొంత కుటుంబ సభ్యులు ఆయన మతి చెలించిన వాడని ఆరోపించారు (మార్కు 3:21).
- ఆయన అనుచరులు చాలామంది ఆయనను విడిచిపెట్టారు (యోహాను 6:66)
- ఒక గుంపు ఆయనను రాళ్లతో కొట్టడానికి ప్రయత్నించారు (యోహాను 10:31)
- మత పెద్దలు ఆయనను చంపడానికి పథకం వేశారు (యోహాను 11:50).
- ఆయన అంతర్గత శిష్యులలో ఒకరైన యూదా చేత ఆయన మోసం చేయబడ్డాడు (మార్కు 14:43-45; మత్తయి 26:14-16; లూకా 22:1-6; యోహాను 18: 2-3)
- ఆయన ప్రధాన శిష్యుడైన పేతురు ఆయనను చేత మూడుసార్లు తిరస్కరించాడు (మార్కు 14:66-72; మత్తయి 26:69-75; లూకా 22:54-62; యోహాను 18)
- ఆయనను సిలువ వేయమని యెరూషలేము లోని జనసమూహం కేకలు వేసారు, ఈ నగరం కొద్ది రోజుల క్రితం ఒక శక్తివంతమైన గల మెస్సియాగా సంతోషంతో ఆయనను స్వాగతించింది (మార్కు 15:12-15; లూకా 23:18-23; యోహాను 19:15).
- ఆయన మత పెద్దలతో కొట్టబడ్డాడు, ఉమ్మివేయబడ్డాడు మరియు అపహాస్యము చేయబడ్డాడు (మార్కు 14:65; మత్తయి 26:67-68)
- కావలివారు మరియు రోమన్ సైనికులు అతన్ని వెక్కిరించారు మరియు దుర్భాషలాడారు (మార్కు 15:16-20; మత్తయి 27:27-31; లూకా 22:63-65; 23:11)
- యూదులు మరియు రోమన్ న్యాయస్థానాల ముందు ఆయనపై తప్పుడు అభియోగాలు మోపబడ్డాయి మరియు మరణశిక్ష విధించబడింది (మార్కు 14:53-65; మత్తయి 26:57-67; యోహాను 18:28).

- ఆయన సిలువ వేయబడ్డాడు, రోమన్లకు అందుబాటులో ఉన్న అత్యంత అవమానకరమైన ఉరిశిక్ష, ఇది దేవుని శాపానికి గురైన శిక్షగా యూదులచే పరిగణించబడింది (ద్వితియోపదేశకాండము 21:23).
- ఇద్దరు దొంగల మధ్య సిలువ వేయబడిన యేసు సిలువపై మరణిస్తున్న వేదనలను సహిస్తున్నప్పుడు దూషించబడ్డాడు (మార్కు 15:21-32; మత్తయి 27:32-44;లూకా 23:32-36; యోహాను 19:23-30).

తిరస్కరణకు యేసు యొక్క ప్రతిస్పందనలు

ఈ తిరస్కరణలన్నింటిని మనం పరిశీలించినప్పుడు, ప్రతిస్పందనగా యేసు దూకుడుగా లేదా హింసాత్మకంగా ఉన్నట్లు మనం కనుగొనలేము. ఆయన ప్రతీకారం తీర్చుకోడు.

కొన్ని సార్లు యేసు తనపై వచ్చిన ఆరోపణలకు ప్రతిస్పందించడు, ప్రాముఖ్యంగా చెప్పాలంటే ఆయన సిలువ వేయబడటానికి ముందు అభియోగాలు మోపబడినప్పుడు ప్రతిస్పందించలేదు. (మత్తయి 27:14). ఆదిమ సంఘము దీనిని మెస్సియానిక్ ప్రవచన నెరవేర్పుగా పరిగణించింది:

> అతడు దౌర్జన్యము నొందెను బాధింపబడినను అతడు నోరు తెరువలేదు వధకు తేబడు గొఱ్ఱపిల్లయు బొచ్చు కత్తిరించు వాని యెదుట గొఱ్ఱయు మౌనముగా నుండునట్లు అతడు నోరు తెరువలేదు (యెషయా 53:7).

తనను తాను నిరూపించుకోమని సవాలు వేసినప్పుడు, యేసు కొన్ని సార్లు అలా చేయడానికి నిరాకరించాడు, దానికి బదులుగా ఒక ప్రశ్న అడగటానికి ఇష్టపడతాడు (ఉదాహరణకు, మత్తయి 21:24; 22:15-20).

చాలాసార్లు ప్రజలు అతనితో గొడవలు పెట్టుకోవడానికి ప్రయత్నించినప్పటికీ, యేసు గొడవ పడేవాడు కాదు:

> అతడు కేకలు వేయడు అరువడు తన కంఠస్వరము వీధిలో వినబడనీయ్యడు, నలిగిన రెల్లును అతడు విరువడు మకమకలాడుతున్న జనపనార ఒత్తిని ఆర్పడు, అతడు సత్యమున నుసరించి న్యాయము కనపరుచును. (మత్తయి 12:19-20; యెషయా 42:1-4 ని ఉటంకిస్తుంది).

సిలువ వేయడానికి దారితీసిన సంఘటనలలో యేసు ఉద్దేశ్యపూర్వకంగా మరణానికి వెళ్లినప్పుడు మినహా ప్రజలు యేసును రాళ్లతో కొట్టి చంపాలని కోరుకున్నప్పుడు, ఆయన వారి మధ్య నుండి దాటి తన మార్గమున వెళ్లిపోయెను (లూకా 4:30).

ఈ ప్రతిస్పందనల గురించిన అంశము ఏమిటంటే, యేసు తిరస్కరణ అనుభవాల ద్వారా శోధించబడినప్పుడు, అతను శోధనను అధిగమించాడు మరియు తిరస్కరణకు లొంగిపోలేదు. హెబ్రీయులకు రాసిన లేఖ అతని ప్రతిస్పందనలను ఈ క్రింది విధంగా సంక్షిప్తంగా తెలియజేస్తుంది:

> ..... మన ప్రధాన యాజకుడు మన బలహీనతల యందు మనతో సహానుభవము లేనివాడు కాడు గాని, సమస్త విషయములలోను మనవలెనె శోధింపబడినను, ఆయన పాపము లేనివాడుగా ఉండెను. (హెబ్రి 4:15)

సువార్తలలో యేసు చాలా నిర్భయముగా మరియు శాంతంగా తన్ను తాను కనుపరచుకుంటాడు. ఆయన ప్రతీకారం తీర్చుకోలేదు: తనకు వ్యతిరేకంగా వచ్చిన వారిపై దాడి చేయడం లేదా నాశనం చేయడం అవసరం లేదని ఆయన భావించాడు. యేసు తిరస్కరణకు బాగా స్పందించడమే కాదు; నిజానికి తిరస్కరణను తిరస్కరించినందుకు ఆయన తన శిష్యులకు తిరస్కరణకు ప్రతిస్పందించ డానికి వేదాంతశాస్త్ర సంబంధమైన చట్టాన్ని కూడా బోధించాడు. ఈ వేదాంత శాస్త్రం యొక్క ముఖ్య అంశాలు ఈ పాఠంలో తరువాత వివరించబడ్డాయి.

తిరస్కరణకు సంబంధించిన రెండు చరిత్రలు

ప్రపంచంలోని రెండు అతి పెద్ద మతాల స్థాపకులైన యేసు మరియు మహమ్మద్ ఇద్దరూ తిరస్కరణ యొక్క తీవ్రమైన అనుభవాలను అనుభవించినట్లు నివేధించబడింది. ఇవి వారి పుట్టుక మరియు బాల్యం యొక్క పరిస్థితులతో ప్రారంభమయ్యాయి మరియు కుటుంబ సభ్యులు మరియు మతపరమైన అధికారుల వరకు విస్తరించాయి. ఇద్దరూ పిచ్చివాళ్లని, దుష్టశక్తులచే నియంత్రించబడ్డారని ఆరోపించారు. ఇద్దరూ వెక్కిరించబడ్డారు మరియు దూషించబడ్డారు. ఇద్దరూ మోసం చేయబడ్డారు. ఇద్దరూ ప్రాణహానికి గురయ్యారు.

ఏది ఏమైనప్పటికీ, ఈ గొప్ప సారూప్యతలు మరింత గొప్ప వ్యత్యాసంతో కప్పివేయబడ్డాయి, తద్వారా ఈ రెండు మతాలు స్థాపించబడిన విధానంపై తీవ్ర ప్రభావం చూపింది. అయితే మహమ్మద్ జీవిత చరిత్ర మానవాళికి ఉండే సాధారణమైన ప్రతికూల తిరస్కరణ ప్రతిస్పందనలు కలిగిన పూర్తి స్థాయిని ప్రదర్శిస్తుంది, స్వీయ - తిరస్కరణ, స్వీయ - ధృవీకరణ మరియు దూకుడు స్వభావం అతని జీవితంలో ఉన్నవి, కాని యేసు జీవితం పూర్తిగా దీనికి విభిన్నమైన దిశలో సాగింది. ఆయన తిరస్కరణను ఇతరులపై విధించడం ద్వారా కాదు, దానిని స్వీకరించడం ద్వారా అధిగమించాడు మరియు క్రైస్తవ విశ్వాసం ప్రకారం, దాని శక్తిని అధిగమించి, దాని వలన కలిగే గాయానికి స్వస్థత కలుగజేసాడు. ఆధ్యాత్మిక వారసత్వం షరియా వలన ఎలా బంధించబడి ఉందో మహమ్మద్ యొక్క జీవితం ద్వారా మనం అర్థం చేసుకోగలిగితే, ఇస్లాంను విడిచిపెట్టిన వ్యక్తులకు మరియు *షరియా* పరిస్థితులలో జీవిస్తున్న క్రైస్తవులకు క్రీస్తు జీవితం ఎంత ఎక్కువ స్వాతంత్ర్యము మరియు సంపూర్ణతను కలిగిస్తుంది.

తన మహిమగల పరిచర్యలో మెస్సియాగా మరియు రక్షకునిగా యేసు తిరస్కరణను ఎలా అర్థం చేసుకున్నాడో ఈ తదుపరి విభాగాలలో పరిశీలిస్తాము. మరియు తిరస్కరణ యొక్క చేదు పరిణామాల నుండి మనలను ఆయన జీవితం మరియు ఆయన సిలువ ఎలా విడిపించగలదో పరిశీలిస్తాము.

తిరస్కరణను స్వీకరించండి

దేవుని మెస్సియగా తిరస్కరించబడటం తన పనిలో ముఖ్యమైన భాగమని యేసు స్పష్టం చేసాడు. దేవుడు తిరస్కరించబడిన దానిని తన కట్టడం మొత్తానికి మూలరాయిగా ఉపయోగించాలని అనుకున్నాడు:

ఇల్లు కట్టువారు నిషేధించిన రాయి మూలకు తలరాయి ఆయెను.... (మార్కు 12:10; కీర్తన 118:22-23 ని ఉటంకిస్తూ; మత్తయి 21:42 కూడా చూడండి).

యేసు, తిరస్కరించబడిన వానిగా, యెషయా ద్వారా చెప్పబడినట్టుగా బాధనొందిన సేవకునిగా గుర్తించబడ్డాడు, (ఉదాహరణకు 1పేతురు 2:21 మరియు అపోస్తలుల కార్యములు 8: 32-35) తన శ్రమల ద్వారా ప్రజలు వారి పాపము నుండి రక్షణను మరియు శాంతిని పొందుతారు:

అతడు తృణీకరించబడినవాడు ఆయెను మనుష్యుల వలన
విసర్జింపబడిన వాడును, వ్యసనాక్రాంతుడు గాను, వ్యాధి ననుభవించిన
వాడు గాను, ...
మన యతిక్రమక్రియలను బట్టి అతడు గాయపరచబడెను
మన దోషములను బట్టి నలుగ గొట్టబడెను, మన సమాధానార్థమైన శిక్ష అతని
మీద పడెను అతడు పొందిన దెబ్బల చేత మనకు స్వస్థత కలుగుచున్నది
(యెషయా 53:3-5).

ఈ ప్రణాళికలో సిలువ ప్రధాన భాగం, మరియు యేసు తను మరణానికి అప్పగింపబడతాడనే వాస్తవాన్ని పదేపదే ప్రస్తావించాడు.

మరియు మనుష్య కుమారుడు అనేక హింసలు పొంది, పెద్దల చేతను, ప్రధాన యాజకుల చేతను, శాస్త్రుల చేతను, ఉపేక్షించబడి, మూడు దినముల తరువాత లేచుట అగత్యమని ఆయన వారికి   బోధింప నారంభించెను. అతను దీని గురించి స్పష్టంగా చెప్పాడు... (మార్కు 8:31-32; మార్కు 10:32-34; మత్తయి 16:21; 20:17-19; 26:2;లూకా 18:31; యోహాను 12:23 కూడా చూడండి).

హింసను తిరస్కరించండి

యేసు తన సొంత జీవితం ప్రమాదంలో ఉన్నప్పటికీ, తన లక్ష్యాలను బలవంతంగా సాధించడాన్ని పదేపదే ఖండించాడు:

యేసు అతనితో , "నీ కత్తి వరలో పెట్టుము, కత్తి పట్టుకొన్నవారు కత్తితోనే మరణిస్తారు". (మత్తయి 26:52).

యేసు సిలువకు చేరుతూ మరణానికి అప్పగింపబడుతున్న సమయంలో కూడా తన లక్ష్యాన్ని బలవంతంగా పూర్తిచేయడాన్ని త్యజించాడు:

యేసు "నా రాజ్యం ఈ లోకసంబంధమైనది కాదు. నా రాజ్యము లోక సంబంధమైనదైతే నేను యూదులకు అప్పగింపబడకుండునట్లు నా సేవకులు పోరాడుదురు గాని నా రాజ్యము ఇహసంబంధమైనది కాదు" అనెను (యోహాను 18:36).

యేసు భవిష్యత్‌లో సంఘం ఎదుర్కొనే శ్రమలను గురించి మాట్లాడుతున్నప్పుడు, ఆయన 'ఖడ్గము' ను తీసుకురావడాన్ని సూచించాడు:

నేను భూమి మీదికి సమాధానము తీసుకువచ్చితినని తలంచకుడి; ఖడ్గమునే గాని సమాధానమును పంపుటకు నేను రాలేదు (మత్తయి 10:34).

ఈ మాట కొన్నిసార్లు యేసు హింసను అనుమతించాడని రుజువుగా కనబడుతుంది; ఏది ఏమైనప్పటికీ, ఇది వాస్తవానికి క్రైస్తవులు క్రీస్తు నందు విశ్వసించిన క్రైస్తవులు తిరస్కరించబడినప్పుడు కుటుంబాలలో వచ్చే బేధాలను సూచిస్తుంది: లూకా లోని సంబంధిత భాగంలో "ఖడ్గము" (లూకా 12:51) బదులుగా "బేధము" అనే పదం ఉంది. ఇది ఒక కుటుంబం సభ్యుని నుండి మరొక సభ్యుడిని వేరుచేసే ప్రతీకాత్మకమైన ఖడ్గముగా ఉంది. మరొక సాధ్యమైన వివరణ ఏమిటంటే భవిష్యత్ హింసల గురించి యేసు ఇస్తున్న సలహా యొక్క విస్తృత సంధర్భంలో "ఖడ్గము" క్రైస్తవులను హింసించడానికి సూచిస్తుంది. ఈ సందర్భంలో, ఇది వారి సాక్ష్యం కారణంగా క్రైస్తవులపై ఎత్తబడిన ఖడ్గమే కాని, ఇతరులపై దాడి చేసే ఖడ్గము కాదు.

యేసు హింసను తిరస్కరించడం అనేది దేవుని ప్రజలను రక్షించడానికి వచ్చినప్పుడుమెస్సయా ఏమి చేస్తాడనే దాని గురించి సాధారణంగా ఉండే అంచనాలకు విరుద్ధంగా ఉంది. ఈ రక్షణ సైనికమరియు రాజకీయ అలాగే ఆధ్యాత్మిక విధానంలో లభిస్తుంద నిరీక్షించారు. కాని యేసు సైనిక విధానాన్ని తిరస్కరించాడు. తన రాజ్యం "ఈ లోకానికి చెందినది కాదు" అని స్పష్టంగా కూడా తెలియపరిచాడు. కైసరుకు చెందినది కైసరుకు ఇవ్వాలని మరియు దేవునివి దేవునికి ఇవ్వాలని అతడు బోధించాడు (మత్తయి 22:21). దేవుని రాజ్యము భౌతికపరమైనదన్న విషయాన్ని తృణీకరించాడు ఎందుకంటే ఆయన రాజ్యం ప్రజల మధ్యలోనే ఉంది (లూకా 17:21).

దేవుని రాజ్యంలో ఎవరు ముఖ్యమైన రాజకీయ పదవిని పొందుతారని శిష్యులు వాదించుకున్నప్పుడు - వారు కూర్చొనే స్థానం గురించి - దేవుని రాజ్యం వారికి తెలిసిన రాజకీయ రాజ్యాలు అనగా ప్రజలు ఒకరిపై ఒకరు ఆధిపత్యం వహించే వంటిది కాదని యేసు వారికి చెప్పాడు. మొదటి వ్యక్తిగా ఉండాలంటే మీరు చివర వ్యక్తిగా ఉండాలి అని ఆయన చెప్పాడు (మత్తయి 20: 16, 27) మరియు ఆయన శిష్యులు సేవ చేయించుకోవడానికి బదులుగా ఇతరులకు సేవ చేయాలని సూచించాడు (మార్కు 10:43; మత్తయి 20:26-27).

హింసపై యేసు బోధనలను ఆదిమ సంఘం హృదయపూర్వకంగా స్వీకరించింది. ఉదాహరణకు, సంఘం యొక్క మొదటి శతాబ్దాలలోని ప్రారంభ విశ్వాసులు సైనికుడితో సహా కొన్ని వృత్తులలో నిమగ్నమవ్వకుండా నిషేదించబడ్డారు మరియు ఒక క్రైస్తవుడు సైనికుడిగా మారినట్లయితే, అతను చంపకుండా నిషేదించబడ్డాడు.

మీ శత్రువులను ప్రేమించండి

తిరస్కరణకు హానికరమైన ప్రతిచర్యలలో ఒకటి దూకుడు స్వభావం. తిరస్కరణ అనుభవం కలిగించే శత్రుత్వం ద్వారా ఇది ప్రేరేపించబడుతుంది. అయితే యేసు ఇలా బోధించాడు:

- ప్రతీకారం ఇకపై ఆమోదయోగ్యం కాదు - చెడ్డపనులు ప్రతిగా మంచి చేయాలి కాని చెడు కాదు (మత్తయి 5:38-42).
- ఇతరులకు తీర్పు తీర్చడం తప్పు (మత్తయి 7:1-5)
- శత్రువులు ప్రేమింపబడాలి, ద్వేషించకూడదు (మత్తయి 5:44)
- సాత్వికులు భూమిని వారసత్వంగా పొందుతారు (మత్తయి 5:5)

- సమాధాన పరుచువారు ధన్యులు వారు దేవుని కుమారులనబడుదరు (మత్తయి5:9)

ఈ బోధనలు కేవలం శిష్యులు విని మరిచిపోయే మాటలు కాదు. యేసు అనుచరులు క్రొత్త నిబంధనలో భద్రపరచబడిన తమ లేఖనాలలో, ఈ సూత్రాలు గొప్ప పరీక్షలు మరియు వ్యతిరేకతను ఎదుర్కొన్నప్పటికీ వారికి మార్గనిర్దేశం చేశాయని స్పష్టం చేశారు:

> ఈ ఘడియ వరకు ఆకలి దప్పులు గలవారము, దిగంబరులము, పిడిగుద్దులు తిను చున్నాము, నిలువరమైన నివాసము లేక యున్నాము;... నిందింపబడియు దీవించు చున్నాము; హింసించబడియు ఓర్చుకొనుచున్నాము; దూషించబడియు బతిమాలు కొనుచున్నాము (1కొరింథి 4:11-13; 1పేతురు 3:10; తీతు 3:1-2; రోమా 12:14-21 కూడా చూడండి).

అపోస్తలులు విశ్వాసులకు యేసు యొక్క మాదిరిని చూపించారు (1పేతురు 2:21-25). ఇది చాలా ప్రభావితంగా ఉంది, ఆదిమ సంఘము యొక్క రచనలలో మత్తయి 5:44 లో "మీ శత్రువులను ప్రేమించండి" అనే వచనం బైబిల్‌లో అత్యంత తరచుగా ఉదహరించబడిన భాగం.

హింస కొరకు మిమ్ముల్ని మీరు సిద్ధపరచుకోండి

వారు కొరడాలతో కొట్టబడతారు, ద్వేషింపబడతారు, మోసగించబడతారు మరియు మరణానికి అప్పగించబడతారు (మార్కు 13:9-13; లూకా 21:12-19; మత్తయి 10:17-23).

తన ఉపదేశమును ఇతరులకు ఎలా తీసుకెళ్లాలో శిక్షణ ఇస్తున్నప్పుడు, వారు తిరస్కరణకు గురవుతారని ఆయన తన శిష్యులను హెచ్చరించాడు. మహమ్మద్ యొక్క మాదిరి అనగా శ్రమపడుతున్నప్పుడు మరియు హింస మరియు వధతో వాటిని ఎదుర్కోవాలని ముస్లింలను ప్రోత్సహించిన బోధనకు పూర్తి విరుద్ధంగా, యేసు తన శిష్యులతో "మీరు ఆ స్థలము విడిచి పెడుతున్నప్పుడు మీ పాదముల క్రింద దూళి దులిపి వేయుడి". మరో మాటలో చెప్పాలంటే వారు ఎదురాడుటకు కీడు లేదా అపవిత్రమైన మార్గాన్ని ఎంచుకోకుండా ముందుకు సాగిపోవాలని బోధించాడు (మార్కు 6:11; మత్తయి 10:14). ఇది ఒక చేదైన అనుభవం కాదుకాని వారి సమాధానం వారికి తిరిగి వస్తుంది (మత్తయి 10:13-14).

ఆయన శిష్యులు సమరయుల కొరకు పరలోకం నుండి అగ్నిని దింపాలని ఆయన కోరుకుంటున్నాడా అని ఆయనను అడిడారు, అయితే యేసు తన శిష్యులను మందలించి ముందుకు సాగాడు (లూకా 9:54-56).

హింసించబడినప్పుడు వారు వేరొక ప్రదేశానికి పారిపోవాలని యేసు తన శిష్యులకు బోధించాడు (మత్తయి 10:23). వారు చింతించకూడదు ఎందుకంటే వారు ఏమి చెప్పాలో తెలియపరచడానికి పరిశుద్ధాత్ముడు వారికి సహాయం చేస్తాడు (మత్తయి 10:19-20; లూకా 12: 11-12; 21:14-15) మరియు వారు భయపడకూడదు (మత్తయి 10:26, 31).

ఆయన శిష్యులకు ఆయన చేసిన విశేషమైన బోధ ఏమిటంటే, హింసించబడినప్పుడు సంతోషించాలి, ఎందుకంటే వారు ప్రవక్తలతో గుర్తింపు పొందుతారు:

> నా నిమిత్తము జనులు మిమ్మును నిందించి హింసించి మీమీద అబద్ధముగా చెడ్డమాటలెల్ల పలుకునపుడు మీరు ధన్యులు. సంతోషించి ఆనందించుడి, పరలోకమందు మీఫలము అధికమగును ఈలాగున వారు మీకు పూర్వమందుండిన ప్రవక్తలను హింసించిరి (లూకా 6:22-23; మత్తయి 5:11-12 కూడా చూడండి).

క్రీస్తు పట్ల వారి భక్తిలో భాగంగా, ఆదిమ సంఘము ఈ సందేశాన్ని హృదయ పూర్వకంగా స్వీకరించడానికి చాలా ఆధారాలు ఉన్నాయి:

> ...... మీరొకవేళ నీతినిమిత్తము శ్రమపడినను మీరు ధన్యులే (1పేతురు 3:14; 2కొరింథి 1:5; పిలిప్పీ 2:17-18; 1పేతురు 4:12-14)

హింసతో పాటు నిత్యజీవపు బహుమానమును పొందుతారనే నిరీక్షణతో యేసు తన శిష్యుల ను ప్రోత్సహించాడు, కాని రాబోయే కాలంలో ఈ వాగ్దానమును పొందాలంటే ఈ జీవితంలో నమ్మకంగా ఉండాలి (మార్కు10:29-30; 13:13).

సమాధానపరుచుట

క్రైస్తవ అవగాహనలో, ముఖ్యమైన మానవ సమస్య పాపం, ఇది మానవాళిని దేవుని నుండి మరియు ఒకరికొకరిని దూరం చేస్తుంది. పాపపు సమస్య కేవలం అవిధేయతకు సంబంధి ంచిన సమస్య కాదు. ఇది దేవునితో సంబంధాన్ని విచ్ఛిన్నం చేస్తుంది. ఆదాము మరియు హవ్వలు దేవునికి అవిధేయత చూపించినప్పుడు వారు దేవుని నుండి దూరమయ్యారు. వారు దేవుణ్ణి నమ్మకూడదని ఎంచుకొని సర్పము చెప్పింది విన్నారు. వారు దేవునికి వెన్ను చూపారు. ఆయనను తిరస్కరించారు మరియు ఆయనతో సంబంధాన్ని తిరస్కరించారు. దాని ఫలితంగా దేవుడు వారిని తిరస్కరించాడు మరియు తన సన్నిధి నుండి వారిని త్రోసివేసాడు. తత్ఫలితంగా వారు శాపాలకు లోనయ్యారు.

ఇశ్రాయేలు చరిత్రలో, దేవుడు మరియు మానవజాతి మధ్య సరైన సంబంధాన్ని పునః స్థాపిం చడానికి మోషే ద్వారా ఒక నిబంధనను ఏర్పరచాడు, కానీ ప్రజలు ఆయన ఆజ్ఞలకు అవిధే యులై వారి స్వంతమార్గంలో వెళ్లారు. వారి అవిధేయత ద్వారా వారు దేవునితో సంబంధాన్ని తిరస్కరించారు మరియుతీర్పు క్రిందకు వచ్చారు. కానీ దేవుడు వారిని పూర్తిగా తిరస్కరించ లేదు: వారి పునరుద్ధరణ కోసం ఆయనకు ఒక ప్రణాళిక ఉంది. వారియొక్క రక్షణ మరియు లోక రక్షణకు ఆయన ఒక ప్రణాళికను కలిగి యున్నాడు.

ప్రజలు దేవుణ్ణి తిరస్కరించినప్పటికీ, ఆయన వారిని పూర్తిగా తిరస్కరించలేదు. ఆయన సృజించిన ప్రజల కొరకు ఆయన హృదయం ఆరాటపడింది మరియు వారితో సమాధాన పడుటకు ఆయన ఒక ప్రణాళిక కలిగి యున్నాడు. సమస్త మానవాళి దేవునితో సత్సంబంధ ములో పునరుద్ధరించడానికి నరావతారిగా వచ్చిన యేసుక్రీస్తు మరియు ఆయన సిలువ దేవుని ప్రణాళిక యొక్క నెరవేర్పు అయి ఉన్నది.

దేవునికి వ్యతిరేకంగా మానవ తిరస్కరణ మరియు ఇది తెచ్చే తీర్పు యొక్క లోతైన సమస్య ను అధిగమించడానికి సిలువ కీలకమైనది. తృణీకరించబడినప్పుడు తన్ను తాను ఎలా

అప్పగించుకున్నాడో తృణీకరణను ఎలా జయించగలిగాడో యేసు యొక్క సిలువ కీలకమైన సందేశాన్ని అందిస్తుంది. తిరస్కరణ యొక్క శక్తి ప్రతిచోటా ప్రజల హృదయాలను ప్రేరేపించే ప్రతిస్పందనలలో ఉంది. తనపై దాడి చేసే వారి ద్వేషాన్ని గ్రహించి లోక పాపాల కోసం తన జీవితాన్ని త్యాగం చేయడం ద్వారా తిరస్కరణ యొక్క శక్తిని యేసు తన అత్యధికమైన ప్రేమ చేత ఓడించాడు. యేసు చూపించిన ఈ ప్రేమ మరెవరిదో కాదు గాని తాను సృజించిన ప్రపంచం పట్ల దేవునికి ఉన్న ప్రేమ:

> దేవుడు లోకమును ఎంతో ప్రేమించెను. కాగా ఆయన తన అద్వితీయ కుమారునిగా పుట్టిన వాని యందు విశ్వాసముంచు ప్రతివాడును నశించిన నిత్యజీవము పొందునట్లు ఆయనను అనుగ్రహించెను (యోహాను 3:16).

దేవుణ్ణి తిరస్కరించినందుకు మానవాళికి అర్హమైన శిక్షను సిలువపై తన మరణంలో యేసు స్వీకరించాడు. ఈ శిక్ష మరణం, మరియు క్రీస్తు దానిని భరించాడు, తద్వారా అతని ని విశ్వసించే ప్రజలందరూ క్షమాపణ మరియు శాశ్వత జీవితాన్ని పొందుతారు. ఈ విధంగా యేసు తిరస్కరణ శక్తిని దాని శిక్షను సంతృప్తి పరచడం ద్వారా అధిగమించాడు.

తోరాలో పాపానికి ప్రాయశ్చిత్తం చేసే బలి, జంతువుల రక్తాన్ని చిందించడం ద్వారా జరుగుతు ందని చెప్పబడింది. యేసు సిలువ మరణం యొక్క అర్థాన్ని అర్థం చేసుకోవడానికి క్రైస్తవులు ఈ ప్రతీక వాదాన్ని వర్తింపచేస్తారు. ఇది యెషయా శ్రమనొందిన సేవకుని యొక్క కీర్తనలో వివరించాడు.

> ...... మన సమాధానార్థమైన శిక్ష అతని మీద పడెను. అతడు పొందిన దెబ్బల చేత మన కు స్వస్థత కలుగుచున్నది... అతనిని నలుగగొట్టుటకు యెహోవాకు ఇష్టమాయెను, ఆయన అతనికి వ్యాధి కలుగజేసె. అతడు తన్ను తానే అపరాధ పరిహారార్థ బలిచేయగా అతని సంతానము చూచును. అతడు దీర్ఘాయుష్మంతుడగును... ఏలయనగా మరణ ము నొందునట్లు అతడు తన ప్రాణమును ధారపోసెను అతిక్రమము చేయువారిలో ఎంచబడిన వాడాయెను. అనేకుల పాపమును భరించుచు తిరుగుబాటు చేసిన వారిని గూర్చి విజ్ఞాపన చేసెను. (యెష. 53:5, 10, 12).

రోమీయులకు వ్రాసిన పత్రిక నుండి ఒక శక్తివంతమైన భాగంలో, మనకు సమాధానమును అనుగ్రహించుస్తూ తిరస్కరణను తన త్యాగం ద్వారా క్రీస్తు ఎలా ముగించాడో పౌలు వివరించాడు:

> ఏలయనగా శత్రువులమై యుండగా, ఆయన కుమారుని మరణము ద్వారా మనము దేవునితో సమాధాన పరచబడిన యెడల సమాధాన పరచబడిన వారమై, ఆయన జీవించుట చేత మరి నిశ్చయముగా రక్షింప బడుదుము. "అంతేకాదు, మన ప్రభువైన యేసుక్రీస్తు ద్వారా మనము దేవుని యందు అతిశయ పడుచున్నాము; ఆయన ద్వారానే మనము ఇప్పుడు సమాధాన స్థితి పొంది యున్నాము (రోమా 5:10-11).

ఈ సమాధానము మనపై శిక్షను విధించడానికి అధికారము కలిగిన మానవ, దేవదూతల మరియు దురాత్మలను కూడా అధిగమిస్తుంది (రోమా 8:38):

> దేవునిచేత ఏర్పరచబడిన వారిమీద నేరము మోపువాడెవడు? నీతిమంతులుగా తీర్చు దేవుడే... మన ప్రభువైన యేసుక్రీస్తు నందలి దేవుని ప్రేమ నుండి మనలను ఎడబాప నేరవని రూఢిగా నమ్ముచున్నాను (రోమా 8:33, 39).

ఇది మాత్రమే కాకుండా, ఇతరులకు సమాధాన పరిచర్యను విస్తరించడం ద్వారా మరియు సిలువ సందేశాన్ని తృణీకరణను నాశనం చేసే శక్తిని ప్రకటించడం ద్వారా క్రైస్తవులకు సమాధానము పరిచర్య అప్పగించబడింది:

> సమస్తమును దేవుని వలనైనవి ఆయన మనలను క్రీస్తు ద్వారా తనతో సమాధాన పరచుకొని, ఆ సమాధాన పరచు పరిచర్యను మాకు అనుగ్రహించెను. అదేమనగా, దేవుడు వారి అపరాధములను వారిమీద మోపక, క్రీస్తునందు లోకమును తనతో సమాధాన పరుచుకొనుచు, ఆ సమాధాన వాక్యమును మాకు అప్పగించెను. కావున దేవుడు మా ద్వారా వేడుకొనినట్టు మేము క్రీస్తుకు రాయబారులమై దేవునితో సమాధాన పడుడని క్రీస్తు పక్షముగా మిమ్మును బతిమాలుకొనుచున్నాను (2 కొరింథి 5:18-20).

పునరుత్థానం

మహమ్మద్ యొక్క 'ప్రత్యక్షతలు' మరియు అతని అనేక ప్రకటనల యొక్క నిరంతర ఇతివృత్తాలలో ఒకటి విమోచన లేదా స్వీయ - ధృవీకరణ కోసం కోరిక. అతను తన శత్రువులను తన మతానికి లొంగమని బలవంతం చేయడం కోసం దీనిని సాధించాడు, తద్వారా వారు అతని మార్గదర్శకత్వంమరియు అధికారంలో తమను తాము అప్పగించుకున్నారు, లేదా *ధిమ్మా*కు బలవంతంగా అంగీకరించారు వారి ముడవ ప్రత్యామ్నాయం మరణం.

క్రైస్తవ అవగాహనలో క్రీస్తు యొక్క పరిచర్య గురించిన రుజువు ఉంది, కానీ అది క్రీస్తు కొరకు సాధించబడినది కాదు. తిరస్కరణను స్వీకరించడం, తన్ను తాను తగ్గించుకోవడం శ్రమ పడుతున్న మెస్సీయ యొక్క విధానం. మరణం మరియు దాని యొక్క శక్తిని పునరుత్థానం మరియు క్రీస్తు ఆరోహణం ద్వారా విమోచన కలిగింది:

> ... క్రీస్తు పాతాళములో విడువబడలేదనియు, ఆయన శరీరము కుళ్లిపోలేదనియు...ఈ యేసును దేవుడు లేపెను, దీనికి మేమందరము సాక్షులము. కాగా ఆయన దేవునికు డిపార్శ్వమునకు హెచ్చింపబడి, పరిశుద్ధాత్మను గూర్చిన వాగ్దానమును తండ్రి వలన పొంది, మీరు చూచుచు వినుచునున్న దీనిని కుమ్మరించి యున్నాడు... ఈ యేసునే దేవుడ ప్రభువుగాను... క్రీస్తుగాను నియమించెను. (అపో. కార్యములు 2:31-36)

పౌలు పిలిప్పీయులకు రాసిన పత్రికలోని ఒక ప్రసిద్ధ భాగం, యేసు ఎలా దాసుని స్వరూపమును ఇష్టపూర్వకముగా ధరించుకొని "తనను తాను తగ్గించుకున్నాడో" వివరిస్తుంది. మరణం పొందునంతగా ఆయన విధేయత చూపించాడు. కానీ దేవుడు ఆయనను ఆత్మీయ ఉన్నతమైన అధికారమునకు హెచ్చించాడు. ఈ విజయం క్రీస్తు స్వంత కృషి వల్ల మాత్రమే కాదు కానీ సిలువపై క్రీస్తు చేసిన అత్యున్నత త్యాగాన్ని దేవుడు అంగీకరించడం వలన జరిగింది:

> ..... క్రీస్తు యేసునకు కలిగిన ఈ మనస్సును మీరును కలిగి యుండుడి: ఆయన దేవుని స్వరూపము కలిగినవాడై యుండి, దేవునితో సమానముగా ఉండుట విడిచిపెట్టకూడని భాగ్యమని ఎంచుకొనలేదు కాని; మనుష్యుల పోలికగా పుట్టి దాసుని స్వరూపము ధరించుకొని తన్ను తానే రిక్తునిగా చేసుకొనెను.

మరియు ఆయన ఆకారమందు మనుష్యుడుగా కనబడి, మరణం పొందునంతగా అనగా సిలువ మరణం పొందునంతగా విధేయత చూపినవాడై తన్ను తాను తగ్గించు కొనెను!

అందుచేతను ప్రతివాని మోకాలును యేసు నామములో వంగునట్లును...దేవుడాయన ను అధికముగా హెచ్చించి, ప్రతి నామమునకు పై నామమును ఆయనకు అనుగ్రహిం చును (ఫిలిప్పీ 2:4-10).

సిలువను వెంబడించే శిష్యరికం

క్రైస్తవులకు, క్రీస్తును వెంబడించడం అంటే ఆయన మరణం మరియు పునరుత్థానాన్ని గుర్తిం చడం. యేసు మరియు అతని శిష్యులు క్రీస్తుతో "చనిపోవాల్సిన" అవసరాన్ని పదే పదే సూచిస్తున్నారు - అంటే పాత జీవితాన్ని చంపివేయడం - మరియు తిరిగి జన్మించడం, అనగా మనకు మనం జీవించడం కాక దేవుని కొరకు క్రీస్తు యొక్క ప్రేమ మరియు సమాధానము మార్గములో నూతనంగా జీవించడం. క్రైస్తవులు శ్రమ అనుభవాలను క్రీస్తు శ్రమలలో పాలుపంచుకునే మార్గంగా భావిస్తారు. ఈ శ్రమల అనుభవం నిత్య జీవానికి మార్గంగా సూచిస్తుంది, ఇది రాబోయే విజయానికే కాని అపజయానికి సంకేతం కాదు. నమ్మకమైన విశ్వాసులను దేవుడే తీర్పు తీరుస్తాడు కాని, ఈ లోక శక్తులు కావు:

> నన్ను వెంబడింప గోరువాడు తన్ను తాను ఉపేక్షించుకొని తన సిలువను ఎత్తికొని నన్ను వెంబడింప వలెను. తన ప్రాణమును రక్షించుకొన గోరువాడు దాని పోగొట్టు కొనును; నానిమిత్తమును సువార్త నిమిత్తమును తన ప్రాణమును పోగొట్టుకొనువాడు దాని రక్షించుకొనును (మార్కు 8:34-35;1యోహాను 3:14, 16; 2కొరింథి 5:14-15; హెబ్రీయులు 12:1-2 కూడా చూడండి)

సిలువకు వ్యతిరేకంగా మహమ్మద్

వెలుగులో మనం నేర్చుకొని తెలుసుకున్నది ఏమనగా మనము ఆధ్యాత్మిక లోకంలో నివసిస్తు న్నామని, కాబట్టి మహమ్మద్ సిలువను ద్వేషిస్తున్నాడని తెలుసుకొన్నప్పుడు ఆశ్చర్యపోనవసరం లేదు. మహమ్మద్ తన ఇంట్లో ఎప్పుడైనా ఒక సిలువ గుర్తు ఉన్న వస్తువును కనుగొంటే, దానిని నాశనం[10] చేస్తాడని ఒక *హదీసు* నివేదించింది.

మనం పాఠం 3 లో చూసిన విధంగా మహమ్మద్‌కు సిలువపై ఉన్న ద్వేషం ఎంతవరకు వ్యాపించినదంటే తన బోధనలో, ఈసా అని పిలువబడుతున్న ఇస్లామిక్ యేసు సిలువను నశింపచేసే ఇస్లామిక్ ప్రవక్తగా భూమిపైకి తిరిగి వస్తాడని, మరియు క్రైస్తవ్యాన్ని భూమిపై నుండి పూర్తిగా నిర్మూలిస్తాడని చెప్పాడు.

నేడు మహమ్మద్‌కు సిలువపై ఉన్న శత్రుత్వం చాలా మంది ముస్లింలు కలిగి యున్నారు. నేడు ప్రపంచంలోని అనేక ప్రాంతాలలో క్రైస్తవ సిలువలు ముస్లింలచే ద్వేషించబడుతున్నాయి నిషేధించబడ్డాయి మరియు నాశనం చేయబడ్డాయి.

---

[10] డబ్ల్యూ . ముయిర్, *ది లైఫ్ ఆఫ్ మహమ్మద్*, వాల్యూమ్. 3 పి. 61, గమనిక 47

1995 లో సౌది అరేబియాలో తన విమానం బలవంతంగా ఆపివేయవలసి వచ్చినప్పుడు కాంటర్ బరీ ఆర్చ్ బిషప్ జార్జ్ కారీ తన మెడలోని సిలువను బలవంతంగా తొలగించడానికి అంగీకరించాడు. ఈ సంఘటనను డేవిడ్ స్కిడ్‌మోర్ ఎపిస్కోపల్ న్యూస్ సర్వీస్‌లో వివరించాడు:

> కైరో నుండి సుడాన్‌కు బయలుదేరిన కారీ యొక్క విమానం మధ్యలోని సౌదీ అరేబియాలో బలవంతంగా ఆగవలసి వచ్చింది సౌదీ అరేబియాలోని ఎర్ర సముద్ర తీర నగరమైన జిడ్డాకు చేరుకొనే సమయంలో, కారీ తన మతపరమైన కాలర్ మరియు పెక్టోరల్ క్రాస్‌తో సహా అన్ని మతపరమైన చిహ్నాలను తొలగించమని చెప్పబడింది.

సిలువను ముస్లింలు తిరస్కరించినప్పటికీ, క్రైస్తవులకు ఇది మన స్వాతంత్ర్యమును సూచిస్తుంది.

ఈ విభాగాలలో మేము యేసుక్రీస్తును వెంబడించాలనే నిబద్ధతతో కూడిన ప్రార్థనను, స్వాతంత్ర్యానికి సంబంధించిన కొన్ని సాక్షాలను మరియు ఇస్లాం యొక్క శక్తి మరియు షహాదా ఒడంబడిక నుండి విముక్తి పొందడం కొరకు ప్రార్థనలను పరిశీలిస్తాము. ఈ ప్రార్థనలు ప్రత్యేకంగా నజరేయుడైన యేసును వెంబడించడానికి ఇస్లాంను విడిచి పెట్టాలని ఎంచుకొనే వ్యక్తుల కోసం, అలాగే ఇప్పటికే యేసును అనుసరించడానికి ఎంచుకున్న వ్యక్తుల కోసం మరియు ఇస్లాం యొక్క అన్ని సూత్రాలు మరియు అధికారాల నుండి తమ స్వేచ్ఛను పొందాలని కోరుకొనే వ్యక్తుల కోసం ప్రత్యేకంగా ఉద్దేశించ బడ్డాయి.

యేసును వెంబడించండి

ఈ ప్రార్థనను బిగ్గరగా చదవడం ద్వారా క్రీస్తును వెంబడించాలనే మీ నిబద్ధతను ధృవీకరించడానికి మీరు ఆహ్వానించ బడ్డారు. మీరు దీన్ని చదివే ముందు జాగ్రత్తగా సమీక్షించండి, తద్వారా మీరు ఏమిచెబుతున్నారో మీరు ఖచ్చితంగా తెలుసుకోవచ్చు.

మీరు ఈ ప్రార్థనను పరిశీలిస్తున్నప్పుడు, ఇది క్రింది అంశాలను కలిగి ఉందని దయచేసి గమనించండి:

1. *రెండు ఒప్పుకోలు :*
   - నేను పాపిని మరియు నన్ను నేను రక్షించుకోలేను.
   - సృష్టికర్త అయిన దేవుడు ఒక్కడే, నా పాపాల కోసం మరణించడానికి తన కుమారుడైన యేసును ఆయనే పంపియున్నాడు.
2. నా పాపాల నుండి మరియు దుష్టత్వము అంతటి నుండి దూరంగా *తొలగిపోవడం* (పశ్చాత్తాపపడటం)
3. క్షమాపణ, స్వేచ్ఛ, నిత్యజీవం మరియు పరిశుద్ధాత్మ కోసం *అభ్యర్థనలు.*
4. నా జీవితానికి ప్రభువుగా క్రీస్తుకు *విధేయతను బదిలీ చేయండి.*

5. నా జీవితంలో పరిశుద్ధత కలిగి క్రీస్తుకు లోబడి ఆయనను సేవిస్తానని వాగ్దానం చేయడం.

6. క్రీస్తులో నా గుర్తింపు యొక్క ప్రకటన.

యేసుక్రీస్తును వెంబడించడానికి నిబద్ధత యొక్క ప్రకటన మరియు ప్రార్థన

దేవుడు ఒక్కడే ఆయనే సృష్టికర్తయు సర్వశక్తుడైన తండ్రి అని నేను విశ్వసిస్తాను.

నేను "దేవుళ్లు' అని పిలువబడే ఇతర అందరినీ త్యజిస్తున్నాను.

నేను దేవునికి మరియు ఇతర వ్యక్తులకు వ్యతిరేకంగా పాపము చేశానని గుర్తించాను. దీని ద్వారా దేవునికి అవిధేయత చూపాను మరియు ఆయన ఆజ్ఞలకు వ్యతిరేకంగా తిరుగుబాటు చేశాను.

నాపాపాల నుండి నన్ను నేను రక్షించుకోలేను.

యేసు క్రీస్తు అని, దేవుని యొక్క పునరుత్థానపు కుమారుడని నేను విశ్వసించాను. ఆయన నా స్థానంలో సిలువపై మరణించాడు మరియు నా పాపాలకు తీర్పును ఆయనే తీసుకున్నాడు. ఆయన నాకొరకు మృతులలో నుండి లేపబడ్డాడు

నేను పాపాలకు దూరంగా ఉన్నాను

సిలువపై జయించిన క్రీస్తు యొక్క క్షమాపణ బహుమానము కొరకు నేను అడుగుచున్నాను.

ఈ క్షమాపణ యొక్క బహుమానముకు ఇప్పుడే నేను పొందుకొనుచున్నాను.

నేను దేవుణ్ణి నా తండ్రిగా అంగీకరించాలని ఎంచుకుంటున్నాను మరియు ఆయన వలే మారాలని కోరుకుంటున్నాను.

నేను నిత్యజీవపు బహుమతిని వెదకుచున్నాను

నా జీవితానికి సంబంధించిన అధికారమును క్రీస్తుకు అప్పగించి, ఈ రోజు నుండి నా జీవితానికి ప్రభువుగా పరిపాలించమని ఆయనను ఆహ్వానిస్తున్నాను.

నేను అన్ని ఇతర ఆధ్యాత్మిక మార్గాలను త్యజిస్తున్నాను.

ప్రత్యేకంగా షహాదా మరియు నాపై ఉన్న ఆరోపణలన్నిటిని త్యజిస్తున్నాను.

సాతాను మరియు సమస్త దుష్టత్వాన్ని నేను తిరస్కరిస్తున్నాను. నేను దుష్టశక్తులతో లేదా దుష్ట అభిప్రాయాలతో చేసుకున్న భక్తిహీనమైన ఒప్పందాలన్నింటినీ ఉల్లంఘిస్తాను.

నాపై భక్తిహీనమైన అధికారాన్ని ప్రయోగించిన ఇతరులతో భక్తిహీనమైన బంధాలన్నింటిని నేను వదులుకుంటాను.

నా తరుపున నా పూర్వీకులు చేసిన భక్తిహీనమైన ఒడంబడికలను, నాపై ప్రభావం చూపిన వాటన్నిటిని నేను త్యజిస్తున్నాను,

యేసుక్రీస్తు ద్వారా దేవుని నుండి పొందుకోనని అన్ని మానసిక లేదా ఆధ్యాత్మిక సామర్థ్యాలను నేను త్యజిస్తున్నాను.

వాగ్దానం చేసిన పరిశుద్ధాత్మ వరము కోసం నేను అడుగుతున్నాను.

తండ్రీ యైన దేవా, దయచేసి నన్ను విడిపించి మార్చండి, తద్వారా నేను మీకు మరియు మీకు మాత్రమే మహిమను తెచ్చే విధంగా ఉంచండి.

నన్ను ఘనపరిచి మరియు ఇతరులను ప్రేమించులాగున నాలో పరిశుద్ధాత్మ ఫలమును విడుదల చేయండి.

నేను మనుష్యుల యెదుట సాక్ష్యార్థంగా అన్ని ఆధ్యాత్మిక అధికారుల ముందు నేను యేసు క్రీస్తు ద్వారా దేవునికి నన్ను ప్రతిష్ఠించుకుంటానని మరియు కట్టుబడి ఉన్నానని ప్రకటించాను.

నేను పరలోకపు పౌరుడని మరియు దేవుడే నా సంరక్షకుడు అని ప్రకటిస్తున్నాను. పరిశుద్ధాత్మ సహాయం ద్వారా యేసును వెంబడిస్తాను మరియు ఆయనను మాత్రమే నా జీవిత కాలమంతయు వెంబడిస్తానని నిర్ణయించుకున్నాను.

ఆమెన్.

విడుదల పొందుకున్న వారి యొక్క సాక్ష్యాలు

ఈ పాఠంలో ప్రార్థనలను ఉపయోగించి విడుదల చేయబడిన వ్యక్తుల యొక్క కొన్ని సాక్ష్యాలు ఇక్కడ ఉన్నాయి.

ఒక శిష్యత్వపు కోర్స్

ఉత్తర అమెరికాలోని ఒక పరిచర్య , క్రీస్తును తమ ప్రభువుగా మరియు రక్షకుడిగా అంగీకరించిన ముస్లిం నేపథ్యం ఉన్న వ్యక్తుల కోసం క్రమమైన ఇంటెన్సివ్ శిక్షణను నిర్వహిస్తుంది. అందులో పాల్గొనేవారు అనేక శిష్యత్వ ఇబ్బందులను ఎదుర్కొంటారని కోర్స్ సమన్వయ కర్తలు కనుగొన్నారు. వారు *షహదాను* త్యజించడం కోసం ఈ పుస్తకంలోని ప్రార్థనల గురించి తెలుసుకున్నారు మరియు కలిసి ఇస్లాంను త్యజించడానికి ఈ ప్రార్థనలను ఉపయోగించమని కోర్స్‌లో పాల్గొనే వారందరినీ ఆహ్వానించాలని నిర్ణయించుకున్నారు. పాల్గొనేవారి ప్రతిస్పందన గొప్ప ఉపశమనం మరియు ఆనందాన్ని కలిగించింది. వారు ఈ విధంగా అడిగారు, "మేము ఇస్లాంను త్యజించాల్సిన అవసరం ఉందని ఎవరూ ఎందుకు వివరించలేదు? మేము దీన్ని చాలా కాలం క్రితమే చేసి ఉండాల్సింది!" ఆ తరువాత, ఇస్లాంను త్యజించడం వారి శిక్షణా కోర్స్‌లో ముఖ్యమైన భాగంగా మారింది.

షహదాను త్యజించిన మధ్య ప్రాచ్య క్రైస్తవులు

మధ్య ప్రాచ్యంలో ముస్లిం మతం మారిన వారు *షహదాను* త్యజించిన వారి రెండు సాక్ష్యాలు ఇక్కడ ఉన్నాయి:

> నా మెడకు కట్టిన కాడి వదులైనట్లు మరియు విరిగిపోయినట్లు నిజమైన విడుదల అనుభూతిని పొందుకున్నాను. ఈ ప్రార్థన ఎంతో అద్భుతమైనది. నేను విడిపించబడిన పంజరంలోని పక్షిగా భావిస్తున్నాను. నేను స్వేచ్ఛను అనుభవిస్తున్నాను.

నాకు దీని అవసరం చాలా ఎక్కువగా ఉంది మరియు నా మనస్సులో ఏమి జరుగు తుందో మీకు తెలిసినట్లుగా ఉంది.... నేను ప్రార్థనను పదేపదే చెబుతున్నప్పుడు నేను మాటలకు మించిన వింత ఓదార్పును అనుభవించాను; ఎలాగనగా నా భారం అంతా తొలగిపోయి నేను పూర్తిగా విముక్తి పొందినట్లు అనిపించింది. అహో ఎంత విముక్తి పొందిన అనుభూతి!

సత్యాన్ని ఎదుర్కోవడం

షహదా (లేదా ధిమ్మా) త్యజించడానికి మిమ్మల్ని మీరు సిద్ధం చేసుకోవడంలో మొదటి మెట్టు ఏమిటంటే, గ్రంధంలోని కొన్ని వచనాలను పరిశీలించడం. మన ప్రార్థనలకు ఆధారమైన ఒక ముఖ్యమైన సత్యాన్ని ధృవీకరించడానికి దీన్ని చేస్తాము. దీన్నే 'సత్యాన్ని ఎదుర్కోవడం' అనవచ్చు.

1యోహాను మరియు యోహాను సువార్త నుండి ఈ వచనాలు ఏ లేఖన సత్యాన్ని విశ్వసించాలని మరియు ప్రార్థించమని మనకు బోధిస్తాయి?

> మనయెడల దేవునికి ఉన్న ప్రేమను మన మెరిగినవారమై దాని నమ్ముకొని యున్నాము; దేవుడు ప్రేమా స్వరూపియై యున్నాడు. ప్రేమయందు నిలిచి యుండువాడు దేవుని యందు నిలిచి యున్నాడు. దేవుడు వానియందు నిలిచి యున్నాడు (1 యోహాను 4:16).
>
> (యేసు ఇలా అన్నాడు:) దేవుడు లోకమును ఎంతో ప్రేమించెను కాగా ఆయన తన అద్వితీయ కుమారునిగా పుట్టిన వానియందు విశ్వాసముంచు ప్రతివాడును నశింపక నిత్యజీవము పొందునట్లు ఆయనను అనుగ్రహించెను (యోహాను 3:16).

దేవుని ప్రేమ తిరస్కరణను అధిగమిస్తున్నదని అవి మనకు బోధిస్తాయి.

ఈ రెండు వచనాలు ఏ దైవిక సత్యాన్ని హత్తుకోవాలని మరియు ప్రార్థించమని బోధిస్తాయి?

> ఎందుకంటే దేవుడు మనకు శక్తియు ఇంద్రియ నిగ్రహము గల ఆత్మనే ఇచ్చెను గాని, పిరికితనము గల ఆత్మను ఇవ్వలేదు. (2తిమోతి 1:7)
>
> ఏలయనగా మరల భయపడుటకు మీరు దాస్యపు ఆత్మను పొందలేదు గాని దత్తపుత్రాత్మను పొందితిరి. ఆ ఆత్మ కలిగిన వారమై మనము అబ్బా తండ్రీ అని మొఱ్ఱపెట్టుచున్నాము. మనము దేవుని పిల్లలమని ఆత్మ తానే మన ఆత్మతో కూడా సాక్ష్యమిచ్చుచున్నాడు. మనము పిల్లలమైతే వారసులము, అనగాదేవుని వారసులము; క్రీస్తుతో కూడా మహిమ పొందుటకు ఆయనతో శ్రమపడిన యెడల, క్రీస్తుతోడి వారసులము (రోమీయులకు8:15-17).

మన వారసత్వం భయముతో కూడినది కాదు అది దేవునిలోనే ఉన్నది అని అవి మనకు బోధిస్తున్నవి.

ఏ సత్యాన్ని విశ్వసించాలని మరియు ప్రార్థించాలని ఈ రెండు వచనాలు మనకు బోధిస్తాయి?

> (యేసు ఇలా అన్నాడు:) మీరు సత్యమును గ్రహించెదరు. అప్పుడు సత్యము మిమ్మును స్వతంత్రులనుగా చేయును (యోహాను 8:32)

> ఈ స్వాతంత్ర్యము అనుగ్రహించి క్రీస్తు మనలను స్వతంత్రులనుగా చేసియున్నాడు. కాబట్టి మీరు స్థిరముగా నిలిచి మరలా దాస్యమను కాడిక్రింద చిక్కుకొనకుడి (గలతీ 5:1)

మనం స్వేచ్ఛగా జీవించడానికి పిలువబడ్డామని అవి మనకు బోధిస్తాయి.

ఏ సత్యాన్ని విశ్వసించాలని మరియు ప్రార్థించాలని ఈ రెండు వచనాలు మనకు బోధిస్తాయి?

> మీ దేహము దేవుని వలన మీకు అనుగ్రహింపబడి. మీలో నున్న పరిశుద్ధాత్మకు ఆలయ మై యున్నదని మీరెరుగరా? మీరు మీసొత్తు కాదు, విలువపెట్టి కొనబడిన వారు గనుక మీ దేహముతో దేవుని మహిమ పరుచుడి (1కొరింథీ 6:19-20).
>
> వారు గొఱ్ఱెపిల్ల రక్తమును బట్టియు.... వానిని జయించియున్నారు..... (ప్రకటన 12:11).

మన దేహములు దేవునికి చెందినవని మరియు దాస్యత్వమునకు సంబంధించినవి కావని అవి మనకు బోధిస్తున్నాయి: మన రక్త క్రయధనము ఇదివరకే చెల్లించబడినది.

ఈ వచనాలు ఏ బైబిల్ సత్యాన్ని ఆమోదించడానికి మరియు ప్రార్థించడానికి మనకు బోధిస్తున్నాయి?

> .....ఇందులో యూదుడని, గ్రీసుదేశస్థుడని లేదు, దాసుడని స్వతంత్రుడని లేదు, పురుషుడని, స్త్రీ అని లేదు; యేసుక్రీస్తు నందు మీరందరూ ఏకమై యున్నారు (గలతీ 3:28).

దేవుని ముందు స్త్రీ పురుషులు సమానమేనని, ఒక వర్గం మరొక వర్గం కంటే గొప్పది కాదని ఇది మనకు బోధిస్తున్నది.

ఏ దైవిక సత్యాన్ని విశ్వసించాలని మరియు ప్రార్థించాలని ఈ మూడు భాగాలు మనకు బోధిస్తాయి?

> మా ద్వారా ప్రతి స్థలమందును క్రీస్తును గూర్చిన జ్ఞానము యొక్క సువాసనను కనుప రుచుచు ఆయన యందు మమ్మును ఎల్లప్పుడు విజయోత్సవముతో ఊరేగించుచున్న దేవునికి స్తోత్రము. రక్షింపబడు వారి పట్లను నశించువారి పట్లను మేము దేవునికి క్రీస్తు సువాసనయైయున్నాము (2కొరింథి 2:14-15).
>
> మనము ఏకమై యున్నలాగున, వారును ఏకమై యుండవలెనని నీవు నాకు అనుగ్ర హించిన మహిమను నేను వారికి ఇచ్చితిని. వారియందు నేనును నాయందు నీవును ఉండుట వలన వారు సంపూర్ణులనుగా చేయబడి యేకముగా ఉన్నందున నీవు నన్ను పంపితివనియు, నీవు నన్ను ప్రేమించినట్టే వారిని కూడా ప్రేమించితివనియు లోకము తెలుసు కొనునట్లు నాకు అనుగ్రహించిన మహిమను వారికి ఇచ్చితిని (యోహాను 17:22-23).
>
> (యేసు ఇలా చెప్పాడు:) ఎవడైనను నన్ను వెంబడింపగోరిన యెడల తన్ను తాను ఉపేక్షించుకొని, ప్రతి దినము తన సిలువను ఎత్తికొని నన్ను వెంబడింపవలెను (లూకా 9:23).

మన విశిష్ట లక్షణాలు అవమానం లేదా న్యూనత కాదు, క్రీస్తు విజయం, క్రీస్తు ప్రేమలో ఐక్యత మరియు సిలువ అని అవి మనకు బోధిస్తాయి.

ఈ వచనాలు ఏ లేఖనాల సత్యాన్ని హత్తుకొని ప్రార్థించమని మనకు బోధిస్తున్నాయి?

(యేసు ఇలా అన్నాడు:) అయితే నేను మీతో సత్యము చెప్పుచున్నాను, నేను వెళ్లిపోవుట మీకు ప్రయోజనకరము; నేను వెళ్లని యెడల ఆదరణకర్త మీ యొద్దకు రాడు; నేను వెళ్లిన యెడల ఆయనను మీ యొద్దకు ఆయన వచ్చి, పాపమును గూర్చియు నీతిని గూర్చియు తీర్పును గూర్చియు లోకమును ఒప్పుకొనజేయును... (యోహాను 16:7-8).

(యేసు ఇలా అన్నాడు:) అయితే ఆయన అనగా సత్యస్వరూపియైన ఆత్మ వచ్చినప్పుడు, మిమ్మును సర్వసత్యములోనికి నడిపించును (యోహాను 16:13).

సత్యాన్ని బయలుపరచడానికి మనకు పరిశుద్ధాత్మ శక్తి ఉందని అవి మనకు బోధిస్తాయి.

ఏ సత్యాన్ని విశ్వసించాలని మరియు ప్రార్థించాలని ఈ వచనం మనకు బోదిస్తుంది?

విశ్వాసమునకు కర్తయు దానిని కొనసాగించు వాడునైన యేసువైపు చూచుచు..... . ఆయన తన యెదుట ఉంచబడిన ఆనందము కొరకై అవమానమును నిర్లక్ష్యపెట్టి, సిలువను సహించి, దేవుని సింహాసనము యొక్క కుడిపార్శ్వమున ఆసీనుడై యున్నాడు (హెబ్రి 12:2).

అవమానాన్ని అధిగమించడంలో క్రీస్తును వెంబడించడానికి మనకు అధికారం ఉందని ఇది మనకు బోధిస్తుంది.

ఏ దైవిక సత్యాన్ని విశ్వసించాలని మరియు ప్రార్థించాలని ఈ వచనం మనకు బోధిస్తుంది?

అయితే నీవు జాగ్రత్తపడుము; నీవు కన్నులారా చూచిన వాటిని మరువక యుండునట్లును, అవి నీ జీవితకాల మంతయు నీ హృదయములో నుండి తొలగిపోకుండునట్లు ను, నీ మనస్సును బహు జాగ్రత్తగా కాపాడుకొనుము. నీ కుమారులకును, నీ కుమారుల కుమారులకును వాటిని నేర్పుము (ద్వితియోపదేశకాండము 4:9).

ఆధ్యాత్మిక విషయాల గురించి మనకు మరియు మన పిల్లలకు అవగాహన కల్పించే హక్కు మరియు బాధ్యత మనకు ఉందని ఇది మనకు బోధిస్తుంది.

ఈ వచనాలు ఏ లేఖనాధార సత్యాన్ని హత్తుకొని ప్రార్థించమని మనకు బోధిస్తున్నాయి?

జీవ మరణములు నాలుక వశము దానియందు ప్రీతి పడువారు దాని ఫలము తిందురు (సామెతలు 18:21).

ప్రభువా ఈ సమయమందు వారి బెదిరింపులు చూచి.... నీ దాసులు బహు ధైర్యముగా నీ వాక్యమును బోధించునట్లు అనుగ్రహించుము (అపోస్తలుల కార్యములు 4:29).

దుర్నీతి విషయమై సంతోషపడక సత్యమందు సంతోషించును (1కొరింథి 13:6).

యేసు దేవుని కుమారుడని ఎవడు ఒప్పుకొనునో, వానిలో దేవుడు నిలిచియున్నాడు, వాడు దేవుని యందు నిలిచి యున్నాడు (1 యోహాను 4:15).

కాబట్టి మీ ధైర్యమును విడిచిపెట్టకుడి; దానికి ప్రతిఫలముగా గొప్ప బహుమానము కలుగును (హెబ్రి 10:35)

ప్రేమతో, ధైర్యంగా సత్యాన్ని మాట్లాడడానికి క్రీస్తులో మనకు అధికారం ఉందని అవి మనకు బోధిస్తున్నాయి.

ఏ బైబిల్ సత్యాన్ని విశ్వసించాలని మరియు ప్రార్థించాలని ఈ వచనాలు మనకు బోధిస్తాయి?

> ... దేవుని సాక్ష్యము మరిబలమైనది. దేవుని సాక్ష్యము ఆయన తన కుమారుని గూర్చి ఇచ్చినదే. (1 యోహాను 5:8)

తామిచ్చిన సాక్ష్యమును బట్టియు... వానిని జయించి యున్నారు. (ప్రకటన 12:11).

సత్యవాక్యంపై మనకు పూర్తి విశ్వాసం ఉండవచ్చని అవి మనకు బోధిస్తాయి.

ఈ వచనాలు ఏ దైవిక సత్యాన్ని ఆమోదించడానికి మరియు ప్రార్థించమని మనకు బోధిస్తాయి?

> తుదకు ప్రభువు యొక్క మహాశక్తిని బట్టి ఆయన యందు బలవంతులై యుండుడి. మీరు అపవాది తంత్రములను ఎదిరించుటకు శక్తిమంతులగునట్లు దేవుడిచ్చు సర్వాంగ కవచమును ధరించుకొనుడి (ఎఫేసి 6:10-11).

> ఎందుకంటే మేము శరీరధారులమై నడుచుకున్నను శరీరప్రకారము యుద్ధము చేయము. మా యుద్ధోపకరణములు శరీరసంబంధమైనవి కావుగాని, దేవుని యెదుట దుర్గములను పడద్రోయజాలినంత బలము కలవై యున్నవి. మేము వితర్కములను, దేవుని గూర్చిన జ్ఞానమును అడ్డగించు ప్రతి ఆటంకమును పడద్రోసి, ప్రతి ఆలోచనను క్రీస్తుకు లోబడునట్లుగాచెరపట్టి (2 కొరింథి 10:3-5).

మనము రక్షణ లేని వారము లేదా ఆయుధము లేని వారము కాదు గాని క్రీస్తులో ఆత్మీయ ఆయుధాలు ధరించుకున్నవారమని అవి మనకు బోధిస్తున్నాయి.

దేనికోసం విశ్వసించాలని మరియు ప్రార్థించాలని ఈ వచనాలు మనకు బోధిస్తున్నాయి?

> నా సహోదరులారా... మీరు నానావిధమైన శోధనలో పడునప్పుడు అది మహానంద మని ఎంచుకొనుడి. (యాకోబు 1:2; ఫిలిప్పీయులు 1:29 కూడా చూడండి).

క్రీస్తు నామంలో శ్రమనొందడం ఆనందంగా భావించాలని అది మనకు బోధిస్తుంది.

ఈ వచనాలు ఏ లేఖనాధార సత్యాన్ని హత్తుకొని మరియు ప్రార్థించాలని మనకు బోధిస్తాయి?

> (యేసు ఇలా అన్నాడు:) ... ఇప్పుడు ఈ లోకాధికారి బయటకు త్రోసివేయబడును; కానీ నేను భూమి మీద నుండి పైకెత్తబడిన యెడల, అందరినీ నాయొద్దకు ఆకర్షించు కొందును (యోహాను 12:31-32).

సిలువ సాతాను యొక్క శక్తిని నాశనం చేస్తుందని మరియు క్రీస్తులోని స్వాతంత్ర్యము వైపు ఆకర్షిస్తుందని అవి మనకు బోధిస్తున్నాయి.

ఈ వచనాలు ఏ బైబిల్ సత్యాన్ని ఆమోదించడానికి మరియు ప్రార్థించడానికి మనకు బోధిస్తాయి?

మరియు అపరాధముల వలనను శరీరమందు సున్నతి పొందక యుండుట వలనను, మీరు మృతులై యుండగా "దేవుడు వ్రాతపూర్వకమైన ఆజ్ఞల వలన మన మీద ఋణముగాను మనకు విరోధముగాను నుండిన పత్రమును మేకులతో సిలువకు కొట్టి, దానిమీద చేవ్రాతను తుడిచి వేసి, మనకు అడ్డము లేకుండా దానిని ఎత్తివేసి, మన అపరాధములన్నింటిని క్షమించి, ఆయనతో కూడా మమ్మును జీవింపజేసెను; ఆయన ప్రధానులను, అధికారులను నిరాయుధులనుగా చేసి సిలువచేత జయోత్సాహముతో వారిని పట్టి తెచ్చిబాహాటముగా వేడుకకు కనుపరచెను (కొలస్సి 2:13-15).

సిలువ భక్తిహీనమైన ఒడంబడికను రద్దుచేసి వాటి శక్తినంతటిని నాశనం చేస్తుందని అవి మనకు బోధిస్తున్నాయి.

ప్రార్థన చేయడానికి ముందు, మన ప్రార్థనలు మరియు ప్రకటనలు శక్తివంతమైనవి మరియు ప్రభావవంతమైనవి అని మనం అర్థం చేసుకోవాలి. మిమ్మల్ని పూర్తి స్వాతంత్ర్యం లోకి తీసుకు రావడం ఆయన చిత్తమని దేవునితో ఏకీభవించడాన్ని ఎంచుకోండి. క్రీస్తు మిమ్మల్ని అంగీకరించాడని మరియు దుష్టత్వము యొక్క అన్ని వలల నుండి మిమ్మల్ని విడిపించాలని కోరుకొంటున్నాడనే సత్యాన్ని మీ ఆత్మతో అంగీకరించండి. ఇస్లాం ఒప్పందాల అబద్ధాలను ఎదుర్కోవ డానికి మరియు తిరస్కరించడానికి నిర్ణయించుకోండి.

ఇది షహాదాను త్యజించమని చేసే ప్రార్థన. నిలబడి చదవడం ఉత్తమం.

షహాదాను త్యజించి దాని శక్తిని విచ్ఛిన్నం చేయమనే ప్రకటన మరియు ప్రార్థన

మహమ్మద్ బోధించిన మరియు ప్రదర్శించిన తప్పుడు సమర్పణను నేను త్యజిస్తున్నాను.

మహమ్మద్ దేవుని నుండి వచ్చిన దూత అనే తప్పుడు నమ్మకాన్ని నేను త్యజించాను మరియు తిరస్కరిస్తున్నాను.

ఖురాన్ దేవుని వాక్యం అనే వాదనను నేను తిరస్కరించాను.

నేను షహదా మరియు దానిలోని ప్రతి అంశమును పఠించడాన్ని తిరస్కరిస్తాను మరియు త్యజిస్తాను.

నేను అల్- ఫాతిహా అని చెప్పడం మానుకొంటున్నాను. యూదులు దేవుని కోపానికి లోనవుతున్నారని, క్రైస్తవులు తప్పుదారి పట్టారని దాని వాదనలను నేను త్యజిస్తున్నాను.

నేను యూదుల పట్ల ద్వేశాన్ని త్యజిస్తున్నాను. వారు బైబిల్‌ను భ్రష్టుపట్టించారనే వాదనను నేను తిరస్కరిస్తున్నాను.

దేవుడు యూదులను తిరస్కరించాడనే వాదనను నేను తిరస్కరించాను మరియు అది అబద్ధమని ప్రకటిస్తున్నాను.

నేను ఖురాన్ పఠనాన్ని మానుకుంటాను మరియు నా జీవితంపై దాని అధికారాన్ని తిరస్కరించాను.

మహమ్మద్ యొక్క మాదిరి ఆధారంగా నేను అన్ని తప్పుడు ఆరాధనలను త్యజించాను.

దేవుని గూర్చిన మహమ్మద్ తప్పుడు బోధనలన్నింటిని నేను త్యజిస్తున్నాను మరియు ఖురాన్ లో చిత్రించబడిన అల్లాహ్ దేవుడనే వాదనను నేను త్యజిస్తున్నాను.

(షియా నేపథ్యం నుండి వచ్చిన ప్రజల కోసం: నేను అలీ మరియు పన్నెండు మంది ఖలీఫాల తో ఉన్న అన్ని సంబంధాలను తిరస్కరించాను మరియు త్యజిస్తున్నాను. హుస్సేన్ మరియు ఇస్లామిక్ అమర వీరుల తరుపున నేను అన్ని వేదనలను వదులు కొంటున్నాను).

నేను పుట్టినప్పుడు ఇస్లాం పట్ల నా అంకిత భావాన్ని మరియు నా పూర్వికుల అంకిత భావాన్ని త్యజిస్తున్నాను.

ప్రత్యేకంగా మహమ్మద్ యొక్క మాదిరిని నేను తిరస్కరించి మరియు విడిచిపెడుతున్నాను. నేను హింస, బెదిరింపు, ద్వేషం, నేరం, మోసం, అత్యాచారం, స్త్రీలపై దుర్వినియోగం, దొంగ తనం, మరియు మహమ్మద్ చేసిన అన్ని పాపాలను త్యజిస్తున్నాను.

నేను అవమానాన్ని తిరస్కరించాను మరియు త్యజించాను. క్రీస్తుయేసులో ఎటువంటి శిక్షా విధి లేదని నేను ప్రకటిస్తున్నాను మరియు క్రీస్తు రక్తం నా ప్రతి అవమానాల నుండి నన్ను కడిగి వేస్తుంది.

ఇస్లాం ప్రేరేపించిన అన్ని భయాలను నేను తిరస్కరించాను మరియు త్యజిస్తున్నాను. నేను ఇస్లాం మతం కారణంగా భయాందోళనలను కలిగి ఉన్నందుకు దేవుని క్షమాపణను అడుగుతున్నాను మరియు అన్ని విషయాలలో నా ప్రభువైన యేసుక్రీస్తు తండ్రి అయిన దేవుణ్ణి విశ్వసించాలని ఎంచుకున్నాను.

నేను ఇతరులను శపించడాన్ని తిరస్కరించి మరియు విడిచిపెడుతున్నాను. నేను ఆశీర్వాద కరంగా ఉన్న వ్యక్తిగా ఉంటాను.

నేను జిన్ లతో ఉన్న అన్ని సంబంధాలను తిరస్కరిస్తాను మరియు వదులుకుంటున్నాను. నేను ఖరీన్‌గురించి ఇస్లామిక్ బోధనను తిరస్కరించాను మరియు దురాత్మలతో అన్ని సంబంధాలను తెంచుకుంటాను.

నేను ఆత్మ ద్వారా నడవడానికి ఎంచుకున్నాను, దేవుని వాక్యం నా మార్గానికి వెలుగుగా ఉంది.

మహమ్మద్‌ను అల్లాహ్ యొక్క దూతగా అనుసరించడం వల్ల నేను   చేసిన ఏదైనా భక్తిహీనమైన పనులకు నేను దేవుని క్షమాపణ కోరుతున్నాను.

యేసు తిరిగి వచ్చినప్పుడు భూమిపై ఉన్న ప్రజలందరినీ మహమ్మద్ షరియాను అనుసరిం చమని బలవంతం చేస్తాడనే దైవదూషణ వాదనను నేను తిరస్కరించాను మరియు త్యజిస్తున్నాను.

నేను క్రీస్తును అనగా ఆయనను మాత్రమే వెంబడించాలని ఎంచుకున్నాను.

క్రీస్తు దేవుని కుమారుడని, ఆయన నా పాపాల కోసం సిలువపై చనిపోయాడని, నా రక్షణ కోసం మృతులలో నుండి లేచాడని నేను అంగీకరిస్తున్నాను. నేను క్రీస్తు యొక్క సిలువ బట్టి దేవుణ్ణి స్తుతిస్తాను మరియు నా సిలువను ఎత్తుకొని ఆయనను వెంబడించాలని నిర్ణయిం చుకుంటాను.

క్రీస్తు అందరికీ ప్రభువు అని నేను అంగీకరిస్తున్నాను. ఆయన ఆకాశాలను మరియు భూమి ని పరిపాలిస్తున్నవాడు. ఆయన నా జీవితానికి ప్రభువై యున్నాడు. సజీవులకు మరియు మృతులైన వారికి తీర్పు తీర్చడానికి ఆయన మళ్లీ వస్తాడని నేను అంగీకరిస్తున్నాను. నేను క్రీస్తును హత్తుకొని ఉండి, పరలోకంలో లేదా భూమిపై నేను రక్షించడానికి వేరే నామము లేదని ప్రకటిస్తున్నాను.

నాకు మార్గనిర్దేశం చేయడానికి నేను చేయునదంతటిలో నన్ను నడిపించి ఆశీర్వదించ మని, నూతన హృదయమును అనగా క్రీస్తు హృదయమును నాకు దయచేయమని తండ్రి అయిన దేవుణ్ణి ఆహ్వానిస్తున్నాను.

నేను అన్ని తప్పుడు ఆరాధనలను తిరస్కరిస్తున్నాను మరియు జీవముగల దేవుడు, తండ్రి, కుమార మరియు పరిశుద్ధాత్మ నామమును ఆరాధించడానికి నా దేహమును సమర్పిస్తున్నాను.

ఆమెన్.

స్టడీ గైడ్

పాఠం- 5

ఈ పాఠం లోని బోధన యేసు మరియు బైబిల్‌పై దృష్టిని కేంద్రీకరించినందున, ఖురాన్ వచనాలు లేవు, క్రొత్త పదజాలం మరియు క్రొత్త పేర్లు లేవు.

ప్రశ్నల విభాగాలలో బైబిల్ వచనాలు చేర్చబడ్డాయి.

ప్రశ్నలు పాఠం - 5

- కేస్ స్టడీని చర్చించండి.

కఠినమైన ప్రారంభం

1. యేసు మరియు మహమ్మద్ యొక్క జీవితాలలో సాధారణమైనవి ఏమిటి?

2. యేసు జీవితపు ఆరంభం ఏ నాలుగు విధాలుగా బాధాకరంగా ఉంది?

1)

2)

3)

4)

యేసు ప్రశ్నించబడ్డాడు

3. పరిస్సయులు ఏ ప్రశ్నలతో క్రీస్తుపై దాడి చేశారు?

- మార్కు 3:2 మొదలైన వాటి గురించి ప్రశ్నలు......
- మార్కు 11:28, మొదలైన వాటి గురించి ప్రశ్నలు...
- మార్కు 10: 2, మొదలైన వాటి గురించి ప్రశ్నలు...
- మార్కు 12:15, మొదలైన వాటి గురించి ప్రశ్నలు...
- మత్తయి 22: 36 గురించి ప్రశ్నలు....
- మత్తయి 22:42 గురించి ప్రశ్నలు....
- యోహాను 8:19, దీని గురించి ప్రశ్నలు...
- మత్తయి 22: 23-28, మొదలైన వాటి గురించి ప్రశ్నలు....
- మార్కు 8:11, మొదలైన వాటి గురించి ప్రశ్నలు.
- మార్కు 3:22, మొదలైన వాటి గురించి ప్రశ్నలు.....
- మత్తయి 12:2, మొదలైన వాటి గురించి ప్రశ్నలు....
- యోహాను 8:13, గురించి ప్రశ్నలు....

తిరస్కరించేవారు

4. యేసు ఎలాంటి తిరస్కరణను అనుభవించాడు?

- మత్తయి 2:16.....
- మార్కు 6:3, మొదలైనవి...
- మార్కు 3:21.....
- యోహాను 6:66....
- యోహాను 10:31....
- యోహాను 11:50.....
- మార్కు 14:43-45, మొదలైనవి....

- మార్కు 14: 66-72, మొదలైనవి....
- మార్కు 15: 12-15, మొదలైనవి....
- మార్కు 14:65, మొదలైనవి.....
- మార్కు 15: 16-20, మొదలైనవి.....
- మార్కు 14: 53- 65, మొదలైనవి....
- ద్వితియోపదేశ కాండము 21:23....
- మార్కు 15:21 -32 మొదలైనవి...

తిరస్కరణకు యేసు ప్రతిస్పందనలు

5. తిరస్కరణకు యేసు ఎలా ప్రతిస్పందించాడు అనే దాని గురించి ఆశ్చర్యపరిచే ఏ ఆరు విషయాలను డ్యూరీ గమనించాడు? (మత్తయి 27:14; యెషయా 53:7; మత్తయి 21:24; మత్తయి 22:15-20; మత్తయి 12:19-20; యెషయా 42:1-4; లూకా 4:30 ఆధారంగా).

1)

2)

3)

4)

5)

6)

6. తిరస్కరణ ద్వారా శోధించబడినప్పుడు యేసు ప్రత్యేకంగా ఎలా ప్రతిస్పందించాడు? (హెబ్రి 4:15 ఆధారంగా)

7. తనకు వ్యతిరేకంగా వచ్చిన వారిపై దాడి చేయాలని లేదా నాశనం చేయాలని యేసు ఎందుకు భావించలేదు?

తిరస్కరణను స్వీకరించండి

8. దేవుని ప్రణాళిక ప్రకారం, దేవుని మెస్సీయాగా యేసు చేసిన పరిచర్యలో ముఖ్యమైన భాగం ఏది? (మార్కు 12: 10 మొదలైన వాటి ఆధారంగా మరియు యెషయా 52: 3-5 ఆధారంగా).

9. దేవుని ప్రణాళికలో ప్రదాన భాగం ఏది? (మార్కు 8:31-32, మొదలైన వాటి ఆధారంగా)

హింసను తిరస్కరించండి

10. మత్తయి 26:52 మరియు యోహాను 18:36 ప్రకారం యేసు దేనిని తిరస్కరించాడు?

11. మత్తయి 10:34 నుండి "ఖడ్గము తీసుకురావడం" గురించి డ్యూరీ ఎలా అర్థం చేసుకున్నాడు?

12. తన శిష్యులలో కొందరిని నిరుత్సాహ పరిచేలా యేసు మెస్సీయా గురించి ఏ అభిప్రా యాలను తిరస్కరించాడు? (మత్తయి 22:21; లూకా 17:21; మత్తయి 20:16; మార్కు 10:43; మత్తయి 20:26-27 ఆధారంగా).

13. క్రైస్తవులుగా మారిన సైనికులకు ఆదిమ సంఘము ఈ బోధనను ఎలా అన్వయించింది?

మీ శత్రువులను ప్రేమించండి

14. ఇతరులతో మనం ప్రవర్తించాల్సిన తీరు గురించి యేసు ఏమి బోధించాడు?

1) మత్తయి 5:38-42, కీడుకు ప్రతీకారం గురించి....

2) మత్తయి 7:1-5, తీర్పు గురించి....

3) మత్తయి 5:44, శత్రువుల గురించి....

4) మత్తయి 5:5 సాత్వీకం గురించి....

5) మత్తయి 5:9 సమాధాన కర్తల గురించి.....

6) 1 కొరింథి 4:11 మొదలైనవి హింసకు సంబంధించిన....

7) 1 పేతురు 2:21-25, మన మాదిరి గురించి.....

హింసకు మిమ్ముల్ని మీరు సిద్ధం పరుచుకొనుడి

15. అనివార్యమైన దాని గురించి యేసు తన శిష్యులకు ఏమి బోధించాడు? (మార్కు 13:9-13, మొదలైన వాటి ఆధారంగా)

16. బాధలను హింసతో తీర్చుకోవాలని మహమ్మద్ తన అనుచరులకు బోదించగా, యేసు తన శిష్యులకు ఎలా బోధించాడు? (మార్కు 6:11; మత్తయి 10:13-14 ఆధారంగా).

17. చేదైన స్వభావం లేకుండా ముందుకు సాగాల్సిన అవసరాన్ని యేసు ఎప్పుడు విశదపరిచాడు? (లూకా 9:54-56 ఆధారంగా).

18. హింసాత్మకంగా హింసించబడినప్పుడు యేసు తన శిష్యులకు (మత్తయి 10:19-20, మొదలైన వాటి ఆధారంగా ఏమూడు విషయాలు నేర్పించాడు?

1)

2)

3)

19. హింసలను ఎదుర్కొంటున్న తన శిష్యులకు యేసు చేసిన నాల్గవ విశిష్టమైన బోధ ఏమిటి? (లూకా 6:22-23, మొదలైన వాటి ఆధారంగా)

20. హింసించబడిన శిష్యులకు ఐదవ సత్యంగా ఏమి బోధించబడింది? (1పేతురు 3:14, మొదలైన వాటి ఆధారంగా)

సమాధానపడుట

21. ఆదాము మరియు హవ్వ పాపం మానవజాతికి మూడు ఫలితాలను ఇచ్చిందని డ్యూరీ పేర్కొన్నాడు. అవి ఏమిటి?

22. మానవ జాతిని పునరుద్ధరించడానికి మరియు మానవ సంబంధాన్ని బాగు చేయడానికి దేవుని ప్రణాళిక యొక్క నెరవేర్పు ఏమిటి?

23. తిరస్కరణను అధిగమించడానికి ముఖ్యమైన అంశం ఏది?

24. తిరస్కరించే శక్తిని యేసు ఎలా ఓడించాడు? (యోహాను 3:16 ఆధారంగా)

25. యేసు యొక్క సిలువ మరణాన్ని గూర్చి పాత నిబంధన సూచన మరియు ప్రవచనం ఏమై యున్నది?

26. తిరస్కరణను అంతం చేయడంలో, క్రీస్తు త్యాగం మనకు ఏమి అనుగ్రహించింది?

27. రోమా 8 ప్రకారం, సమాధానము ఇంకా ఏమి అధిగమించగలదు?

28. 2 కొరింథీ 5 ప్రకారం, తిరస్కరించే శక్తిని మనం నాశనం చేసేలా దేవుడు మనకు ఏ పరిచర్యను అప్పగించాడు?

పునరుత్థానం

29. మహమ్మద్ తన శత్రువులకు ఏమి చేయాలని కోరుకున్నాడు?

30. అపొస్తలుల కార్యములు 2:31-36 ప్రకారం, క్రీస్తు నిరూపణను ఎలా సాధించాడు?

31. ఫిలిప్పీయులు 2:4-10 నుండి డ్యూరీ యొక్క అంతరంగం ప్రకారం, తనను తాను తగ్గించుకొని సిలువపై అర్పించుకున్నందుకు దేవుడు క్రీస్తుకు ఏమి అనుగ్రహించాడు?

సిలువ యొక్క శిష్యత్వం

32. క్రీస్తు యొక్క శిష్యులు 'తమ సిలువను ఎత్తుకున్నప్పుడు', వారు తమ శ్రమానుభవాలను ఎలా అర్థం చేసుకుంటారు? (మార్కు 8:34-35, మొదలైన వాటి ఆధారంగా)

సిలువకు వ్యతిరేకంగా మహమ్మద్

33. మహమ్మద్ సిలువను ఎంత ద్వేషించాడు?

34. ఇస్లాం ప్రకారం, ఈసా (ఇస్లామిక్ యేసు) భూమికి తిరిగి వచ్చిన తర్వాత ఏది అదృశ్యమౌతుంది?

35. సౌదీ అరేబియాకు వెళ్లినప్పుడు ఇంగ్లీష్ ఆర్చ్ బిషప్ జార్జ్ కారీపై ఏ అవమాన కరమైన డిమాండు ఉంచబడింది?

ప్రార్థనల విభాగం కోసం, దయచేసి క్రింది దశలను అనుసరించండి:

1. ముందుగా పాల్గొనే వారందరూ కలిసి 'యేసుక్రీస్తును అనుసరించడానికి నిబద్ధత యొక్క ప్రకటన మరియు ప్రార్థన' ను పఠిస్తారు.

2. ఆ తర్వాత 'సత్యాన్ని ఎదుర్కోవడం' గూర్చిన సాక్ష్యాలను మరియు వచనాలను పాల్గొనే వారందరూ చదువుతారు.

3. దీని తరువాత, పాల్గొనే వారందరూ కలిసి నిలబడి, షహదాను త్యజించి దానిశక్తిని విచ్ఛిన్నం చేయడానికి ప్రకటన మరియు ప్రార్థనను పఠిస్తారు.

4. మరింత వివరణాత్మక సూచనల కోసం, నాయకుల కొరకు వ్రాయబడిన గైడ్‌చూడండి.

6

ధిమ్మా నుండి విముక్తి

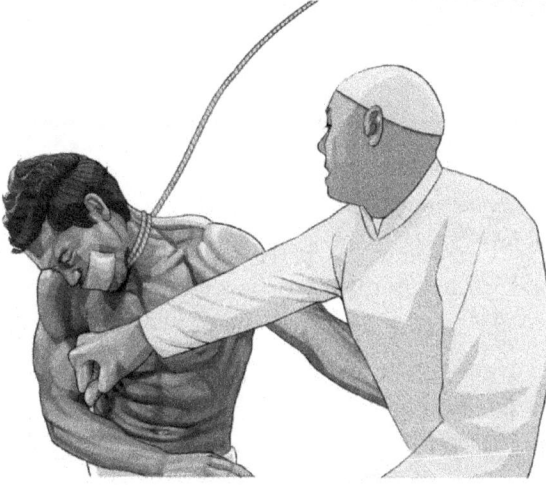

మరి శ్రేష్ఠముగా పలుకు ప్రోక్షణ రక్తము.
(హెబ్రీ 12:24).

పాఠ్యాంశాలు

ఎ) జయించిన ప్రజలపై ముస్లింలు విధించిన *ధిమ్మా* ఒడంబడిక యొక్క వేదాంత పునాదిని గ్రహించండి.

బి) అణచి వేయబడిన వ్యక్తుల నుండి ముస్లింలు కోరుకునే మూడు ఎంపికలను మరియు "మూడవ ఎంపిక " యొక్క ప్రభావాన్ని అర్థం చేసుకోండి.

సి) ముస్లిమేతరులకు ధిమ్మా ఒడంబడిక యొక్క చిక్కులను వివరించండి.

డి) ఇస్లామిక్ సాహిత్యం మరియు ప్రత్యక్ష సాక్షుల నుండి ధిమ్మాను అణచి వేయడానికి ఉదాహరణ లను పరిగణించండి.

ఇ) శిరచ్ఛేధం యొక్క వార్షిక ఆచారం యొక్క మానసిక మరియు ఆధ్యాత్మిక ప్రభావాన్ని

గ్రహించండి.

ఎఫ్) ఈ రోజు పశ్చిమ దేశాలకు *ధిమ్మా* తత్వం ఎలా తిరిగి వస్తుందో ఉదాహరణలను పరిశీలించండి.

జి) కొంతమంది వ్యక్తులు *ధిమ్మా* ఒడంబడికను ఎందుకు వదులుకోవలసిన అవసరం ఉందో అర్థం చేసుకోండి.

హెచ్) తిరస్కరణకు యేసు మరియు మహమ్మద్ ఎంత భిన్నంగా స్పందించారో క్లుప్తంగా సమీక్షించండి.

ఐ) కొంతమంది క్రైస్తవులకు *ధిమ్మా* ఒడంబడికను త్యజించే ప్రార్థనలు ఎందుకు అవసరమో అర్థం చేసుకోండి.

జె) *ధిమ్మా* యొక్క ప్రతికూల ఆధ్యాత్మిక ప్రభావాలను క్లుప్తంగా జాబితా చేయండి.

కె) మీరు *షహదాను* త్యజించడానికి సిద్ధమవుతున్నప్పుడు 15. నిర్దిష్ట సత్యాలను ప్రకటించే లేఖన వచనాలను పరిగణించండి (ఇప్పటికే మునుపటి పాఠంలో చేయకపోతే).

ఎల్) ఒప్పుకోలు మరియు 35 ప్రత్యేక ప్రకటనలు మరియు త్యజింపులతో సహా త్యజించే ప్రార్థనను చదవడం ద్వారా *ధిమ్మానుండి* ఆధ్యాత్మిక స్వేచ్ఛను పొందండి.

కేస్ స్టడీ: మీరు ఏమి చేస్తారు?

మీరు మరియు మీ సన్నిహితులు రిట్రీట్ కేంద్రంలో ప్రార్థనా సమావేశానికి హాజరు కావడాని కి ఆహ్వానించబడ్డారు. మీరు వెళ్లడానికి ఆసక్తిగా ఉన్నారు మరియు మీరు ఇతర వ్యక్తులను కలిసినప్పుడు, ముస్లిం నేపధ్యం నుండి చాలా మంది క్రైస్తవులను చూడడానికి మీరు చాలా ఉత్సాహంగా ఉన్నారు.

మొదటి సాయంత్రం సెషన్ ముగింపులో, అవసరాలను పంచుకోవడానికి మరియు 30 నిమిషాలుపాటు ప్రార్థన చేయడానికి 10-12 మంది వ్యక్తుల సమూహాలలో చేరమని మీకు సూచించబడింది. మీ సమూహంలో అనేకమంది ముస్లిం నేపధ్య విశ్వాసులు ఉన్నారు. వారి లో చాలా మంది తమ అభిప్రాయాలను బహిర్గతం చేసి, ఇతర క్రైస్తవులతో చేరినందుకు చాలా సంతోషంగా ఉన్నారని వారి ఆనందాన్ని పంచుకుంటారు. ఏది ఏమైనప్పటికీ, సమూ హంలోని కొంతమంది క్రైస్తవులు తమను అధమస్తులుగా మరియు అవిశ్వాసులుగా దుర్విని యోగం చేసిన ముస్లింల నుండి ఎంత బాధ, భయం, అవమానం మరియు ద్వేషాన్ని అను భవించారో పంచుకోవడం ప్రారంభిస్తారు మరియు వారి గ్రామంలో వారిని అణగద్రొక్కారు అని తెలియపరుస్తారు. మాజీ ముస్లింలు ఇలా సమాధాన మిస్తారు, "సరే, అది విన్నందుకు మేము చింతిస్తున్నాము కానీ వారిని క్షమించండి; ఆ ముస్లింలకు వారు బహుశా ఏమి చేస్తున్నారో తెలియక పోవచ్చు.

ఈ సమాధానం తమ బాధను పంచుకున్న వారికి బాధ కలిగించిందని మీరు గమనించ వచ్చు. వారు మీవైపు మరియు సమూహంలోని ఇతరుల వైపు తిరిగి ఇలా ప్రశ్నిస్తారు, "ఇది కేవలం, 'నేను నిన్ను క్షమించాను' అని చెప్పడం కంటే లోతైన బాధ అనేది నిజం కాదా? మేము వారిని క్షమించాము,కానీ మేము ఇప్పటికీ ఏ ముస్లింల విషయంలో కూడా చాలా అసౌకర్యంగా, భయంగా భావిస్తాము. ఈ చివరి మాటలు ఇప్పుడు మాజీ ముస్లింలను చాలా కలవరపెడుతున్నాయని మీరు చూడవచ్చు.
మీరు ఏమి చెబుతారు మరియు ఏమి చేస్తారు?

ఈ పాఠంలో మేము ఇస్లామిక్ పాలనలో ఉన్న ముస్లిమేతరుల పట్ల ఇస్లాం యొక్క విధానాన్ని మరియు వారి పట్ల వ్యవహరించే విధానాన్ని పరిశీలిస్తాము. క్రైస్తవులు మరియు యూదుల తో సహా ఈ ప్రజలను ఇస్లాంలో ధిమ్మీలు అంటారు.

ధిమ్మా ఒడంబడిక

2006 లో, పోప్ బెనెడెక్ట్ తన ప్రసిద్ధ రీజెన్స్ బర్గ్ లో ఉపన్యాసం ఇచ్చినప్పుడు, అతను బైజాం టైన్ చక్రవర్తి మాన్యువల్ II పాలియోలోగస్‌ను ఉటంకించాడు, మహమ్మద్ యొక్క "ఖడ్గం ద్వారా బోధించిన విశ్వాసాన్ని వ్యాప్తి చెందించాలనే" మహమ్మద్ యొక్క ఆజ్ఞను గురించిఇ తను మాట్లాడాడు.

పోప్ వ్యాఖ్యలపై ముస్లింల నుంచి ఆగ్రహం వ్యక్తం చేశారు. ఈ ప్రసంగం తర్వాత ప్రపంచ వ్యాప్తంగా జరిగిన అల్లర్లలో దాదాపు 100 మంది చనిపోయారు. సౌదీ అరేబియా గ్రాండ్ ముఫ్తీ అయిన షేక్ అబ్దుల్ అజీజ్ అల్-షేక్ నుండి అత్యంత ఆసక్తికరమైన ప్రతిస్పందన ఒకటి,

ఇస్లాం హింస ద్వారా వ్యాప్తిచెందదని పేర్కొంటూ ఒక పత్రికా ప్రకటన విడుదల చేసింది. ఇది ఇస్లాంను ఆరోపించడం తప్పు అని అతను వాదించాడు, ఎందుకంటే అవిశ్వాసులకు మూడవ ఎంపిక ఇస్లాం, రెండవది ఖడ్గము, మరియు మూడవది "లొంగిపోయి పన్ను చెల్లించినప్పుడు వారు ముస్లింల రక్షణలో వారి మతాన్ని పాటిస్తూ వారి భూమిలో ఉండటానికి అనుమతించ బడతారు".

గ్రాండ్ ముఫ్తీ తన పాఠకులను మహమ్మద్ మాదిరికి సూచించాడు. ఖురాన్ మరియు సున్నా చదివిన వారు వాస్తవాలను అర్థం చేసుకోగలరని ఆయన అన్నారు

ముఫ్తీ సూచించిన మూడు ఎంపికలు:

1. ఇస్లాంలోకి మారడం

2. ఖడ్గము- చంపండి లేదా చంపబడండి; లేదా

3. ఇస్లాం శక్తులకు లొంగిపోవడం.

మొదటి రెండు ఎంపికలు మహమ్మద్ వద్దకు తిరిగి తీసుకు వెళతాయి, అతను ఇలా అన్నాడు:

అల్లాహ్ తప్ప మరెవ్వరూ ఆరాధించబడే హక్కు లేదని మరియు మహమ్మద్ అల్లాహ్ యొక్క దూత అని సాక్ష్యం చెప్పేంత వరకు వారితో పోరాడమని (అల్లాహ్) నన్ను ఆదేశి ంచాడు..... కాబట్టి వారు అన్నింటినీ ఆచరిస్తే తమ ప్రాణాలను మరియు ఆస్తిని కాపాడు కుంటారు....

ఏది ఏమైనప్పటికీ, ఇతర ప్రకటనల ద్వారా కొద్దిపాటి మార్పు చేయబడింది. ఇస్లాం లేదా ఖడ్గానికి అదనంగా మూడవ ఎంపికను మహమ్మద్ ఇచ్చాడు ఇది జిజియా అని పిలువబడే పన్ను చెల్లించి లొంగిపోయే ఎంపిక:

అల్లాహ్ పేరిట మరియు అల్లాహ్ మార్గంలో పోరాడండి.
అల్లాహ్ను నమ్మని వారితో పోరాడండి. పవిత్ర యుద్ధం చేయండి.....
మీరు సహచరులుగా ఉన్న మీ శత్రువులను కలిసినప్పుడు, వారిని మూడు చర్యలకు ఆహ్వానించండి.
వారు వీటిలో దేనికైనా ప్రతిస్పందిస్తే, మీరు కూడా దానిని అంగీకరించి, వారికి ఎలాంటి హాని చేయకుండా మిమ్మల్ని మీరు నియంత్రించుకోండి.
వారిని ఇస్లాంకు (అంగీకరించేందుకు) ఆహ్వానించండి; వారు మీకు ప్రతిస్పందిస్తే, వారి నుండి దానిని అంగీకరించండి మరియు వారికి వ్యతిరేకంగా పోరాడటం మానుకోండి....
వారు ఇస్లాం స్వీకరించడానికి నిరాకరిస్తే, వారి నుండి *జిజియాను* డిమాండ్ చేయండి.
వారు చెల్లించడానికి అంగీకరిస్తే, వారి నుండి దానిని అంగీకరించండి మరియు స్వాధీన పరుచుకోండి.
వారు పన్ను చెల్లించడానికి నిరాకరిస్తే, అల్లాహ్ సహాయం కోరండి మరియు వారితో పోరాడండి.

జిజియా చెల్లించాల్సిన అవసరం కూడా ఖురాన్లోని ఒక వచనంపై ఆధారపడి ఉంటుంది:

పుస్తకం ఇవ్వబడిన వారు - వారు చేతి నుండి *జిజియా* (పన్ను) చెల్లించే వరకు మరియు అవమానించబడేంత వరకు వారితో పోరాడండి ఖు 9:29.

ఇస్లామిక్ పాలనకు లొంగిపోయిన కమ్యునిటీలు ఇస్లామిక్ చట్ట ప్రకారం ఒక *ధిమ్మా* ఒప్పం దాన్ని అంగీకరించినట్లు పరిగణిస్తారు, ఇది లొంగిపోయే ఒడంబడిక, దీనిలో ముస్లిమేతర సమాజం రెండు విషయాలను అంగీకరిస్తుంది: 1) ముస్లింలకు వార్షిక *జిజియా* పన్ను చెల్లి ంచాలి, మరియు 2) పరాభవం చెందడం లేదా 'తక్కువ' చేయడం, అనగా ఓడిపోయినప్పు డు ఉన్న తగ్గింపు స్వభావాన్ని అవలంభించడం.

ముస్లిం వ్యాఖ్యాత ఇబ్న్ ఖతీర్ ఖు 9:29 లో తన వ్యాఖ్యానంలో "ముస్లింలు ధిమ్మా ప్రజలను గౌరవించడానికి లేదా వారిని ముస్లింల కంటే ఉన్నతంగా ఉంచడానికి అనుమతింపబడరు, ఎందుకంటే వారు దయనీయంగా, అవమానకరంగా మరియు అవమానించబడ్డారు, "ఈ అధోగతి స్థితి, చట్టాల ద్వారా నిర్ధారింపబడుతుందని, "వారి నిరంతర అవమానం, అధోకర ణం, మరియు అవమానానికి" హామీ ఇస్తుందని అతను పేర్కొన్నాడు.

ధిమ్మా ఒడంబడికను అంగీకరించినందుకు ప్రతిఫలంగా, *షరియా* ముస్లిమేతరులు విజయం సాధించడానికి ముందు కలిగి యున్న మతాన్ని కొనసాగించడానికి అనుమతిస్తుంది. ఈ పరిస్థితులలో నివసించే ముస్లిమేతరులను *ధిమ్మీలు* అంటారు.

ధిమ్మా వ్యవస్థ అనేది ఖురాన్‌లోని రెండు వేదాంత సూత్రాల రాజకీయ అభివ్యక్తి:

1. ఇస్లాం ఇతర మతాలపై విజయం సాధించాలి:
   తన ప్రవక్తకు మార్గదర్శకత్వాన్ని, సత్యధర్మాన్ని ఇచ్చి దాన్ని ఇతర ధర్మాలన్నింటిపై పైచేయిగా ఉండేలా చేయడానికి పంపినవాడు ఆయనే (ఖు 48:28).

2. ఏది ఒప్పు మరియు ఏది తప్పు అనే దానిపై ఇస్లాం యొక్క బోధనను అమలు చేయడానికి ముస్లింలు పై స్థానంలో ఉండాలి:

   మానవుల కోసం ఉనికిలోనికి తీసుకురాబడిన శ్రేష్ఠసమాజం మీరు. మీరు మంచి విష యాలకై ఆజ్ఞాపిస్తారు, చెడు నుంచి ఆపుతారు, ఇంకా మీరు అల్లాను విశ్వసిస్తారు (ఖు 3:110).

జిజియా

ఇస్లామిక్ *షరియా* చట్టంలో *ధిమ్మా* ఒడంబడిక ముస్లిమేతరులను, ముస్లింలు వారిని విడిచి పెట్టక పోతే వారి ప్రాణాలు పోయే వ్యక్తులుగా పరిగణిస్తుంది. మీరు ఎవరినైనా జయించి, వారిని బ్రతికించినట్లయితే, వారు మీరు తలదాచుకుంటారు అనే ఇస్లామిక్ పూర్వ ఆలోచన కు ఇది తిరిగి వెళుతుంది. దీని కారణంగా, ఇస్లామిక్ రాజ్యానికి వయోజన *ధిమ్మీ* పురుషులు చెల్లించే వార్షిక *జిజియా* తల పన్ను వారి రక్తానికి బదులుగా *ధిమ్మీలు* చెల్లించే విమోచన గా అధికారిక ఇస్లామిక్ మూలాల్లో వివరించబడింది. జిజియా అనే పదానికి "నష్టపరిహారం', 'పరిహారం', లేదా 'పన్ను చెల్లించడం' అని అర్థం. ముస్లిం లెక్సికో గ్రాఫర్‌లు దాని అర్థాన్ని ఈ క్రింది విధంగా నిర్వచించారు:

...ముస్లిం ప్రభుత్వంలో స్వేచ్ఛాపరులైన ముస్లిమేతరుల నుండి తీసుకోబడిన పన్ను. ఈ పన్ను ముస్లింలు వారిని చంపకుండా[12] ఉండేందుకు పరిహారముగా ఇవ్వడం ద్వారా వారిని రక్షిస్తుంది.

పరిహారంగా భావించి, వారికి రక్షణ కల్పించే (ధృడమైన *ధిమ్మా* ఒప్పందాన్ని) ఆమోదించారు పంతొమ్మిదవ శతాబ్దపు అల్జీరియన్ వ్యాఖ్యాత మహమ్మద్ ఇబ్న్ యూసుఫ్ అత్ఫయిష్, ఖు 9:29 పై తన వ్యాఖ్యానంలో ఈ సూత్రాన్ని వివరించాడు:

ఇలా చెప్పబడింది: ఇది (*జిజియా*) వారి రక్తానికి బదులుగా సంతృప్తిని కలిగించింది వారు చంపబడనందుకు పరిహారం చెల్లించడానికి ఇది సరిపోతుందని చెప్పబడింది. హత్య మరియు బానిసత్వం యొక్క విధులను (వాజిబ్) భర్తీ చేయడం దీని ఉద్ధేశ్యం...ఇది ముస్లింల ప్రయోజన కోసం.

లేదా ఒక శతాబ్దం కంటే ముందుగా విలియం ఎటన్1798 లో ప్రచురించబడిన తన సర్వే ఆఫ్ ది టర్కిష్ ఎంపైర్ లో ఈ విధంగా వివరించాడు:

తలసరి పన్ను (*జిజియా*) చెల్లించే క్రైస్తవ అంశాలపై నియమించిన పదాల అర్థం ఏమనగా ఆ సంవత్సరములో వారు చెల్లించిన డబ్బు మొత్తం తమ తలలు చేధించకుండా అనుమతించినందుకు పరాహారంగా తీసుకోబడుతుంది.

పాటించనందుకు జరిమానా

ఇస్లామిక్ చట్టంలో, *ధిమ్మా* ఒడంబడికను పాటించనందుకు తీవ్రమైన జరిమానా విధించబడుతుంది. ఒక *ధిమ్మీ జిజియా* పన్ను చెల్లించకుండా వదిలివేసినా, లేదా *ధిమ్మీ*లపై విధించిన నిబంధనలను పాటించడంలో విఫలమైతే, జరిమానా *జీహాద్* మళ్లీ ప్రారంభించబడింది. దీనిఅర్థం యుద్ధ పరిస్థితులను సూచిస్తుంది: *ధిమ్మీ*ల ఆస్తులు దోచుకోవడం, స్త్రీలను బానిసలుగా మార్చడం మరియు అత్యాచారం చేయడం, మరియు పురుషులు చంపడం, (లేదా ఖడ్గం చూపించి బలవంతంగా మార్చడం) ఉమర్ యొక్క ఒడంబడిక అని పిలువబడే ఒక నిర్ధిష్ట *ధిమ్మా* ఒడంబడిక యొక్క ప్రసిద్ధ.

ఉదాహరణ సిరియాలోని క్రైస్తవులు తమపై *జిహాద్* యొక్క ఈ క్రింది శిక్షను విధించుకొనే నిబంధనను కలిగి ఉంది:

మా భధ్రత మరియు రక్షణ కోసం ప్రతిగా మా మతాన్ని అనుసరించేవారి కొరకు మాకు వ్యతిరేకంగా మేము పెట్టుకున్న షరతులు ఇవి మీ ప్రయోజనాల కొరకు వ్యతిరేకంగా మనం ఏర్పాటు చేసుకున్న ఈ వాగ్దానాలలో దేనినైనా మేము ఉల్లంఘిస్తే, మా *ధిమ్మా* విఛ్ఛిన్నమౌతుంది. మరియు ధిక్కరించి తిరుగుబాటు చేసే వ్యక్తులతో ఎలాగు వ్యవహరిస్తారో ఆ విధంగా మీరు మాతో వ్యవహరించవచ్చు.

ఇదే విషయాన్ని ఇబ్న్ ఖుదామా కూడా పేర్కొన్నాడు, ఒక ముస్లిమేతర *ధిమ్మీ*, *ధిమ్మా* ఒడంబడిక యొక్క షరతులను పాటించకపోతే, వారు తమ ప్రాణాలను మరియు ఆస్తులను కోల్పోతారు:

12. ఎడ్వర్డ్ డబ్ల్యూ. లేన్, అరబిక్ - ఇంగ్లీష్ లెక్సికాన్

తన రక్షణ ఒప్పందాన్ని ఉల్లంఘించిన రక్షిత వ్యక్తి, తలపై పన్ను (జిజియా) చెల్లించ డానికి నిరాకరించడం ద్వారా లేదా సంఘం యొక్క చట్టాలకు లోబడి......అతనిని మరియు అతని వస్తువులను హలాల్ ('లిసిట్'-ముస్లింల ద్వారా చంపబడడం లేదా బంధింప బడడం అనేది అందుబాటులో ఉంచుతారు) చేస్తారు.

అనేక *ధిమ్మీ* సంఘాల చరిత్ర మారణకాండలు అత్యాచారాలు, మరియు దోపిడీలతో కూడిన బాధాకరమైన చారిత్రక సంఘటనల ద్వారా గుర్తించబడింది ఇవి ముస్లిమేతరులను శాశ్వితబెదిరింపు స్థితిలో ఉంచడానికి ఉపయోగ పడతాయి. మరియు మొత్తం సమాజంపై *ధిమ్మా*యొక్క మానసిక మరియు ఆధ్యాత్మిక బంధాన్ని బలోపేతం చేశాయి. రెండు ఉదాహర ణలు:

- 1066 లో దాదాపు 3000 మంది ఉన్న గ్రెనడా యూదులను ముస్లింలు ఊచకో త కోసారు. నేపథ్యం ఏమిటంటే, శామ్యూల్ హ-నాగిడ్, ఒక యూదుడు, గ్రెనడా యొక్క గ్రాండ్ విజియర్‌గా ముస్లిం సుల్తాన్‌కు సేవ చేస్తున్నాడు. అతని కుమారు డు అయిన జోసఫ్ హ-నాగిడ్ అదే కార్యాలయంలో సేవను కొనసాగించాడు. ఈ యూదుల విజయం ముస్లిమేతరులు ముస్లింలపై అధికారం చెలాయించడాన్ని నిషేధించే ధిమ్మా షరతుల ఉల్లంఘనగా పరిగణించబడుతుంది. యూదులకు వ్యతిరేకం గా మతపరమైన రెచ్చగొట్టే ప్రచారం, ఇది ధిమ్మా నిబంధనలకు విజ్ఞప్తి చేయడం మారణకాండకు దారితీసింది. తర్వాత కాలంలో ఉత్తర ఆఫ్రికా న్యాయ వాది అల్-మఘిలీ వ్రాసినదేమనగా, యూదులు సుల్తాన్‌కు సేవచేసే ప్రముఖ స్థానాన్ని ఆక్రమించినప్పుడెల్లా, వారు "తమ (*ధిమ్మీ*) స్థితికి వ్యతిరేకంగా శాశ్వత తిరుగుబాటు స్థితిలో ఉంటారు, అప్పటినుండి వారిని వారు రక్షించుకోలేరు". మరో మాటలో చెప్పాలంటే, వారి రక్తం *హలాల్* చేయబడింది.

- 1860 లో దమస్కులో 5000 కంటే ఎక్కువ మంది క్రైస్తవులు హత్యకు గుర య్యారు దీనికి కారణం ఒట్టోమన్లు అధికారికంగా ధిమ్మా చట్టాలను రద్దు చేసారు కాబట్టి. ఐరోపా శక్తుల రాజకీయ ఒత్తిళ్లతో ఇది జరిగింది. దమస్కులోని ముస్లిం మత బోధకులు ఈ మారిన స్థితికి ఆగ్రహం వ్యక్తం చేశారు మరియు క్రైస్తవులు ఇకపై ధిమ్మీలుగా లొంగిపోనందున వారి రక్షిత హోదాను కోల్పోతున్న ట్లు ప్రకటించారు. ఈ ఫలితంగా జరిగిన ఊచకోత సాంప్రదాయ *జిహాద్* యుద్ధ విధానాలను అనుసరించింది: పురుషులు చంపబడ్డారు, మహిళలు మరియు పిల్లలు బానిసలుగా మార్చబడ్డారు, బందీలుగా ఉన్న స్త్రీలు అత్యాచారం చేయబడ్డా రు మరియు ఆస్తిని దోచుకున్నారు. కొందరు ఇస్లాం మతంలోకి మారి ప్రాణాలతో బయటపడ్డారు.

కలవరపెట్టే ఆచారం

జిజియా పన్నును ప్రతి వయోజన పురుషుడు ప్రతి సంవత్సరం చెల్లించవలసి ఉంటుంది మరియు ఒక నిర్థిష్ట ఆచారాన్ని అనుసరించాలి. ధిమ్మీ పురుషులు 20 శతాబ్దం వరకు ముస్లిం ప్రపంచం అంతటా ఈ ఆచారాన్ని పాటించవలసి ఉంటుంది.

జిజియా చెల్లింపు యొక్క ఆచారంలో ఒక శక్తివంతమైన ప్రతీకవాదం ఉంది, దీనిలో ఒక ముస్లిం మెడపై *ధిమ్మీ*ని కొట్టేవాడు మరియు కొన్ని సంస్కరణలలో అతని మెడచుట్టూ కట్ట బడిన తాడుతో బాటు *ధిమ్మీ*ని లాగుతారు. మరణం లేక బానిసత్వం నుండి తప్పించు కోవడా

నికి *ధిమ్మీ* తన జీవితాన్ని కాపాడుకో బడడానికి ఈ పన్ను చెల్లిస్తున్నాడని ఈ కర్మ చర్యలు సూచిస్తున్నాయి. ఈ ఆచారం శిరచ్ఛేధం ద్వారా మరణం పొందడం అనే చట్టం, దీని నుండి *జిజియా* చెల్లింపు వార్షిక ఉపశమనం పొందింది.

మొరాకో నుండి బుఖారా వరకు, తొమ్మిదవ శతాబ్దం నుండి ఇరవయ్యవ శతాబ్దం వరకు ఈ ఆచారానికి సంబంధించిన అనేక నివేదికలను ముస్లిం మరియు ముస్లిమేతర మూలాలు అందించాయి .యెమెన్ ఆఫ్ఘనిస్తాన్ వంటి కొన్ని ముస్లిం దేశాలలో 1940 చివరిలో మరియు 1950 ప్రారంభంలో యూదులు ఇశ్రాయేల్ వెళ్లేవరకు ఈ ఆచారం కొనసాగింది మరియు ఇటీవలి సంవత్సరాలలో దీనిని తిరిగి తీసుకురావాలని రాడికల్ ముస్లింలు ఎన్నో సార్లు పిలుపునిస్తున్నారు.

ప్రతీకాత్మకమైన శిరచ్ఛేధం వలే, *జిజియా* చెల్లింపు ఆచారాన్ని 'రక్త ఒప్పందం' లేదా'రక్త ప్రమాణం' (పాఠం 2 లో చర్చించబడింది) గా పరిగణించవచ్చు, దీనిలో పాల్గొనే వారు వారి ఒప్పందం యొక్క షరతులను అమలు చేయడంలో విఫలమయినప్పుడు తమ మరణశిక్షను అమలు చేసే విధానాన్ని అనుకరించడం ద్వారా తమకు తామే మరణాన్ని ప్రేరేపిస్తారు. ఇటు వంటి ప్రమాణాలు శతాబ్దాలుగా రహస్య సంఘాలు మరియు క్షుద్ర సమూహాలచే దీక్షా వేడుకలలో ఉపయోగించబడుతున్నాయి మరియు ఈ వేడుకలలో పాల్గొనే ప్రజలకు సమర్పణ మరియు విధేయతకు కట్టుబడి ఉండే మానసిక - ఆధ్యాత్మిక శక్తిని కలిగి ఉంటారు.

జిజియా ఆచారంలో పాల్గొనే *ధిమ్మి*, తన ప్రాణాలను కాపాడిన *ధిమ్మా* ఒడంబడికలోని నిబంధనలలో దేనినైనా ఉల్లంఘిస్తే అతని తలను వదులుకోవడానికి అతని సమ్మతిని ప్రతీకాత్మకంగా కోరుతుంది. ఇది తమను తాము శపించుకునే ప్రభావవంతమైనచర్య అనగా "నేను నా ఒడంబడిక యొక్క ఏదైనా షరతులను ఉల్లంఘిస్తే మీరు నా తలని చేధించడానికి సర్వహక్కులు కలిగి ఉంటారు" అని చెబుతుంది. తరువాత, ఒక *ధిమ్మి* తన ఒడంబడికను ఉల్లంఘిస్తే, అతను ఈ బహిరంగ ఆచారాన్ని పాటించడం ద్వారా ఇప్పటికే తనకు మరణశిక్షను ఉచ్ఛరించాడు మరియు అతను చంపబడితే, అది అతని స్వంత ముందస్తు అనుమతితోనే జరుగుతుంది.

ఈ విభాగాలలో మనము ముస్లిమేతరులపై *ధిమ్మా* వ్యవస్థ యొక్క మానసిక ప్రభావాన్ని పరిశీలిస్తాము.

వినయపూర్వకమైన కృతజ్ఞత

సారాంశంలో, ముస్లిమేతరులు తమ ముస్లిం విజేతలకు తమ జీవితాలను ఋణపడి ఉన్న వ్యక్తులుగా సాంప్రదాయ ఇస్లామిక్ చట్టంలో పరిగణిస్తారు. వారు కృతజ్ఞత మరియు వినయపూర్వకమైన న్యూనత యొక్క వైఖరిని అవలంభించాలని భావిస్తున్నారు. ఇస్లామిక్ వ్యాఖ్యాతలు ఈ విషయంలో చాలా స్పష్టంగా ఉన్నారు.

అనేక షరియా నిబంధనలు ముస్లిమేతరులపై న్యూనతా మరియు దుర్భలత్వాన్ని విధించేందుకు రూపొందించబడ్డాయి. ఉదాహరణకి:

- షరియా కోర్టుల్లో *ధిమ్మీ*ల సాక్షి అంగీకరించబడలేదు: ఇది వారిని అన్ని రకాల అణచి వేతలకు గురి చేసింది.

- *ధిమ్మీ* ఇళ్లు ముస్లిం ఇళ్ల కంటే తక్కువగా ఉండాలి.

- *ధిమ్మీ*లు గుర్రాలపై స్వారీ చేయడం లేదా ముస్లింల ముందు తల ఎత్తడం అనుమతించబడలేదు.

- పబ్లిక్ రోడ్లపై ముస్లింలు ఎదురైనప్పుడు *ధిమ్మీ*లు ప్రక్కకు తొలగి ముస్లింలు వెళ్లేందుకు అనుమతించాలి.

- *ధిమ్మీ*లు ఆత్మరక్షణకు ఎటువంటి మార్గాలను అనుమతించలేదు, ఇది ముస్లిం చేతుల్లో హింసాత్మక చర్యలకు గురయ్యేలా చేసింది.

- ముస్లిమేతర మత చిహ్నాలు లేదా ఆచారాల బహిరంగ ప్రదర్శనలు అనుమతించ బడవు.

- కొత్త చర్చిలు నిర్మించలేరు మరియు దెబ్బతిన్న చర్చిలను మరమ్మత్తు చేయలేరు.

- ఇస్లాంమీద ఎలాంటి విమర్శలు అనుమతింప బడలేదు.

- *ధిమ్మీ*లు విభిన్నమైన దుస్తులు ధరించాలి, విలక్షణమైన రంగు దుస్తులు ధరించాలి.

- ముస్లిం పురుషులు ధిమ్మీ స్త్రీలను వివాహం చేసుకోవచ్చు మరియు ఆ పిల్లలను ముస్లింలుగా పెంచాలి; అయినప్పటికీ, ముస్లిం స్త్రీ ఒక ధిమ్మీ వ్యక్తిని వివాహం చేసుకోవడం నిషేధించ బడింది.

- ముస్లిమేతర వర్గాలపై అవమానం మరియు విభజనను అమలు చేసే అనేక ఇతర చట్టాలు కూడా ఉన్నాయి.

ఇటువంటి చట్టాలు ఖురాన్ (ఖు 29) చే ఆజ్ఞాపించబడిన "చిన్నవి" గా ఉండే సామాజిక మరియు చట్టపరమైన వ్యక్తీకరణగా అర్థం చేసుకోబడ్డాయి.

ధిమ్మా వ్యవస్థ అనేది ఆధిపత్యంలో ఉన్న ముస్లిమేతర వర్గాలను తగ్గించడానికి మరియు కించపరచేందుకు రూపొందించ బడింది.

> (*ధిమ్మీ*) తన ఆత్మను, అదృష్టాన్ని మరియు కోరికలను మరణానికి గురి చేయమని ఆజ్ఞాపించబడ్డాడు. అన్నింటికీ మించి అతని జీవితం పట్ల ప్రేమను, నాయకత్వంను మరియు గౌరవాన్ని చంపుకోవాలి. (*ధిమ్మీ*) తన ఆత్మ యొక్క కోరికలను త్రిప్పి కొట్టాలి మరియు పూర్తిగా లొంగిపోయే వరకు తను భరించగలిగే దానికంటే ఎక్కువ భారాన్ని భరించాలి. ఆ తరువాత అతను భరించలేనిది ఏదీ ఉండదు. అతను బలహీనతకు మరియు బలానికి ఒకే రీతిగా స్పందిస్తాడు. పేదరికం మరియు సంపద అతనికి ఒకే విధంగా ఉంటుంది; ప్రశంశలు మరియు అవమానాలు ఒకే విధంగా ఉంటాయి. నిరోధించడం మరియు కలిగి యుండడం ఒకే విధంగా ఉంటుంది; కోల్పోయిన మరియు పొందుకున్న ఒకేలా ఉంటుంది. అప్పుడు, అన్ని విషయాలు ఒకే విధంగా ఉన్నప్పుడు, అతని (ఆత్మ) లొంగి ఉంటుంది మరియు ఇవ్వవలసిన దానిని ఇష్టపూర్వకంగా ఇస్తుంది.

న్యూనతా మరియు మనస్తత్వ శాస్త్రం

'*ధిమ్మీ తత్వం*' అనే పదాన్ని *ధిమ్మా* ఒడంబడిక ఉత్పత్తి చేసే మొత్తం పరిస్థితులను వివరించ డానికి ఉపయోగిస్తారు. సెక్సిజం మరియు జాత్యాహంకారం వలే, *ధిమ్మా* అనేది చట్టపరమైన మరియు సామాజిక నిర్మాణాలలో మాత్రమే వ్యక్తీకరించబడదు, కానీ, కృతజ్ఞతతో కూడిన న్యూనతా మరియు సేవ చేయాలనే సంకల్పం యొక్క మనస్తత్వ శాస్త్రంలో వ్యక్తీకరించ బడింది, ఆధిపత్య సంఘం స్వీయసంరక్షణ ప్రయత్నంలో దీనిని అవలంభిస్తుంది.

గొప్ప మధ్యయుగ ఐబీరియన్ యూదు పండితుడు మైమోనిడెస్ చెప్పినట్లుగా, "మేము వృద్ధులు మరియు చిన్నవారు ఇద్దరూ అవమానానికి గురికావడానికి అంగీకరించాము.......”; మరియు ఇరవయ్యవ శతాబ్దం ప్రారంభంలో, సెర్బియా భౌగోళిక శాస్త్రవేత్త జోవాన్ సివిజిక్ పాలక టర్కీయులు మరియు ముస్లిం అల్బేనియన్ల చేతిలో హింసకు సంబంధించిన తరత రాల భయం బాల్కన్‌లోని క్రైస్తవ జనాభాను మానసికంగా ఎలా మార్చేసిందో వివరించాడు:

> (వారు) అణగారిన, సేవకుడైన తరగతికి చెందిన వారుగా అలవాటు పడ్డారు, వారి కర్తవ్యం తమను యజమానికి అంగీకార యోగ్యంగా మార్చుకోవడం, మరియు అతని ముందు తమను తాము తగ్గించుకొని అతనిని సంతోషపెట్టడం. ఈవ్యక్తులు మౌనంగా మరియు రహస్యంగా, మోసపూరితంగా మారతారు; వారు ఇతరులపై పూర్తిగా విశ్వాసా న్ని కోల్పోతారు; వారు కపటత్వం మరియు నీచత్వానికిఅలవాటు పడ్డారు ఎందుకంటే వారు జీవించడానికి మరియు హింసాత్మక శిక్షలను తొలగించడానికి ఇవి అవసరం.
>
> అణచివేత మరియు హింస యొక్క ప్రత్యక్ష ప్రభావం దాదాపు అందరి క్రైస్తవులలో భయం మరియు భయాందోళన భావాలుగా వ్యక్తమవుతుంది.....మాసిదోనియాలో ప్రజలు ఇలాచెప్పడం విన్నాను: “మా కలలలో కూడా మేము టర్కీయులు మరియు అల్బేనియన్ల నుండి పారిపోతున్నాము".

ధిమ్మీ యొక్క న్యూనతతో సరిపోల్చడం అనేది ముస్లిం యొక్క గొప్పతనం, అతను ఉదార భావాన్ని కలిగి ఉంటాడు, *ధిమ్మీని* జీవించడానికి అనుమతించాడు మరియు అతని ఆస్తుల ను తీసుకోకుండా ఉన్నాడు. క్రైస్తవ మతంలోకి మారిన ఒక ఇరానియన్ నాతో ఇలా అన్నాడు, “క్రైస్తవ మతం ఇప్పటికీ ఒక అణగారిన వర్గానికి చెందిన ప్రజల యొక్క మతానికి చెందినది గా పరిగణించబడుతుంది. ఇస్లాం అనేది యజమానులు మరియు పాలకుల మతం; క్రైస్తవ మతం బానిసల మతం.”

ధిమ్మా తత్వం ఈ లోకం దృష్టిలో ముస్లిములకు ఎంత హానికరమో, ముస్లిమేతరులకు కూడా అంతే హానికరం. సమాన స్థాయిలో పోటీ చేయడం నేర్చుకొనే అవకాశం లేని పరిస్థి తులను నెలకొల్పి నప్పుడు ముస్లింలు తమకు తాము హాని చేసుకుంటారు. ఆర్థిక రక్షణ విధానాలు దేశం యొక్క ఆర్థిక వ్యవస్థ క్షీణతకు కారణమవుతాయి; అదే విధంగా *ధిమ్మా* యొక్క మతపరమైన రక్షణవాదం అంటే ముస్లింల ఆధిక్యత అనే తప్పుడు భావం మీద ఆధారపడవలసి వచ్చింది. ఇది చివరికి వారిని బలహీన పరిచింది. మరియు తమ గురించి నిజమైన అవగాహన పొందే సామర్థ్యాన్ని దెబ్బతీసింది.

ధిమ్మీ తత్వం అనే వ్యవస్థ తరం నుండి తరానికి రెండు వైపులా లోతుగా పాతుకుపోయిన వైఖరుల సమితిని ఉత్పత్తి చేస్తుంది. జాతి ఆధారిత బానిసత్వం రద్దు చేయబడిన అనేక సంవత్సరాల తర్వాత కూడా జాతి వివక్ష దేశాలలో కొనసాగుతుంది, *జిజియా* పన్ను సుదూర

జ్ఞాపకంగా ఉన్నప్పటికీ, ముస్లింలు మరియు ఇతరుల మధ్య సంబంధాలను ప్రభావితం చేయడం మరియు ఆధిపత్యం చెలాయించడం కూడా కొనసాగుతుంది.

ధిమ్మా యొక్క మనస్తత్వ శాస్త్రం *షరియా* పాలనలో ఎన్నడూ రాని సమాజాలను కూడా ప్రభావితం చేయగలదు. ఇది విధ్యాపరమైన విమర్శను దెబ్బతీస్తుంది మరియు రాజకీయ చర్చను దెబ్బతీస్తుంది. ఉదాహరణకు పాశ్చాత్య రాజకీయ నాయకులు ఇస్లాంను ప్రశంసిస్తూ, శాంతికి సంబంధించిన మతంగా ప్రకటిస్తూ, అదే సమయంలో కృతజ్ఞతలు తెలుపుతూ ఉన్నారు. ఇటువంటి ప్రశంసలు మరియు కృతజ్ఞతా వ్యక్తీకరణలు ఇస్లామిక్ పాలనకు ధిమ్మీ యొక్క ప్రతిస్పందనల లక్షణంగా ఉన్నది.

మతపరమైన హింస మరియు *ధిమ్మీ*లు తిరిగి రావడం

19 వ మరియు 20 వ శతాబ్దాలలో ఐరోపా బలగాలు ధిమ్మా వ్యవస్థను దిగువ శ్రేణికి తగ్గించడానికి లేదా కూల్చివేయడానికి ముస్లిం ప్రపంచాన్ని బలవంతం చేశాయి. అయితే, గత శతాబ్దంలో ప్రపంచ *షరియా* పునరుద్ధరణ జరిగింది. ఆ పునరుద్ధరణలో భాగంగా, ధిమ్మా యొక్క చట్టాలు మరియు ప్రపంచ దృష్టి కోణం ముస్లిం ప్రపంచం అంతటా తిరిగి వస్తుంది. మరియు దీనితో క్రైస్తవులు ఇతర ముస్లిమేతరుల పట్ల పక్షపాతం, బెదిరింపు మరియు వివక్ష యొక్క వాతావరణం పెరిగింది. ఒక ఉదాహరణ పాకిస్తాన్, ఇది లౌకిక రాజ్యాంగం కలిగిన దేశంగా స్థాపించబడింది, కాని తరువాత తనను తాను ఇస్లామిక్ రాజ్యంగా ప్రకటించుకుంది, షరియా కోర్టులను తిరిగి ప్రవేశపెట్టింది. మరియు ముస్లిమేతరుల పట్ల వివక్ష చూపే దైవదూషణ చట్టాన్ని తీసుకొచ్చారు. షరియాను పునరుద్ధరించే ఈధోరణి పాకిస్తాన్ క్రైస్తవులపై పెరుగుతున్న హింసకు దారితీసింది.

నేడు ప్రపంచంలో, *షరియా* ఎక్కడ పునరుద్ధరించబడినా, క్రైస్తవులు మరియు ఇతర ముస్లిమేతరుల జీవితం అధ్వాన్నంగా మారుతుంది. నేడు క్రైస్తవులు హింసించబడుతున్న ఐదు దేశాలలో నాలుగు ఇస్లామిక్ దేశాలు, మరియు ఈ ప్రదేశాలలో క్రైస్తవులను హింసించే ప్రత్యేక నమూనాలు, ప్రార్థనా స్థలాలను నిర్మించడంపై ఆంక్షలు వంటివి, గొప్ప షరియాలో భాగంగా ధిమ్మా యొక్క చట్టాల పునరుద్ధరణకు మద్దతు ఇస్తున్నాయి.

ఈ విభాగాలలో మనము *ధిమ్మా* ఒడంబడికను మరియు దాని హానికరమైన ఆధ్యాత్మిక ప్రభావాన్ని త్యజించడానికి గల కారణాలను పరిశీలిస్తాము.

ఆధ్యాత్మిక పరిష్కారం

మహమ్మద్ జీవితం తిరస్కరణ యొక్క లోతైన అనుభవాలతో రూపొందించబడింది, ఇది గాయపడిన ఆత్మ, నేరారోపణ చేసే ఆత్మ, బాధిత మనస్తత్వం, హింసాత్మకమైన ఆత్మ మరియు ఇతరులపై ఆధిపత్యం చెలాయించాలనే సంకల్పానికి దారితీసింది. ఈ దౌర్జన్యమైన ఆధ్యాత్మికమైన స్థితి *జిహాద్* 'ప్రయత్నం' కోసం పిలుపునిచ్చింది. ఇది ఇతరులను అణగారిన స్థితిలోనికి తీసుకు వెళ్లడానికి కారణమైంది దాని ఫలితమే దిగజారిన *ధిమ్మా* వ్యవస్థ.

దీనికి విరుద్ధంగా, క్రీస్తు తిరస్కరించ బడ్డాడు, కానీ నేరం చేయడానికి నిరాకరించాడు మరియు హింసను స్వీకరించడానికి నిరాకరించాడు, ఇతరులపై ఆధిపత్యం వహించడానికి నిరాకరించాడు

మరియు కృంగుదల ఆత్మను స్వీకరించడానికి నిరాకరించాడు. ఆయన సిలువ మరియు పునరుత్థానం తిరస్కరణ మరియు చీకటి శక్తులను ఓడించింది. క్రైస్తవులు *ధిమ్మా* వారసత్వం నుండి స్వేచ్ఛను కనుగొనడానికి సిలువ వైపు తిరగవచ్చు.

ధిమ్మా నుండి విముక్తి పొందిన సాక్ష్యాలు

ధిమ్మా ఒడంబడికను త్యజిస్తూ ప్రార్థన చేసి స్వేచ్ఛను పొందిన వ్యక్తుల యొక్క కొన్ని సాక్ష్యాలు ఇక్కడ ఉన్నాయి.

తర తరాల భయాలు

నేను ప్రార్థన చేసిన ఒక స్త్రీ తన జీవితంలోని వివిధ విషయాల గూర్చి భయంతో బాధపడింది. ఆమె పూర్వీకులు వంద సంవత్సరాల క్రితం సిరియాలోని దమస్కస్‌లో ధిమ్మీలుగా నివసించారు, అక్కడ 1860 లో ప్రసిద్ధ క్రైస్తవుల మారణ హోమం జరిగింది. ధిమ్మా ఒడంబడికను త్యజిస్తూ ప్రార్థనలు చేయమని నేను ఆమెను ప్రోత్సహించినప్పుడు భయం యొక్క శక్తి విచ్ఛిన్నమైంది మరియు ఆమె తన రోజువారీ జీవితంలో భయం నుండి గణనీయమైన ఉపశమనం పొందింది.

మారణహోమం యొక్క వారసత్వం నుండి విముక్తి

అర్మేనియన్ నేపథ్యానికి చెందిన ఒక వ్యక్తికి పూర్వీకులు ఉన్నారు, వారు గ్రీకు పేర్లను స్వీకరించడం ద్వారా మారణహోమం నుండి బయటపడి స్మిర్నా ద్వారా ఈజిప్టుకు పారిపోయారు. ఒక శతాబ్దపు ఉత్తమ భాగం తరువాత, ఈ శరణార్థుల కుమారుడు ప్రతిరోజు అణచివేత భయాలతో బాధపడ్డాడు. తలుపులు, కిటికీలు అన్నీ తాళం వేసి ఉన్నాయో లేదో అన్న భయం అనుభవించకుండా ఇంటి నుండి బయటకు రాలేకపోయాడు. అయినప్పటికీ, అతను గత మారణహోమం యొక్క గాయంతో సంబంధం ఉన్న పితరుల భయాన్ని విడిచిపెట్టినప్పుడు మరియు అతను తన విడుదల కోసం ప్రార్థించినప్పుడు, అతను గణనీయమైన ఆధ్యాత్మిక స్వస్థత మరియు స్వేచ్ఛను అనుభవించాడు.

ముస్లింల పరిచర్యలో గొప్ప ప్రభావం

ఒక న్యూజిలాండ్ మహిళ *ధిమ్మా* మరియు *ధిమ్మా* వ్యవస్థను త్యజించిన తరువాత ముస్లింల మధ్య తన పరిచర్య ఎలా రూపాంతరం చెందిందో నాకు నివేదించింది:

> మీ సెమినార్‌లో *ధిమ్మా* ప్రార్థనను చేసినప్పటినుండి నేను వ్యక్తిగతంగా బెదిరింపులు మరియు భయం నుండి శక్తివంతంగా విముక్తి పొందాను మరియు ముస్లింలకు సువార్తీకరణ చేయడంలో ఎక్కువ ప్రభావమును అనుభవించాను. నేను 1989 నుండి సువార్త ద్వారా ముస్లింలను చేరుతున్నాను..... మీ సెమినార్‌లలో పాల్గొన్న మరో సభ్యుడు కూడా *ధిమ్మా*ను త్యజించిన తరువాత మధ్య ప్రాశ్చ్య మహిళలను చేరుకోవడంలో చాలా ఎక్కువ ప్రభావాన్ని కనుగొన్నారు.

భయం నుండి ధైర్యం వరకు: సువార్త శిక్షణ

అరబ్ - మాట్లాడే క్రైస్తవుల సమూహం ఈ పుస్తకంలో అందించిన ప్రార్థనలను ఒక యూరోపియన్ దేశాన్ని పర్యాటకులుగా సందర్శిస్తున్న ముస్లింలను చేరుకోవడానికి వారి సన్నాహాల్లో

భాగంగా ఉపయోగించారు. ఈ క్రైస్తవులు స్వేచ్ఛా దేశంలో ఉన్నప్పటికీ, తమ విశ్వాసాన్ని పంచుకోవడానికి భయపడుతున్నట్లు వారు ఒప్పుకున్నారు. *ధిమ్మా* యొక్క చర్చ వారిలో నున్న భయానికి స్పష్టత అవసరం అన్న విషయం ద్వారా వారి హృదయాలు తెరవబడ్డాయి. ఒక నాయకుడు ఇలా వివరించాడు, "మీ తరుపున చేసిన ఒడంబడిక కారణంగా భయం మీలో ఉంది" *ధిమ్మా* ఒడంబడిక యొక్క వివరణను చర్చించిన తరువాత, ప్రజలు స్వేచ్ఛ కోసం ప్రార్థనలు చేశారు మరియు కలిసి *ధిమ్మా* ఒడంబడికను త్యజించారు. కార్యక్రమం యొక్క చివరి రోజున, వారిలో ఒకరు ఈ మూల్యాంకనాన్ని వ్రాసారు:

> ఫలితాలు అద్భుతంగా ఉన్నాయి. ఎటువంటి మినహాయింపు లేకుండా హాజరైన వారందరూ ఇది ముఖ్యమైన పరిచర్య శిక్షణా అంశం అని మరియు లోతైన ఆశీర్వాదాలు మరియు నిజమైన స్వాతంత్ర్యమునకు కారణమని శక్తివంతంగా వ్యక్తీకరించారు, ప్రత్యేకించి ప్రతి ఒక్కరూ *ధిమ్మా* ఒడంబడికను త్యజించి, ఆయన రక్తం ద్వారా యేసుతో తమ ఒడంబడికను ప్రకటించుకునే అవకాశం పొందారు. ప్రార్థన ద్వారా యేసు రక్తంలో ఈ ఒప్పందం నుండి విడుదల ఉంది దేవునికి స్తోత్రం.

ఒక కాప్టిక్ క్రైస్తవుడు ముస్లింలకు సువార్త ప్రకటించడానికి స్వేచ్ఛ మరియు శక్తిని పొందాడు.

ఒక కాప్టిక్ క్రైస్తవ న్యాయవాది ఈ సాక్ష్యాన్ని పంచుకున్నారు:

> నేను ఇస్లామిక్ దేశంలో నా లా డిగ్రీలో భాగంగా నాలుగు సంవత్సరాలు షరియాను ప్రధాన సబ్జెక్ట్‌గా చదివాను. నేను ధిమ్మా నిబంధనలతో సహా షరియా చట్టం ప్రకారం క్రైస్తవుల అణగారిన స్థితిని గురించి వివరంగా అధ్యయనం చేసాను, కానీ నా స్వభావంపై అలాంటి బోధనలు వ్యక్తిగత ప్రభావం గురించిన నా అవగాహనను ఏదో అడ్డుకుంది. నేను నిబద్ధత గల క్రైస్తవుడిని మరియు ప్రభువైన యేసుక్రీస్తును ప్రేమిస్తున్నాను, కాని నేను వారి మనోభావాలను దెబ్బతీయకుండా నా ముస్లిం స్నేహితుల ముందు ఆయనను నా ప్రభువుగా ప్రకటించడంలో కాలానుగుణంగా విఫలమయ్యాను.
>
> నేను ధిమ్మాపై ఒక సభకు హాజరైనప్పుడు, నా ఆధ్యాత్మిక స్థితి వెలుగులోకి వస్తున్నట్లు నేను భావించాను మరియు నా ఆత్మలోని లోతైన నిరాశలు బహిర్గతమవుతున్నాయి. నా పూర్వికుల ప్రాంతమైన వారి భూభాగంలో ముస్లింల ఆధిపత్యాన్ని సంతోషంగా అంగీకరించి, సమర్థించినప్పుడు నేను చాలా సందర్భాలను గుర్తు చేసుకున్నాను. నేను చాలా సంవత్సరాలుగా *ధిమ్మీ* అనే అధోకరణాన్ని అంగీకరించి జీవించాను అని నేను నిశ్చయించుకున్నాను. నేను ప్రార్థనను కోరుకున్నాను మరియు క్రీస్తులో తక్షణమే గొప్ప విడుదలను అనుభవించాను.
>
> అదే రోజు రాత్రి నేను ఇంటికి తిరిగి వెళ్లి సన్నిహిత ముస్లిం స్నేహితురాలిని పిలిచాను. యేసుక్రీస్తు ఆమెను ప్రేమిస్తున్నాడని మరియు ఆమె కోసం సిలువపై మరణించాడని నేను ఆమెకు చెప్పాను. అప్పటి నుండి ముస్లింలకు నా పరిచర్య చాలా ప్రభావవంతంగా మారింది మరియు వారిలో చాలామంది క్రీస్తును తమ ప్రభువు మరియు రక్షకుడిగా ప్రకటించడం నేను చూశాను.

ధిమ్మా ఒడంబడికను త్యజించడానికి కారణాలు

మీరు అనేక విభిన్న కారణాల కోసం ఈ పాఠంలో అనుసరించే ప్రకటనలు మరియు ప్రార్థన లను ప్రార్థించవచ్చు::

- మీరు లేదా మీ పూర్వీకులు ఇస్లామిక్ పాలనలో ముస్లిమేతరులుగా జీవించి ఉండవచ్చు మరియు *ధిమ్మా* ఒడంబడికను అంగీకరించి ఉండవచ్చు లేదా *జిహాద్* మరియు *ధిమ్మి*వ్యవస్థ సూత్రాలచే ప్రభావితమైన పరిస్థితులలో జీవించి ఉండవచ్చు.

- మీ వ్యక్తిగత లేదా కుటుంబ చరిత్ర జీహాద్‌తో సంబంధం ఉన్న హింస అనుభవాలు లేదా ధిమ్మా పరిస్థితులలో సంభవించే ఇతర దుర్వినియోగాల వంటి బాధాకరమై న సంఘటనల ద్వారా తీవ్రంగా ప్రభావితమై ఉండవచ్చు. మీరు అలాంటి సంఘట నల గురించి విని ఉండక పోవచ్చు, కానీ అవి మీ కుటుంబ చరిత్రలో భాగమేన ని అనుమానించవచ్చు.

- మీరు లేదా మీ పూర్వీకులు ఇస్లామిక్ *జీహాద్* ద్వారా బెదిరించబడి ఉండవచ్చు మరియు వాస్తవానికి ఇస్లాం క్రింద జీవించిన కుటుంబ చరిత్ర లేనప్పటికీ, మీరు భయం మరియు బెదిరింపులకు దూరంగా ఉండాలను కొంటున్నారు.

- మీరు లేదా మీ పూర్వీకులు జీవించి ఉండవచ్చు మరియు మీరు *ధిమ్మా* ఒడంబ డిక మరియు దాని పర్యవసానాలన్నింటిలో భాగస్వామిగా ఉండడాన్ని త్యజించాల నుకుంటున్నారు.

ఈ ప్రార్థనలు *ధిమ్మా* ఒడంబడికను రద్దు చేయడానికి రూపొందించ బడ్డాయి, దాని అన్ని ఆధ్యాత్మిక పరిణామాలతో పాటు, మీ జీవితంపై దీనికి అధికారం ఉండదు. ఇస్లామిక్ రాజ్యం లో నివసిస్తున్న *ధిమ్మీ* అయినందున మీకు లేదా మీ పూర్వీకులకు వ్యతిరేకంగా చేసిన అన్ని శాపాలను నిరోధించడానికి మరియు విచ్ఛిన్నం చేయడానికి కూడా ఇవి రూపొందించ బడ్డాయి. మీరు గతంలో జ్ఞానం లేకపోవడాన్ని బాధాకర భావంతో కూడా ఈ ప్రార్థనలు చేస్తూ ఉండవచ్చు మరియు దేవుని వాక్య సత్యంలో నిలబడాలని కోరుకుంటూ ఉండవచ్చు. అవి ధైర్యత యొక్క అన్ని ప్రతికూల ఆధ్యాత్మిక ప్రభావాల నుండి స్వేచ్ఛను పొందేందుకు రూపొందించబడ్డాయి, అవి:

- బాధ
- భయం
- బెదిరింపు
- అవమానం
- న్యూనతా భావాలు
- అపరాధ భావాలు
- స్వీయ ద్వేషం మరియు స్వీయ తిరస్కరణ

- ఇతరులపై ద్వేషం
- నిరాశ
- మోసం
- అవమానం
- వెనదిరుగుట మరియు వేరుచేయబడడం
- మౌనం

మనము ఇప్పుడు *ధిమ్మా* ఒడంబడికను త్యజించమని ప్రార్థనను పరిశీలిస్తాము. ఈ రోజు ఇస్లామిక్ ఆధిపత్యంలో నివసిస్తున్న లేదా వారి పూర్వీకులు ఇస్లామిక్ పాలనలో జీవించిన క్రైస్తవులను విడిపించడానికి ఈ ప్రార్థన రూపొందించబడింది.

సత్యాన్ని ఎదుర్కొనుట

మీరు మునుపటి పాఠంలో దీన్ని చేయకపోతే, ధిమ్మాను త్యజించమని ప్రార్థనను చదివే ముందు, పాఠం 5 లోని 'సత్యాన్ని ఎదుర్కొనుట' అనే వచనాలను గట్టిగా చదవండి.

*ధిమ్మా*ను త్యజించే ఈ ప్రార్థనను పాల్గొనే వారందరూ కలిసి నిలబడి బిగ్గరగా చదవాలి.

ధిమ్మాను త్యజించి దాని శక్తిని విచ్ఛిన్నం చేయమని ప్రకటన మరియు ప్రార్థన

ఒప్పుకోలు ప్రార్థన

ప్రేమగల దేవా, నేను పాపం చేశానని మరియు మీ నుండి తొలగిపోయానని నేను అంగీకరిస్తున్నాను. నేను పశ్చాత్తాపపడి, నా రక్షకుడిగా మరియు ప్రభువుగా క్రీస్తు వైపు తిరుగుతున్నాను. ప్రత్యేకంగా ఏ సమయంలోనైనా నేను ఇతరులను భయపెట్టి, ఇతరులపై హీనత లేదా అవమానాన్ని విధించేందుకు ప్రయత్నించిన నన్ను దయచేసి క్షమించండి. నాలో ఉన్న గర్వాన్ని బట్టి నన్ను క్షమించండి. ఏ సమయంలోనైనా నేను ఇతరులను దుర్భాషలాడినా లేదా ఆధిపత్యం చెలాయించినా నన్ను క్షమించండి. నేను యేసు నామంలో వీటన్నింటిని త్యజిస్తున్నాను.

మన ప్రభువైన యేసుక్రీస్తు యొక్క తండ్రి అయిన దేవుడు, సిలువ ద్వారా క్రీస్తు జయించి ఇచ్చిన క్షమాపణ యొక్క బహుమానమును బట్టి నేను నిన్ను స్తుతిస్తున్నాను.   మీరు నన్ను అంగీకరించారని తెలుసుకున్నాను. సిలువ ద్వారా మేము మీతో మరియు ఒకరితో ఒకరు సమాధాన పడినందున నేను మీకు కృతజ్ఞతలు తెలుపుతున్నాను. నేను మీ బిడ్డనని మరియు దేవుని రాజ్యానికి వారసుడనని ఈ రోజు ప్రకటిస్తున్నాను.

ప్రకటనలు మరియు పరిత్యాగములు

తండ్రీ, నేను మీతో ఏకీభవిస్తున్నాను, నేను భయానికి లోబడి లేను, కానీ మీరు ప్రేమించే బిడ్డను. మహమ్మద్ బోధించిన ఇస్లాం డిమాండ్లను నేను తిరస్కరిస్తున్నాను మరియు విడిచి పెడుతున్నాను. నేను "ఖురాన్ యొక్క అల్లాహ్" కు అన్ని రకాల లొంగుబాట్లను త్యజించాను మరియు నేను మన ప్రభువైన యేసుక్రీస్తు దేవుణ్ణి మాత్రమే ఆరాధిస్తానని ప్రకటిస్తున్నాను.

ధిమ్మా ఒడంబడిక మరియు దాని సూత్రాలకు లోబడి నా పూర్వీకుల పాపాల గురించి నేను పశ్చాత్తాప పడుతున్నాను మరియు వారి పాపాలకు క్షమాపణలు కోరుతున్నాను.

నేను లేదా నా పూర్వీకులు సమాజానికి మరియు ఇస్లాం సూత్రాలకు లొంగిపోయే అన్ని ఒప్పందాలను నేను త్యజించాను మరియు రద్దు చేస్తున్నాను.

నేను ధిమ్మాను మరియు దానిలోని షరతులను పూర్తిగా తిరస్కరిస్తున్నాను. నేను జిజియా చెల్లింపు ఆచారంలో మెడపై దెబ్బతో పాటు అది ప్రాతినిధ్యం వహిస్తున్న అన్నింటిని త్యజించాను, ఈ ఆచారం ద్వారా సూచించబడిన శిరచ్ఛేదం మరియు మరణం యొక్క శాపాన్ని నేను ప్రత్యేకంగా త్యజిస్తున్నాను.

ధిమ్మా ఒడంబడిక క్రీస్తు సిలువకు వ్రేలాడదీయబడిందని నేను ప్రకటిస్తున్నాను. ధిమ్మాను బహిరంగ దృశ్యంగా మార్చి నాపై ఎలాంటి అధికారం లేదని ప్రకటిస్తున్నాను. ధిమ్మా ఒడంబడిక యొక్క ఆధ్యాత్మిక సూత్రాలు క్రీస్తు యొక్క సిలువ ద్వారా బహిర్గతం చేయబడ్డాయి. నిరాయుధులుగా, ఓడించబడ్డాయి మరియు అవమానించ బడ్డాయి అని నేను ప్రకటిస్తున్నాను.

నేను ఇస్లాం పట్ల తప్పుడు కృతజ్ఞతా భావాలను త్యజిస్తున్నాను.

నేను అపరాధ భావాలను వదులుకుంటాను.

నేను మోసాన్ని మరియు అబద్ధాలను త్యజించాను.

క్రీస్తుపై నాకున్న విశ్వాసం గురించి మౌనంగా ఉండేందుకు నేను అన్ని ఒప్పందాలను వదులుకుంటాను.

నేను ధిమ్మా లేదా ఇస్లాం గురించి మౌనంగా ఉండేందుకు అన్ని ఒప్పందాలను వదులుకుంటాను.

నేను మాట్లాడతాను మరియు నేను మౌనంగా ఉండను.

"సత్యం నన్ను స్వతంత్రునిగా చేస్తుంది[13] అని నేను ప్రకటిస్తున్నాను మరియు నేను క్రీస్తు యేసులో స్వేచ్ఛా వ్యక్తిగా జీవించాలని ఎంచుకున్నాను.

---

13. యోహాను 8:32

ఇస్లాం పేరుతో నాకు మరియు నా కుటుంబానికి వ్యతిరేకంగా మాట్లాడే అన్ని శాపాలను నేను త్యజించాను మరియు రద్దు చేస్తున్నాను. నా పూర్వికులకు వ్యతిరేకంగా మాట్లాడిన అన్ని శాపాలను నేను త్యజించాను మరియు రద్దు చేస్తాను.

నేను ప్రత్యేకంగా త్యజించి, మరణ శాపాన్ని విచ్ఛిన్నం చేస్తున్నాను. మరణమా, నీకు నాపై అధికారం లేదు!

ఈ శాపాలకు నాపై అధికారం లేదని ప్రకటిస్తున్నాను.

నేను క్రీస్తు ఆశీర్వాదాలను నా ఆధ్యాత్మిక వారసత్వంగా ఆరోపిస్తున్నాను.

నేను ప్రేరణలను వదులుకుంటాను. నేను క్రీస్తు యేసులో ధైర్యంగా ఉండటాన్ని ఎంచుకున్నాను.

నేను కలవరం మరియు నియంత్రణను వదులుకుంటాను.

నేను దూషణ మరియు హింసను విస్మరిస్తున్నాను.

నేను భయాన్ని వదులు కుంటున్నాను. నేను తిరస్కరించబడతాను అనే భయాన్ని త్యజిస్తున్నాను. నా సంపద, ఆస్తులు పోతాయనే భయాన్ని నేను త్యజించాను. నేను పేదరిక భయాన్ని త్యజిస్తున్నాను. నేను బానిసలుగా ఉండాలనే భయాన్ని త్యజిస్తున్నాను.నేను అత్యాచార భయాన్ని త్యజిస్తున్నాను. నేను ఒంటరిగా ఉండాలనే భయాన్ని త్యజిస్తున్నాను.నా కుటుంబాన్ని కోల్పోతామనే భయాన్ని నేను త్యజిస్తున్నాను. నేను చంపబడతామనే భయాన్ని మరియు మరణ భయాన్ని త్యజిస్తున్నాను.

నేను ఇస్లాం భయాన్ని త్యజిస్తున్నాను. నేను ముస్లింల భయాన్ని త్యజిస్తున్నాను.
నేను ప్రభుత్వ లేదా రాజకీయ కార్యకలాపాల్లో పాల్గొనాలనే భయాన్ని త్యజిస్తున్నాను.

యేసుక్రీస్తు అందరికి ప్రభువు అని నేను ప్రకటిస్తున్నాను.

నా జీవితంలోని ప్రతి విషయాలలో ప్రభువుగా నేను యేసుకు సమర్పిస్తున్నాను. యేసుక్రీస్తు నా ఇంటికి ప్రభువు. యేసుక్రీస్తు నా పట్టణానికి ప్రభువు. యేసుక్రీస్తు నా జాతికి ప్రభువు. యేసుక్రీస్తు ఈ దేశంలోని ప్రజలందరికి ప్రభువు. నేను నా ప్రభువుగా యేసుక్రీస్తుకు లోబడుతున్నాను

నేను అవమానాన్ని వదులుకుంటాను. క్రీస్తు నన్ను అంగీకరించాడని నేను ప్రకటిస్తున్నాను. నేను ఆయనకు మాత్రమే సేవ చేస్తున్నాను. నేను అవమానాన్ని వదులుకుంటున్నాను. సిలువ ద్వారా నేను అన్ని పాపాల నుండి శుద్ధి పొందానని ప్రకటిస్తున్నాను. అవమానానికి నాపై హక్కు లేదు మరియు నేను క్రీస్తుతో పాటు మహిమతో పరిపాలిస్తాను.

ప్రభువా ముస్లింల పట్ల నాకు నా పితరులకు ఉన్న ద్వేషమును బట్టి నన్ను క్షమించు. నేను ముస్లింలు మరియు ఇతరుల పట్ల ద్వేషాన్ని విడిచిపెడుతున్నాను. ముస్లింలపై మరియు ఈ భూమిపై ఉన్న ఇతర ప్రజల కొరకైన క్రీస్తు ప్రేమను ప్రకటిస్తున్నాను.

సంఘం యొక్క పాపాల గురించి మరియు సంఘ నాయకుల తప్పుడు సమర్థనను బట్టి నేను పశ్చాత్తాప పడుతున్నాను.

నేను వెలివేయబడిన జీవితాన్ని త్యజిస్తున్నాను. నేను క్రీస్తు ద్వారా క్షమించబడ్డానని మరియు దేవునిచే అంగీకరించబడ్డానని ప్రకటిస్తున్నాను. నేను దేవునితో సంధి చేయబడ్డాను. దేవుని సింహాసనం ముందు పరలోకంలో లేదా భూమిపై ఉన్న ఏ శక్తి నాపై ఎలాంటి ఆరోపణలు చేయదు.

మన తండ్రి అయిన దేవునికి, నా ఏకైక రక్షకుడైన క్రీస్తుకు మరియు నాకు జీవాన్నిస్తున్న పరిశుద్ధాత్మకు మాత్రమే కృతజ్ఞతా స్తుతులు తెలియజేస్తున్నాను.

ప్రభువైన యేసుక్రీస్తుకు సజీవ సాక్షిగా ఉండడానికి నాకు నేను కట్టుబడి ఉన్నాను. ఆయన సిలువ గురించి నేను సిగ్గుపడను. ఆయన పునరుత్థానం గురించి నేను సిగ్గుపడను.

నేను జీవము కలిగిన దేవుని బిడ్డనని, అబ్రాహాము, ఇస్సాకు మరియు యాకోబుల దేవుడ నని ప్రకటించుచున్నాను.

నేను దేవుని కుమారుడైన మెస్సీయా యొక్క విజయాన్ని ప్రకటిస్తున్నాను. తండ్రి అయిన దేవుని మహిమార్థమై యేసుక్రీస్తు ప్రభువని ప్రతి మోకాలు వంగునని ప్రతి నాలుక ఒప్పుకొనునని నేను ప్రకటిస్తున్నాను.

ధిమ్మీ వ్యవస్థలో పాల్గొన్నందుకు నేను ముస్లింల పట్ల క్షమాపణ ప్రకటిస్తున్నాను.

తండ్రీయైన దేవా, దయచేసి నన్ను ధిమ్మా, ధిమ్మాతో కూడిన ఆత్మ మరియు ధిమ్మా ఒడంబ డికతో ముడిపడి ఉన్న ప్రతి భక్తిహీన సూత్రం నుండి విడిపించండి.

మీ పరిశుద్ధాత్మతో నన్ను నింపమని మరియు యేసుక్రీస్తు రాజ్యానికి సంబంధించిన అన్ని ఆశీర్వాదాలను నాపై కుమ్మరించమని నేను ఇప్పుడు అడుగుతున్నాను. నీ వాక్యంలోని సత్యా న్ని స్పష్టంగా అర్థం చేసుకోవడానికి మరియు నా జీవితంలోని ప్రతి విషయాలలో దానిని అన్వయించు కోవడానికి నాకునీ కృపను అనుగ్రహించండి. మీరు వాగ్దానం చేసినట్లుగా నాకు నిరీక్షణ మరియు జీవం యొక్క వాక్యాలను ఇవ్వండి మరియు నాపెదవులను ఆశీర్వ దించండి, తద్వార నేను వాటిని యేసు నామంలో అధికారం మరియు శక్తితో ఇతరులతో మాట్లాడగలను. క్రీస్తుతో నమ్మకమైన సాక్షిగా ఉండే ధైర్యాన్ని నాకు ఇవ్వండి. నాకు ముస్లిం ప్రజల పట్ల గాఢమైన ప్రేమను మరియు వారితో క్రీస్తు ప్రేమను పంచుకునే అభిరుచిని ప్రసాదించండి

నా ప్రభువు మరియు రక్షకుడైన యేసుక్రీస్తు నామంలో నేను ఈ విషయాలు ప్రకటిస్తున్నాను మరియు అడుగుతున్నాను.

ఆమెన్.

పాఠం 6

పదజాలం

ధిమ్మా	*జిజియా*	ధిమ్మీవ్యవస్థ
ధిమ్మీ	*వాజిబ్*	శిరచ్ఛేధం యొక్క
రెజెన్ బర్గ్ ఉపన్యాసం	*జిహాద్*	ఆచారం
'మూడు ఎంపికలు'	ఉమర్ ఒప్పందం	సత్యాన్ని ఎదుర్కొనుట
గ్రాండ్ ముఫ్తీ	*హలాల్*	

క్రొత్త పేర్లు

- పోప్‌బెనడిక్ట్ XVI :జ.1927) : జర్మనీలో జన్మించిన జోసెఫ్ రాట్జింగర్, పోప్ 2005-2013 వరకు
- బైజాంటైన్ చక్రవర్తి మాన్యువల్ 2 పాలియోలోగస్ (1350-1425; పాలించిన 1395-1425)
- షేక్ అబ్దుల్ అజీజ్ అల్ -షేక్ : 1999 నుండి సౌదీ అరేబియాలో గ్రాండ్ ముఫ్తీగా ఉన్నాడు (జననం 1943)
- ఇబ్న్ ఖతీర్ : సిరియన్ చరిత్రకారుడు మరియు పండితుడు (1301 -1373)
- మహమ్మద్ ఇబ్న్ యూసుఫ్ అత్ఫయిష్ : అల్జీరియన్ ముస్లిం పండితుడు (1818-1914)
- విలియం ఈటన్ : టర్కీ రష్యాలో బ్రిటిష్ పరిశోధకుడు, 1798 లో టర్కిష్ సామ్రాజ్యం యొక్క సర్వేను ప్రచురించారు.
- ఇబ్న్ ఖుదామా : పాలస్తీనియన్ సున్నీ పండితుడు మరియు సూఫీ ఆధ్యాత్మిక వేత్త (1147-1223).
- శామ్యూల్ హ -నాగిడ్ (993-1055, 56) మరియు జోసఫ్ హ-నాగిడ్ (1035-1066) : వీరు గ్రెనడాలో యూదుల గ్రాండ్ విజియర్స్.
- మహమ్మద్ అల్-మఘిలీ: అల్జీరియన్ పండితుడు (సి. 1400-సి 1505)
- ఇబ్న్ -అజిబా: మొరాకో సున్నీ సూఫీ పండితుడు (1747-1809).
- మైమోనిడెస్ : ఐబీరియన్ సెఫార్డిక్ యూదు పండితుడు (1138-1204).
- జోవాన్ సివిజిక్: సెర్బియన్ భూగోళ శాస్త్రవేత్త మరియు జాతి శాస్త్రవేత్త (1865-1927).

ఈ పాఠంలో ఖురాన్

ఖు 9:29 ఖు 48:28 ఖు 3:110

పాఠం 6 లోని ప్రశ్నలు

- కేస్ స్టడీని చర్చించండి.

ధిమ్మా ఒడంబడిక

1. బైజాంటైన్ చక్రవర్తి **మాన్యువల్ 2 పాలియోలోగస్** తన ప్రసిద్ధ 2006 **రెజెన్ బర్గ్** ఉపన్యాసంలో **పోప్ బెనడిక్ట్** XVIఉల్లేఖించిన ఏ ప్రసిద్ధ పదాలను ప్రకటించాడు మరియు ఇది ముస్లింలు ప్రపంచ వ్యాప్తంగా అల్లర్లకు దారితీసింది, ఇది దాదాపు100 మంది మరణాలకు దారితీసింది?

2. పోప్ బెనడిక్ట్‌కు గ్రాండ్ ముఫ్తీ షేక్ అబ్దుల్ అజీజ్ అల్-షేక్ ఏ దిద్దుబాటు ఇచ్చారు?

3. ముస్లిమేతరులను జయించినప్పుడు ఇస్లాం వారికి అందించే **మూడు ఎంపికలు** ఏమిటి?

4. **సహీహ్ అల్ బుకారీ నుండి ఒక హదీథ్**ను ఉటంకించారు ("నాకు ఆజ్ఞాపించబడింది"...). ఈ మాట ప్రకారం అల్లాహ్ ఆజ్ఞ ఏమిటి?

5. సహీహ్ ముస్లిం నుండి మరొక *హదీథ్* ను డ్యూరీ ఉటంకించారు "అల్లాహ్ పేరిట మరియు అల్లాహ్ మార్గంలో పోరాడండి. అవిశ్వాసం గల వారితో పోరాడండి....." ఇస్లాంలో బంధీలుగా ఉన్న అవిశ్వాసులు ఏ మూడు ఎంపికలను ఎంచుకోవడానికి ఆహ్వానించబడ్డారు?

6. బంధీలుగా ఉన్న ముస్లిమేతరులకు ఖు 9:29 లోని ఏ రెండు విషయాలు అవసరం?

7. లొంగిపోయే ఒడంబడిక అయిన ఒడంబడిక పేరు ఏమిటి?

8. ఈ ఒప్పందం ప్రకారం జీవించడానికి అంగీకరించే ముస్లిమేతరులను ఏమని పిలుస్తారు?

9. *ధిమ్మా* వ్యవస్థను ఏ రెండు ఖురాన్ సూత్రాలు సమర్థిస్తాయి?

జిజియా

10. *ధిమ్మీ*ల రక్తానికి విముక్తిగా మాట్లాడే ముస్లిం పండితులు *ధిమ్మీ*లపై విధించిన వార్షిక *జిజియా* పన్ను ఎందుకు?

11. హత్య మరియు బానిసత్వానికి *జిజియా* పన్ను ప్రత్యామ్నాయం ఎవరి ప్రయోజనం కోసం అని **ఇమామ్ అత్ఫయిష్** చెప్పారు?

12. **విలియం ఈటన్** ప్రకారం, *జిజియా* పరిహారం దేనికి?

పాటించనందుకు జరిమానా

13. *ధిమ్మీలు* *ధిమ్మా* ఒడంబడికకు కట్టుబడి ఉండకపోతే వారికి ఏమి జరుగుతుంది?

14. **ఉమర్ ఒడంబడిక** ప్రకారం *ధిమ్మీ*లు వారి కొరకు వారు ఏమి కోరుకోవాలి?

15. ఇమామ్ **ఇబ్న్ ఖుదామా** అవిధేయుడైన ధిమ్మీ వ్యక్తి మరియు వస్తువులను **హలాల్** చేయడంలో చట్టబద్ధమైన అర్థం ఏమిటి?

16. **ధిమ్మీ** సంఘాల చరిత్రలో ఏ బాధాకరమైన సంఘటనలు జరిగాయి?

17. 1066 లో గ్రెనడా యూదులు ఎందుకు చంపబడ్డారు?

18. 1860 లో దమస్కులో క్రైస్తవులను ఎందుకు ఊచకోత కోశారు? చంపబడకుండా ఉండటానికి కొందరు ఏమి చేశారు?

కలవరపెట్టే ఆచారం

19. మొరాకో నుండి బుఖారా వరకు వెయ్యి సంవత్సరాలకు పైగా విస్తృతంగా వ్యాపించిందని డ్యూరీ చెప్పిన ఆచారం ఏమిటి?

20. ఈ ఆచారం ఏ అర్థాన్ని వ్యక్తీకరించడానికి ఉద్దేశించబడింది?

21. ఒక ధిమ్మీ ఈ ఆచారం ద్వారా వెళ్లినప్పుడు అతను ఏ శాపాన్ని పొందాడు?

22. జిజియా పన్ను చెల్లింపును అమలులోకి తెచ్చినప్పుడు దానిలో పాల్గొనే వారు తమకు వ్యతిరేకంగా దేన్ని కోరతారు?

23. జిజియా పన్ను చెల్లించడంలో ధిమ్మీ తనపై తాను ఏమి ప్రకటిస్తాడు?

వినయపూర్వకమైన కృతజ్ఞత

24. డ్యూరీ ప్రకారం ముస్లిమేతరులు ముస్లింల పట్ల అనుసరించాల్సిన రెండు వైఖరులు ఏమిటి?

172

25. ముస్లిమేతరులపై *షరియా* నిబంధనలు విధించిన న్యూనత యొక్క ఉదాహరణలను గమనించండి:

- *ధిమ్మీల* గుర్తింపు
- *ధిమ్మీల* ఇళ్లు
- *ధిమ్మీల* గుర్రాలు
- *ధిమ్మీలు* పబ్లిక్ రోడ్లపై నడవడం
- *ధిమ్మీల* ఆత్మరక్షణ
- *ధిమ్మీల* మత చిహ్నాలు
- *ధిమ్మీల* చర్చిలు
- ఇస్లాం మతంపై *ధిమ్మీల* విమర్శ
- *ధిమ్మీల* దుస్తులు
- *ధిమ్మీల* వివాహాలు

26. ముస్లిం పాలనలో నివసిస్తున్న ముస్లిమేతరుల గురించి ఖు 9:29 ఏమి ఆజ్ఞాపిస్తుంది?

27. ఇబ్న్ అజిబా 'మూడవ ఎంపిక' ను ఎలా వర్ణించాడు?

న్యూనత యొక్క మనస్తత్వ శాస్త్రం

28. **ధిమ్మీ తత్వం** అనే పదం దేనిని వివరిస్తుంది?

29. మధ్యయుగ ఐబీరియన్ యూదు పండితుడు **మైమోనిడెస్** ప్రకారం, **ధిమ్మీతత్వం** ధిమ్మీలను ఏమి చేస్తుంది?

30. సెర్బియా భౌగోళిక శాస్త్రవేత్త **జోవాన్ సివిజిక్** ప్రకారం, **బాల్కన్** జనాభాపై టర్కీలు విధించిన హింసాత్మక **ధిమ్మీతత్వం** మానసికంగా ఏమి సాధించింది?

31. మార్క్ డ్యూరీతో మాట్లాడిన క్రైస్తవ మతంలోకి మారిన ఒక ఇరానియన్ వ్యక్తి ప్రకారం, క్రైస్తవ మతానికి సంబంధించి ముస్లింలు తమ స్వంత మతాన్ని ఎలా గ్రహిస్తారు?

32. ముస్లిములను కూడా ధిమ్మా ఎందుకు దెబ్బ తీస్తుంది?

33. యునైటెడ్ స్టేట్స్ ఆఫ్ అమెరికాలో ఏ చారిత్రాత్మక పరిస్థితిని డ్యూరీ **ధిమ్మీతత్వం** (ధిమ్మిట్యూడ్) తో పోల్చాడు?

34. డ్యూరీ ప్రకారం, విద్యాపరమైన విచారణ మరియు రాజకీయ ఉపన్యాసాలను కృంగదీస్తున్న విషయం ఏమిటి?

మతపరమైన హింస మరియు ***ధిమ్మీలు*** తిరిగి రావడం

35. 19 మరియు 20 శతాబ్దాలలో ధిమ్మా వ్యవస్థను విచ్ఛిన్నం చేయడానికి ముస్లిం ప్రపంచాన్ని బలోపేతం చేసింది ఏది?

36. డ్యూరీ ప్రకారం, పాకిస్తాన్‌లో క్రైస్తవులపై పెరుగుతున్న హింసకు కారణం మరియు అనేక ఇతర దేశాలలో క్రైస్తవులపై పెరుగుతున్న హింసకు కారణం ఏమిటి?

ఆధ్యాత్మిక పరిష్కారం

37. మహమ్మద్ యొక్క లోతైన తిరస్కరణ అనుభవం యొక్క ఏ ఐదు ఆధ్యాత్మిక పరిణామాలను డ్యూరీ జాబితా చేశాడు?

38. ***జిహాద్*** కోసం మహమ్మద్ పిలుపుని ప్రేరేపించిన మూలం ఏమిటి?

39. క్రీస్తు తృణీకరించబడినప్పుడు ఏ నాలుగు పనులు చేయడానికి నిరాకరించాడు?

ధిమ్మా నుండి విముక్తికి సాక్ష్యాలు

40. డ్యూరీ పేర్లు కలిగి ఉన్న ఐదు సాక్ష్యాలు ఒకే విధంగా ఏమి ఉన్నాయి?

ధిమ్మా ఒడంబడికను త్యజించడానికి కారణాలు

41. ధిమ్మి తత్వం క్రింద జీవించిన ధిమ్మిలు కాని వారి పూర్వికులు కాని ఏ మూడు ప్రభావాలు కలిగి ఉన్నందుకు ప్రార్థన కోరారు?

42. **ధిమ్మా తత్వం** (ధిమ్మి ట్యూడ్) కు సంబంధించిన ప్రార్థనలు ఏ రెండు విషయాలు చేయడానికి రూపొందించ బడ్డాయి?

43. **ధిమ్మా తత్వం** వలన కలిగే 13 ప్రతికూల ఆధ్యాత్మిక ప్రభావాల జాబితాను చూడండి. దేవుని వాక్య సత్యంపై ఆధారపడిన ప్రార్థనలు ఈ ప్రభావాలపై ఎలా పనిచేస్తాయి?

ప్రార్థనల విభాగాల కోసం, దయచేసి క్రింది దశలను అనుసరించండి:

1. పాఠం 5 లోని సత్యాన్ని ఎదుర్కోవడం అనే వచనాలు ఇదివరకే ముందు పాఠంలో పాఠం చదవకపోతే, ఇప్పుడు పాఠకులందరి కొరకు బిగ్గరగా చదవబడతాయి.

2. దీని తర్వాత, పాల్గొనే వారందరూ కలిసి నిలబడి 'థిమ్మా దాని శక్తిని విచ్ఛిన్నం చేయడానికి మరియు దానిని విడిచిపెడుతూ ప్రకటన మరియు ప్రార్థనను చేయవలెను'.

3. మరింత వివరణాత్మక సూచనల కోసం, నాయకుల కోసం తయారు చేయబడిన గైడ్ చూడండి.

7

అబద్దమాడుట, అసత్యపు ఆధిపత్యం,మరియు శపించుట

“జీవ మరణములు నాలుక వశము దానియందు
ప్రీతి పడువారు దాని ఫలము తిందురు”.

సామెతలు 18:21

పాఠ్యాంశాలు

ఎ) ఇతరులను అబద్ధం మరియు మోసం చేయడానికి ఇస్లాం అనుమతిని పరిగణించండి మరియు తిరస్కరించండి.

బి) మీరు ఇస్లామిక్ మోసాన్ని త్యజించడానికి సిద్ధమవుతున్నప్పుడు 20 నిర్దిష్ట సత్యాలను ప్రకటించే గ్రంథంలోని వాక్యాలను పరిగణించండి.

సి) ఎనిమిది ప్రత్యేక ప్రకటనలు మరియు త్యజింపులతో సహా త్యజించే ప్రార్థనను చదవడం ద్వారా మోసం నుండి ఆధ్యాత్మిక విడుదల పొందండి.

డి) ఒకరిపైన మరొకరి ఆధిక్యత కోసం ఇస్లాం యొక్క తపనను పరిగణించండి మరియు తిరస్కరించండి.

ఇ) మీరు ఇస్లామిక్ ఆధిక్యతను త్యజించడానికి సిద్ధమవుతున్నప్పుడు నిర్దిష్ట సత్యాలను ప్రకటించే గ్రంథంలోని వాక్యాలను పరిగణించండి.

ఎఫ్) 11 ప్రత్యేక ప్రకటనలు మరియు త్యజింపులతో సహా త్యజించే ప్రార్థనను పఠించడం ద్వారా తప్పుడు ఆధిపత్యం నుండి ఆధ్యాత్మిక విడుదల పొందండి.

జి) పెద్ద సంఖ్యలో ఆరాధికులు మసీదులో చేరి అవిశ్వాసులను శపించే ఇస్లామిక్ ఆచార పద్ధతులను పరిగణించండి.

హెచ్) ఇస్లాంలో శపించే వివిధ వైఖరులను గమనించండి.

ఐ) శాపాన్ని ఎదుర్కొనేవారు వారి ఉద్వేగసంబంధమైన 'నేరారోపణ' అనుభవమును పరిగణించండి.

జె) మీరు కర్మ శాపాన్ని త్యజించడానికి సిద్ధమవుతున్నప్పుడు ఆరు నిర్దిష్ట సత్యాలను ప్రకటించే లేఖన వచనాలను పరిగణించండి.

కె) 19 ప్రత్యేక ప్రకటనలు మరియు త్యజింపులతో సహా త్యజించే ప్రార్థనను పఠించడం ద్వారా శపించే ఆచారాల నుండి ఆధ్యాత్మిక విడుదలను పొందండి.

కేస్ స్టడీ: మీరు ఏమి చేస్తారు?

మీరు అలెగ్జాండర్, శామ్యూల్ మరియు పియర్ అనే ముగ్గురు క్రైస్తవ సహఉద్యోగులతో చర్చి మినీ బస్సులో ప్రయాణం చేస్తున్నారు. మీరు ముస్లింల మధ్య శిష్యులను ఉద్దేశించి ఒక సమావేశమునకు వెళ్తున్నారు. చర్చి, కుటుంబం మరియు రాజకీయాల గురించి చర్చించిన తర్వాత, ముస్లింలు క్రీస్తు గురించి మరియు ఇస్లాం తీవ్రవాదం యొక్క ఎదుగుదల గురించి కల్గియున్న అనేక కలల గురించి ఇతరులు ఏమనుకొంటున్నారో పియర్ అడుగుతాడు. దీని అర్థం మనం అంత్య కాలంలో ఉన్నామా? యేసును మెస్సీయాగా అంగీకరించే యూదుల వలే, మతం మారిన ముస్లింలు ప్రత్యేక శిష్యత్వానికి అర్హులా?

అలెగ్జాండర్ విరక్తితో ఇలా అన్నాడు, "యూదులు లేదా బౌద్ధుల నుండి మతం మారిన ముస్లింలకు భిన్నమైన శిష్యత్వం ఎందుకు అవసరం?చారిత్రక సంఘము వివిధ మతపరమైన నేపధ్యాల కోసం వేరువేరు శిష్యత్వాన్ని ఎప్పుడు అందించింది? మనమందరం ఒకే బైబిల్‌ని ఉపయోగించడం లేదా మరియు ఒకే మతాన్ని పలించడం లేదా? ముస్లింలు 'తిరిగి జన్మించారు' మరియు ప్రత్యేక బోధన, బాప్టిజం బోధన లేదా శిష్యరికం అవసరమని ఏ ఋజువు ఉంది"?

శామ్యూల్ ప్రత్యుత్తర మిచ్చాడు, "ప్రతి మోకాలు వంగునని యేసు వాగ్దానం చేశాడు, మరియు ఇందులో లక్షలాది మంది ముస్లింలు క్రీస్తు వద్దకు వస్తున్నారని నేను నమ్ముతున్నాను మరియు మనం యూదులతో చేసినట్లుగా ప్రత్యేక గృహ సంఘాలలో వారిని ప్రత్యేక శ్రద్ధతో స్వాగతించాలి. పౌలు మరియు పేతురు ఇద్దరూ యూదులకు సువార్త ప్రకటన అన్యజనుల ప్రకటనకు భిన్నంగా చేశారు. మనం ముస్లింలను 'యూదుల దాయదుల' లాగా చూడాలి. మరియు వారి ఆధ్యాత్మిక అవసరాలను తీర్చే ప్రత్యేక శిష్యత్వాన్ని కలిగి ఉండాలి".

పియర్ ఈ విధంగా కొనసాగించాడు. "అయితే శామ్యూల్ క్రొత్త నిబంధన సంఘాన్ని శిష్యులుగా చేసేందుకు అపోస్తలులందరూ ఒకే సిద్ధాంతాలను ఉపయోగించారు. అపోస్తలిక్ లేఖనాలన్నీ యూదులు మరియు అన్యులను ఉద్దేశించి వ్రాయబడినవి కావా? అందరికీ అవసరమైనది మాత్రమే క్రీస్తు వద్దకు వచ్చే ముస్లింలకు కూడా అవసరం: బాప్తిస్మము కోర్స్, ప్రసంగాలు, సండేస్కూల్ బోధన మరియు బైబిల్ అధ్యయనాలు. నిజానికి, వారికి ప్రత్యేక శిక్షణ అందించడం ద్వారా వారు మన ప్రస్తుత సంఘాలలో కలవనివ్వకుండా చేస్తుంది".

తరువాత శామ్యూల్ మీతో ఇలా అంటాడు, "మాజీ ముస్లింల విషయంలో శిష్యరికాన్ని ఎలా చూడగలవు"?

నీవు ఎలా సమాధానం చెబుతావు?

అబద్ధం నుండి విడుదల

ఈ విభాగాలలో మేము అబద్ధం గురించి ఇస్లాం బోధనను పరిశీలిస్తాము మరియు మేము అబద్ధాలను త్యజించడాన్ని ఎంచుకుంటాము.

సత్యం విలువైనది

ఇస్లామిక్ జిహాద్‌కు వ్యతిరేకంగా మాట్లాడినందుకు ఇండోనేషియాలో తప్పుగా ఖైదు చేయ బడిన పాస్టర్ దమానిక్ సత్యం గురించి ఇలా అన్నాడు:

> ... నిజం కష్టతరమైనది మరియు చాలా విలువైనది అయినప్పటికీ మనకు మరొక అవ కాశం లేదు. మేము విలువైన మూల్యం చెల్లించడానికి ఇష్టపడాలి. సత్యానికి వీడ్కోలు పలకడమే ప్రత్యామ్నాయం. సత్య ప్రేమికుడు ఇనుప సంకల్పం ఉన్న వ్యక్తిగా ఉండేందుకు మరింత కష్టపడాలి. ఇనుప సంకల్పం ఉన్న వ్యక్తిగా మరియు అదే సమయంలో స్వచ్ఛ మైన మరియు పారదర్శకమైన హృదయం (గాజు వంటిది) ఉన్న వ్యక్తిగా ఉండేందుకు మరింత కష్టపడాలి. ఇనుమ సంకల్పం బలంగా ఉంది; ఇది వంచబడదు. ఇది సత్యం లోని నిబద్ధతలో తిరుగులేనిది.... పారదర్శకమైన హృదయం అనేది ఒకరి అంతరంగం లో దాగి ఉన్న ఆసక్తి మరియు వ్యక్తిగత విధివిధానాలు పవిత్రంగా ఉండడం. గాజు మాదిరిగానే, సత్యప్రేమికుడు ప్రపంచంలోని అన్యాయం మరియు అసత్యంపై సున్నితం గా మరియు సులభంగా పగిలి పోతాడు. ఈ పగిలిన హృదయం బలహీనతకు సంకేతం కాదు, కానీ అది బలం మరియు శక్తికి సంకేతం. అతను ధృఢ సంకల్పం కలిగి ఉంటాడు మరియు అతని పదునైన నోటితో అవాస్తవం మరియు అతని పరిసరాలలోని అసత్యంగురించి మాట్లాడగలడు. అతని హృదయం నిశ్చలంగా లేదా నిశ్శబ్దంగా ఉండదు. అతని హృదయం ఎప్పుడూ అన్యాయానికి వ్యతిరేకంగా పోరాటం తో నిండి ఉంటుంది.

మనము ఆయనతో సంబంధాన్ని ఏర్పరచుకోవడంలో దేవుడు సత్యవంతుడనే వాస్తవం మనకు ప్రాథమికమైనది. దేవుడు బంధుత్వం కలిగిన వాడు: ఆయన మానవ సంబంధాలతో బంధుత్వాన్ని కలిగి ఉంటాడు.

షరియా సంస్కృతి

ఖురాన్ మరియు ఇస్లాం బోధనల ప్రకారం, కొన్ని పరిస్థితులలో అబద్ధం అనుమతించబడు తుంది. ఇస్లాంలో అబద్ధం ఎలా అనుమతించబడుతుందో మరియు కొన్ని సార్లు విధిగా ఎలా ఉంటుందో మనం పాఠం3 లో చూశాము.

ఖురాన్‌లో అల్లాహ్ మోసపరుస్తాడని, ప్రజలను తప్పుదారి పట్టించేవాడని చెప్పబడింది:

> అల్లాహ్ తాను కోరిన వారిని మార్గం తప్పిస్తాడు, తాను కోరిన వారికి సన్మార్గం చూపిస్తాడు. ఆయన సర్వాధీకుడు, వివేకవంతుడు. (ఖు 14:4).

షరియా చట్టం ఆమోదించే అబద్ధాలలో రకాలు:

- యుద్ధంలో అబద్ధమాడడం

- భర్తలు భార్యలకు అబద్ధాలు చెప్పడం
- తనను తాను రక్షించుకోవడానికి అబద్ధం చెప్పడం
- ఉమ్మాను రక్షించడానికి అబద్ధం చెప్పడం
- స్వీయ- రక్షణ అబద్ధం (*తకియా*) ఈ సంధర్భంలో ముస్లింలు తమకు ప్రమాదం లో ఉన్నారని విశ్వసించినప్పుడు, ఒక ముస్లిం వారి విశ్వాసాన్ని తిరస్కరించ డానికి కూడా అనుమతించబడతారు. (ఖు 16:106).

ఈ మతపరమైన విలువలు ఇస్లామిక్ సంస్కృతులను లోతైన మార్గాల్లో ప్రభావితం చేస్తాయి.

సత్యాన్ని ఎదుర్కోవడం

ఇస్లాంలో వలే కాకుండా, ఒక క్రైస్తవుడు వారి విశ్వాసాన్ని తిరస్కరించడానికి అనుమతించ బడడు:

> మనుష్యుల యెదుట నన్ను ఒప్పుకొనువాడెవడో పరలోకమందున్న నా తండ్రి యెదుట నేనును వానిని ఒప్పుకొందును. మనుష్యుల యెదుట ఎవడు నన్ను ఎరుగననునో వానిని పరలోకమందున్న నా తండ్రి యెదుట నేనును ఎరుగనందును (మత్తయి 10:32-33).

యేసు ఇలా అన్నాడు, "నామాట అవునంటే 'అవును', కాదంటే 'కాదు'..." అని యుండవలెను (మత్తయి 5:37).

ఆదికాండము 17 ప్రకారం, దేవుడు అబ్రాహాముతో ఏమి నిబంధన చేశాడు?

> నేను నీకును నీ తరువాత నీ సంతానమునకును దేవుడనై యుండునట్లు, నాకును, నీకును, నీ తరువాత వారి తరములలో నీ సంతతికిని మధ్య నా నిబంధనను నిత్య నిబంధనగా స్థిరపరచెదను. నీకును నీ తరువాత నీ సంతతికిని నీవు పరదేశివై యున్న దేశమును, అనగా కనానను దేశమంతటిని నిత్యస్వాస్థ్యముగా ఇచ్చి వారికి దేవుడనై యుందునని అతనితో చెప్పెను. (ఆదికాండము 17:7-8)

మరియు కీర్తన 89 ప్రకారం, దేవుడు దావీదుతో ఏమి నిబంధన చేశాడు?

> "నేను ఏర్పరచుకొనిన వానితో నిబంధన చేసి యున్నాను నిత్యము నీ సంతానమును స్థిరపరచెదను 'తరతరములకు నీ సింహాసనమును' స్థాపించెదనని చెప్పి నా సేవకుడై న దావీదుతో 'ప్రమాణము చేసియున్నాను' " (కీర్తనలు 89:3-4).

మీరు ఇప్పుడే చదివిన ఈ రెండు వాక్యభాగాలు దేవుడు తన ప్రజలతో నమ్మకమైన నిబంధ నలను ఏర్పాటు చేస్తాడని తెలియ పరుస్తున్నాయి.

ఈ తదుపరి భాగాలలో మీరు దేవుని ఏ రెండు బంధుత్వలక్షణాలను గుర్తించగలరు?

> దేవుడు అబద్ధమాడుటకు ఆయన మానవుడు కాడు పశ్చాత్తాప పడుటకు ఆయన నర పుత్రుడు కాడు ఆయన చెప్పి చేయకుండునా? ఆయన మాట యిచ్చి స్థాపించకుండు నా? (సంఖ్యాకాండము 23:19).

యెహోవా దయాళుడు ఆయనకు కృతజ్ఞతా స్తుతులు చెల్లించుడి ఆయన కృప నిరంతర ముండును (కీర్తనలు 136:1).

(యూదుల గురించి చెబుతూ)... సువార్త విషయమైతే వారు మిమ్మును బట్టి శత్రువులు గాని, యేర్పాటు విషయమైతే పితరులను బట్టి ప్రియులై యున్నారు. ఏలయనగా, దేవుడు తన కృపావరముల విషయములోను, పిలుపు విషయములోను పశ్చాత్తాపపడడు (రోమా 11:28-29).

దేవుడు ఏర్పరచుకొనిన విశ్వాసము నిమిత్తమును, నిత్యజీవమును గూర్చిన నిరీక్షణతో కూడిన భక్తికి ఆధారమగు సత్య విషయమైన అనుభవజ్ఞానము నిమిత్తమును..., అబద్ధమాడనేరని దేవుడు అనాదికాలమందే వాగ్దానము చేసెను గాని... (తీతు 1:1-3).

దేవుడు తన సంకల్పము నిశ్చలమైనదని ఆ వాగ్దానములకు వారసులైన వారికి మరి నిశ్చయముగా కనపరచవలెనని ఉద్దేశించిన వాడై తాను అబద్ధమాడజాలని నిశ్చలమైన రెండు సంగతులను బట్టి మన యెదుట ఉంచబడిన నిరీక్షణను చేపట్టుటకు శరణాగతులమైన మనకు బలమైన ధైర్యము కలుగునట్లు ప్రమాణము చేసి వాగ్దానమును ధృడపరచెను. ఈ నిరీక్షణ నిశ్చలమును, స్థిరమునై, మన ఆత్మకు లంగరువలే నుండి తెరలోపల ప్రవేశించుచున్నది (హెబ్రీ 6:17-19).

దేవుడు నమ్మదగిన వాడు కనుక మేము మీకు చెప్పిన వాక్యము "అవునని" చెప్పి "కాదను" నట్టుగా ఉండలేదు. దేవుని కుమారుడగు యేసుక్రీస్తు "అవునని" చెప్పి "కాదను" వాడై యుండలేదు గాని ఆయన "అవునను"వాడై యున్నాడు. (2కొరింథి 1:18-20).

దేవుడు తన సంబంధాలలో మార్పు లేనివాడు మరియు నమ్మకమైన వాడు. ఆయన ఎప్పుడూ తన మాటకు కట్టుబడి ఉంటాడు.

లేవియాకాండము ప్రకారం, ప్రజల దగ్గర నుండి దేవుడు ఏమి కోరుతున్నాడు?

మరియు యెహోవా మోషేకు ఈలాగు సెలవిచ్చెను. "ఇశ్రాయేలీయుల సర్వ సమాజముతో ఇట్లు చెప్పుము: 'మీరు పరిశుద్ధులై యుండవలెను'. "'మీ దేవుడైన యెహోవానగు నేను పరిశుద్ధుడనై యున్నాను'" (లేవియాకాండము 19:1-2).

బైబిల్‌లోని నిజమైన దేవుడు మనం కూడా తనలాగే పరిశుద్ధంగా ఉండాలని కోరుకొంటున్నాడు.

ఆ తదుపరి మూడు వచనాల ప్రకారం, మన జీవితాల్లో దేవుని యొక్క పరిశుద్ధతను ఎలా చూపించగలము?

...ఎందుకంటే నీ కృప నా కన్నుల యెదుట నుంచుకొనియున్నాను నీ సత్యము ననుసరించి నడుచుకొనుచున్నాను[14] (కీర్తనలు 26:3).

నా ఆత్మను నీచేతికప్పగించుచున్నాను యెహోవా సత్యదేవా, నన్ను విమోచించువాడవు నీవే (కీర్తనలు 31:5).

---

14. ఇక్కడ 'సత్యం' అని అనువదించబడిన పదానికి 'విశ్వసనీయత' అని కూడా అర్థం కావచ్చు

యెహోవా, నీవు నీవాత్సల్యమును నాకు దూరము చేయవు నీ కృపాసత్యములు ఎప్పుడును నన్ను కాపాడును గాక (కీర్తనలు 40:11).

దేవుని యొక్క మాట సత్యమైనది మరియు నమ్మకమైనది కాబట్టి మనం సత్యవంతులమై, సత్యంలో జీవించుచూ దేవుని యొక్క పరిశుద్ధతను కనుపరచగలము. సాతాను మన హృదయాల్లో అబద్ధాలను ఉంచడానికి ఇష్టపడినప్పటికీ, దేవుని సత్యం మనలను కాపాడుతుంది.

దావీదు యొక్క ఈ కీర్తన ప్రకారం సత్యం మనకు ఏమి చేస్తుంది?

నేను పాపములో పుట్టినవాడను పాపములోనే నా తల్లి నన్ను గర్భమున ధరించెను. నీవు అంతరంగములో సత్యము కోరుచున్నావు ఆంతర్యమున నాకు జ్ఞానము తెలియ జేయుదువు. నేను పవిత్రుడగునట్లు హిస్సోపుతో నా పాపము పరిహరింపుము. హిమ ము కంటెను నేను తెల్లగా నుండునట్లు నీవు నన్ను కడుగుము (కీర్తనలు 51:5-7).

సత్యం మనలను పవిత్రపరుస్తుందని ఈ కీర్తన చెబుతుంది.

ఈ వచనం ప్రకారం, యేసు యొక్క జీవితం దేనిచేత నింపబడింది?

... తండ్రివలన కలిగిన అద్వితీయ కుమారుని మహిమవలె మనము ఆయన మహిమ ను కనుగొంటిమి (యోహాను 1:14).

యేసు సత్యంతో నిండి ఉన్నాడు.

మనం దేనిలో జీవించమని పిలువబడ్డాము?

సత్యవర్తనుడైతే తన క్రియలు దేవుని మూలముగా చేయబడియున్నవని ప్రత్యక్షపరచ బడునట్లు వెలుగు నొద్దకు వచ్చును (యోహాను 3:21).

మనం సత్యంలో జీవించడానికి పిలువబడ్డాము.

ఈ తర్వాతి రెండు వచనాల ప్రకారం, దేని ద్వారా మాత్రమే మనం దేవుణ్ణి తెలుసుకోగలం?

దేవుడు ఆత్మ గనుక ఆయనను ఆరాధించువారు ఆత్మతోను సత్యముతోను ఆరాధింప వలెను (యోహాను 4:24).

యేసు- "నేనే మార్గమును, సత్యమును, జీవమును; నాద్వారానే తప్ప యెవడును తండ్రి యొద్దకు రాడు". (యోహాను 14:6).

మనం సత్యం ద్వారా మాత్రమే దేవుని దగ్గరకు రాగలమని యేసు చెబుతున్నాడు. (సువార్తల లో, యేసు "నేను మీకు సత్యమే చెబుతున్నాను" అని 78 సార్లు చెప్పాడు.)

పౌలు నుండి ఈ వాక్యభాగం ప్రకారం, క్రీస్తును అనుసరించడానికి ఏది విరుద్ధంగా ఉంది?

ధర్మశాస్త్రము ధర్మవిరోధులకును అవిధేయులకును భక్తిహీనులకును పాపిష్ఠులకును అపవిత్రులకును మతదూషకులకును పితృహంతకులకును మాతృ హంతకులకును నరహంతకులకును వ్యభిచారులకును పురుషసంయోగులకును మనుష్య చోరులకు ను అబద్ధికులకును అప్రమాణికులకును, హితబోధకు విరోధియైనవాడు మరి యెవడై నను ఎరిగి, ధర్మానుకూలముగా దానిని ఉపయోగించిన యెడల ధర్మశాస్త్రము మేలైనదని మనమెరుగుదుము (1 తిమోతి 1:9-11).

వెంబడించడంలో అబద్ధం ఆడడం అనేది విరుద్ధంగా ఉందని పౌలు వివరిస్తున్నాడు.

మోసాన్ని త్యజించాలనే ఈ ప్రార్థనను పాల్గొనే వారందరూ కలిసి నిలబడి బిగ్గరగా చదవాలి.

మోసాన్ని త్యజించమని ప్రకటన చేస్తూ ప్రార్థన

నీవు సత్యవంతుడవైన దేవుడవు అయినందుకు నీకు వందనాలు, కటిక చీకటి లో మీ వెలుగు ప్రకాశింప జేస్తున్నందుకు నేను తండ్రికి కృతజ్ఞతలు తెలుపుతున్నాను. ఈ రోజు చీకటి లో జీవించడానికి కాదు, కానీ నీ వెలుగులో నివసించడానికి ఎంచుకున్నాను.

నేను అబద్ధాలు మాట్లాడినందుకు దయచేసి నన్ను క్షమించండి. నేను సరైన మార్గమును కాక సులభమైన మార్గమునే తరుచుగా ఎంచుకున్నాను. నా పెదవులను సమస్త భక్తిహీనత నుండి శుద్ధి చేయమని నేను ప్రభువును వేడుకొంటున్నాను. సత్యాన్ని వినడానికి సంతోషించే హృదయాన్ని, సత్యాన్ని ఇతరులకు తెలియ జేయడానికి సిద్ధంగా ఉన్న నోటిని నాకు ఇవ్వండి.

సత్యంలో ఓదార్పు పొందేందుకు మరియు అబద్ధాలను తిరస్కరించడానికి నాకు ధైర్యం ఇవ్వండి.

ఈ రోజు నేను నా దైనందిన జీవితంలో అబద్ధాల వాడకాన్ని తిరస్కరించాను మరియు త్యజిస్తున్నాను.

తకియాతో సహా అబద్ధాలు చెప్పడాన్ని సమర్థించడానికి ఉపయో గించే ఇస్లాం బోధనలన్నిం టినీ నేను తిరస్కరించాను. నేను సమస్త అబద్ధం మరియు మోసం నుండి దూరంగా ఉండాలని ఎంచుకున్నాను. నేను సత్యంలో జీవించడానికి నిర్ణయించుకున్నాను.

యేసుక్రీస్తు మార్గము, సత్యము, జీవము అని నేను ప్రకటించుచున్నాను. నేను ఆయన సత్యం యొక్క రక్షణలో జీవించడానికి ఎంచుకున్నాను.

నా భద్రత మీలో ఉందని నేను ప్రకటిస్తున్నాను, సత్యం నన్ను విడిపిస్తుంది.

పరలోకపు తండ్రీ, నీ సత్యపు వెలుగులో ఎలా నడుచుకోవాలో దయచేసి నాకు చూపించు. సత్యాన్ని పలికే మాటలు మరియు సత్యాన్ని తెలిపే ఒక మార్గం నాకు తెలియజేయండి.

ఆమెన్.

తప్పుడు ఆధిపత్యం నుండి విడుదల

ఈ విభాగంలో మనము ఇతరులపైన కొంతమంది వ్యక్తులు చూపే ఆధిపత్యంపై ఉన్న గొప్పతనాన్ని ఇస్లాం యొక్క బోధనలను పరిశీలిస్తాము మరియు దీనిని బైబిల్ బోధనలతో విభేదిస్తాము. అప్పుడు మనం తప్పుడు ఆధిపత్య భావాలను త్యజించడాన్ని ఎంచుకుంటాము.

ఇస్లాం యొక్క ఆధిపత్య ఆరోపణ

ఇస్లాంలో ఆధిపత్యమునకు; ఎవరు 'ఉత్తమ' అనే దానిపై గొప్ప ప్రాధాన్యత ఉంది. క్రైస్తవులు మరియు యూదుల కంటే ముస్లింలు గొప్పవారని ఖురాన్ చెబుతుంది:

> మీరు (ముస్లింలు) మానవజాతి కోసం ఉద్భవించిన ఉత్తమ సమాజంవారు, మీరు ధర్మాన్ని ఆదేశించే వారు మరియు అధర్మాన్ని నిషేధించేవారు మరియు మీరు అల్లాహ్ యందు విశ్వాసము కలిగి యున్నవారు. ఒకవేళ గ్రంథ ప్రజలు విశ్వసిస్తే వారికే మేలై యుండేది; వారిలో కొందరు విశ్వాసులు కూడా ఉన్నారు కాని అత్యధికులు అవిధేయులే (ఖు 3:110)

మరియు ఇస్లాం ఇతర మతాలపై పాలించవలసి ఉంది:

> ఆయనే, తన ప్రవక్తను మార్గదర్శకత్వంతో మరియు సత్యధర్మంతో అన్ని ధర్మాలపై అది ఆధిక్యత కలిగి ఉండేలా చేసి పంపాడు. (ఖు 48:28).

ఇస్లాంలో హీనంగా పరిగణించబడడం సిగ్గుచేటు. మహమ్మద్ యొక్క అనేక హదీసులు ఆధిక్యత గురించి గొప్పగా నొక్కి చెప్పబడ్డాయి ఉదాహరణకు, మహమ్మద్ అల్ తిమిర్ధి ద్వారా నివేదించబడిన ఒక హదీసులో తాను ఇప్పటి వరకు జీవించిన ప్రజలందరి కంటే గొప్పవాడని ప్రకటించాడు:

> తీర్పు దినాన నేను ఆదాము సంతానానికి ప్రభువును అవుతాను, నేను ప్రగల్భాలు పలకడం లేదు. ప్రశంసల జెండా నా చేతిలో ఉంటుంది, నేను గొప్పగా చెప్పుకోవడం లేదు. ఆ రోజున ఆదాముతో సహా ప్రతి ప్రవక్త నా ఆధిపత్యం క్రింద ఉంటారు. మరియు భూమి తెరవబడినప్పుడు పునరుత్థానంతో లేచిన మొదటి వ్యక్తిని నేను (పునరుత్థానం చేయబడిన మొదటి వ్యక్తి) మరియు నేను గొప్పగా చెప్పుకోవడం లేదు.

ఇస్లాం మతం అరబిక్ సంస్కృతిపై లోతైన ప్రభావాన్ని చూపింది, వెయ్యి సంవత్సరాలకు పైగా దానిని రూపొందించింది. అరబిక్ సంస్కృతులలో, గౌరవం మరియు అవమానం అనే భావనలు చాలా ముఖ్యమైనవి, కాబట్టి ప్రజలు తక్కువగా ఎంచబడడాన్ని అసహ్యించుకుంటారు. వ్యక్తులు సంఘర్షణలో ఉన్నప్పుడు వారు ఒకరినొకరు అవమానించుకోవడానికి ప్రయత్నించవచ్చు మరియు వారు నేరపూరితభావంతో వ్యవహరిస్తారు.

ఎవరైనా ఇస్లాంను విడిచిపెట్టి, క్రీస్తును అనుసరించాలని నిర్ణయించుకున్నప్పుడు, ఒక వ్యక్తి తన చుట్టూ ఉన్నవారి కంటే గొప్పవాడని భావించే భావోద్వేగ ప్రపంచ దృక్పథాన్ని త్యజించాలి, దాని నుండి సంతృప్తిని పొందాలి మరియు అవమాన పడతానేమోనని భయపడాలి.

సత్యాన్ని ఎదుర్కొనుట

ఏదేను తోటలో సర్పము హవ్వను ఆమె "దేవతలాగా" మారగలదని చెప్పడం ద్వారా ఆమెను శోధించింది. మరియు దీని ఆధారంగా హవ్వ సర్పము కోరుకున్న దానితో పాటు వెళ్లింది. ఇది ఆదాము మరియు హవ్వ పతనానికి దారితీసింది. ఉన్నతంగా ఉండాలని కోరుకునే ప్రమాదం గురించి ఈ భాగం నుండి మనం ఏమి నేర్చుకోవచ్చు?

> అందుకు స్త్రీ "ఈ తోట చెట్ల ఫలములు తినవచ్చును; అయితే తోట మధ్య ఉన్న చెట్టు ఫలములను గూర్చి దేవుడు 'మీరు చావకుండునట్లు వాటిని తినకూడదనియు, వాటిని ముట్టకూడదనియు చెప్పెనని'" సర్పముతో అనెను.
>
> అందుకు సర్పము "మీరు చావనే చావరు"; "ఏలయనగా మీరు వాటిని తిను దినము న మీ కన్నులు తెరువబడుననియు, మీరు మంచి చెడ్డలను ఎరిగిన వారై దేవతల వలే ఉందురనియు దేవునికి తెలియునని" స్త్రీతో చెప్పగా .... (ఆదికాండము 3:2-5).

ఉన్నతంగా ఉండాలనే కోరిక మానవులకు ఒక ఉచ్చు వంటిది: ఇతరుల కంటే ఉన్నతంగా ఉండాలనుకునే వ్యక్తులు ఈ ప్రపంచలో చాలా ఇబ్బందులు మరియు బాధలను ఎదుర్కొంటారు.

అప్పుడప్పుడూ యేసు శిష్యుల మధ్య వారిలో ఎవరు ఉత్తమంగా ఉంటారు అనే ఒక ప్రశ్న తలెత్తింది, యాకోబు యోహానులు యేసయ్య రాజ్యంలో ఎవరికి గొప్ప స్థానం ఉంటుందో తెలుసు కోవాలనుకున్నారు. యాకోబు మరియు యోహాను లాగా, ప్రపంచవ్యాప్తంగా ఉన్న మానవులు ఉత్తమమైన మరియు గౌరవమైన స్థానాలను కోరుకుంటారు. దీని గురించి యేసు ఏమి చెప్పాడు?

> జెబదయ కుమారులైన యాకోబును యోహానును ఆయనవద్దకు వచ్చి "బోధకుడా, మేము అడుగునదెల్ల నీవు మాకు చేయగోరుచున్నామని" చెప్పగా.
>
> ఆయన "నేను మీకేమి చేయగోరుచున్నారని" వారి నడిగెను.
>
> వారు "నీ మహిమయందు నీ కుడివైపున ఒకడును నీ ఎడమవైపున ఒకడును కూర్చుండునట్లు". ...
>
> తక్కిన పదిమంది శిష్యులు ఆ మాట విని యాకోబు యోహానుల మీద కోపపడిరి. యేసు వారిని తన యొద్దకు పిలిచి వారితో ఇట్లనెను "అన్యజనులలో[15] అధికారులని యెంచబడిన వారు వారిమీద ప్రభుత్వము చేయుదురు; వారిలో గొప్పవారు వారిమీద అధికారము చేయుదురని మీకు తెలియును. మీలో అలాగుండకూడదు. మీలో ఎవడై నను గొప్పవాడై యుండగోరిన యెడల వాడు మీకు పరిచారము చేయువాడై యుం డవలెను. మీలో ఎవడైనను ప్రముఖుడై యుండగోరిన యెడల, వాడు అందరికి దాసుడై యుండవలెను. మనుష్యకుమారుడు పరిచారము చేయించు కొనుటకు రాలేదు గాని పరిచారము చేయుటకు అనేకులకు ప్రతిగా విమోచన క్రయధనముగా తన ప్రాణమును ఇచ్చుటకు వచ్చెను" (మార్కు 10:35-45).

యేసు ఈ కోరికకు ప్రతిస్పందిస్తూ తన శిష్యులు నిజంగా తనను వెంబడించాలనుకుంటే, వారు ఇతరులకు ఎలా సేవ చేయాలో నేర్చుకోవాలని వివరిస్తాడు.

తప్పిపోయిన కుమారుడు కథలో ఆధిపత్య భావన అనే ప్రమాదకరమైనది కనిపిస్తుంది (లూకా 15:11-32). 'మంచి కుమారుడు' తనను తాను ఉన్నతంగా భావించాడు మరియు అతను తిరిగి వచ్చినప్పుడు చాలా కాలం నుండి కోల్పోయిన కొడుకు కోసం తన తండ్రి

[15] యేసు ఇక్కడ అన్యజనుల గురించి ప్రస్తావించినప్పుడు ఆయన అన్ని దేశాలను సూచిస్తున్నాడు: గొప్పగా ఎంచబడడం అనే భావన మానవ స్వభావం యొక్క సార్వత్రిక లక్షణం

చేయిస్తున్న విందులో చేరలేకపోయాడు. దీంతో అతనిని తండ్రి మందలించాడు. నిజమైన విజయానికి మార్గం, దేవుని దృష్టిలో, ఇతరులను చిన్నచూపు చూడడం లేదా వారిపై ఆధిపత్యం చెలాయించడం కాదు.

ఫిలిప్పీ 2 నుండి ఈ అద్భుతమైన వాక్యభాగంలో, లోకంలో కొందరు ఇతరులపై చూపే ఆధిపత్యాన్ని అణచివేసి విడుదల పొందుకోవడానికి ఏది కీలకమైనది?

> కావున క్రీస్తునందు ఏ హెచ్చరికయైనను, ప్రేమ వలన ఆదరణయైనను, ఆత్మయందు ఏ సహవాసమైనను, ఏ దయారసమైనను, వాత్సల్యమైనను ఉన్నయెడల మీరు ఏకమనస్కులగునట్లుగా ఏకప్రేమ కలిగి, ఏకభావము గలవారై ఉండి ఒక్కదాని యందే మనస్సుంచుచు నా సంతోషమును సంపూర్ణము చేయుడి. కక్ష చేతను, వృధాతిశయము చేతను, ఏమియు చేయక వినయమైన మనస్సు గలవారై ఒకనినొకడు తనకంటే యోగ్యుడని యెంచుచు మీలో ప్రతివాడును తన సొంత కార్యములను మాత్రమే కాక యితరుల కార్యములను కూడా చూడవలెను.
>
> క్రీస్తు యేసునకు కలిగిన యీ మనస్సును మీరును కలిగి యుండుడి: ఆయన దేవుని స్వరూపము కలిగినవాడై యుండి, దేవునితో సమానముగా ఉండుట విడిచిపెట్టకూడని భాగ్యమని యెంచుకొనలేదు గాని మనుష్యుల పోలికగా పుట్టి, దాసుని స్వరూపమును ధరించుకొని, తన్ను తానే రిక్తునిగా చేసికొనెను.
>
> మరియు ఆయన ఆకారమందు మనుష్యుడిగా కనబడి, మరణము పొందునంతగా, అనగా సిలువ మరణము పొందునంతగా విధేయత చూపినవాడై, తన్ను తాను తగ్గించుకొనెను!
>
> అందుచేతను పరలోకమందున్న వారిలో గాని, భూమిమీద ఉన్నవారిలో గాని, భూమి క్రింద ఉన్న వారిలో గాని, ప్రతివాని మోకాలు యేసు నామమున వంగునట్లును, ప్రతివాని నాలుకయు తండ్రియైన దేవుని మహిమార్థమై యేసుక్రీస్తు ప్రభువని ఒప్పుకొనునట్లును, దేవుడు ఆయనను అధికముగా హెచ్చించి, ప్రతినామమునకు పై నామమును ఆయనకు అనుగ్రహించెను. (పిలిప్పీ : 2:1-11)

ప్రపంచ దృష్టికోణంలోని ఆధిపత్యం యొక్క అణచివేత నుండి విడుదల కావడానికి యేసుక్రీస్తు మాదిరియై యున్నాడు.

యేసు హృదయం చాలా భిన్నమైనది. ఆయన ఆధిపత్యం చెలాయించడానికి కాదు సేవ చేయడానికి ఎంచుకున్నాడు. ఆయన ఇతరులను చంపలేదు, కానీ ఇతరుల కోసం తన జీవితాన్ని అర్పించాడు. చాలా ఆచరణాత్మక మార్గాల్లో, మిమ్మల్ని మీరు తగ్గించుకోవడం అంటే ఏమిటో యేసు చూపించాడు: ఆయన "తనను తాను రిక్తునిగా చేసుకున్నాడు" (పిలిప్పీ 2:7),తనను తాను సిలువవేయడానికి కూడా అప్పగించుకున్నాడు, ఆయన కాలంలో ప్రజలకు తెలిసిన అత్యంత అవమానకరమైన మరణం ఇది.

నిజమైన క్రీస్తు శిష్యుడు అదే చేస్తాడు. అతను లేదా ఆమె ఆధిపత్య భావన నుండి ఎటువంటి ఆనందాన్ని పొందలేరు. నిజమైన క్రీస్తు - శిష్యులు అవమానానికి లేదా ఇతర వ్యక్తులు ఏమనుకుంటున్నారో అనే వాటిగురించి భయపడరు, ఎందుకంటే వారు తమను సమర్థించుకోవడానికి మరియు రక్షించడానికి దేవుణ్ణి విశ్వసిస్తారు.

ఆధిక్యత యొక్క తప్పుడు భావాన్ని త్యజించే ఈ ప్రార్థనను పాల్గొనే వారందరూ కలిసి నిలబడి బిగ్గరగా చదవాలి.

ఆధిపత్యాన్ని త్యజించమని ప్రకటన మరియు ప్రార్థన

తండ్రీ, నన్ను అద్భుతంగా సృష్టించినందుకు నేను మీకు కృతజ్ఞతలు తెలుపుతున్నాను, ఎందు కంటే నన్ను సృష్టించింది మీరే. మీరు నన్ను ప్రేమిస్తున్నందుకు మరియు నన్ను మీ సొత్తుగా పిలిచినందుకు ధన్యవాదాలు. యేసుక్రీస్తును అనుసరించేందుకు కలిగిన ఆధిక్యతకు ధన్యవాధాలు.

ఆధిపత్యాన్ని కలిగియున్న కోరికను అంగీకరించినందుకు దయచేసి నన్ను క్షమించండి. నేను అలాంటి కోరికలను త్యజిస్తాను మరియు పూర్తిగా తిరస్కరిస్తున్నాను. ఇతరుల కంటే మెరుగైన వ్యక్తినిఅనే భావనను పొందడంలో నేను కలిగి యున్న అనుభూతిని నిరాకరిస్తున్నాను. నేను అందరిలాగే పాపిని అని అంగీకరిస్తున్నాను. మరియు మీరు లేకుండా నేను ఏదీ సాధించలేను.

నేనుకూడా ఉన్నతమైన సమూహం లేదా ఆ నేపథ్యానికి చెందిన భావాలను గురించి పశ్చాత్తాపం చెంతున్నాను మరియు త్యజిస్తున్నాను. మీ దృష్టిలో ప్రజలందరూ సమానమేనని నేను అంగీకరిస్తున్నాను.

నేను ఇతరులను ధిక్కరించే మరియు ఇతరులను తిరస్కరించే మాటలు మాట్లాడినందుకు పశ్చాత్తాప పడుతున్నాను మరియు ఈ మాటలన్నింటికీ మీ క్షమాపణను కోరుతున్నాను.

వారి జాతి, లింగ, సంపద, విద్య కారణంగా వ్యక్తుల గురించి తక్కువగా ఆలోచించడాన్ని నేను తిరస్కరిస్తున్నాను.

దేవుని దయ వలన నేను మీ సన్నిధిలో నిలబడగలను అని నేను అంగీకరిస్తున్నాను. నేను అన్ని మానవ తీర్పుల నుండి నన్ను వేరు చేసుకొంటున్నాను మరియు నన్ను రక్షించుకోవడానికి మీవైపు మాత్రమే చూస్తున్నాను.

నీతిమంతులు గొప్పవారని, మరియు ప్రజలను విజయవంతం చేస్తుందని మరియు ముస్లిమేతరుల కంటే ముస్లింలు గొప్పవారని ఇస్లాం చేసే బోధనలను నేను ప్రత్యేకంగా త్యజిస్తున్నాను.

స్త్రీల కంటే పురుషులే గొప్పవారన్న వాదనను నేను తిరస్కరిస్తున్నాను మరియు త్యజిస్తున్నాను.

పరలోకపు తండ్రీ, నేను ఆధిక్యత యొక్క ప్రతి తప్పుడు భావానికి దూరంగా ఉంటాను మరియు బదులుగా నేను మీకు సేవ చేయడానికి ఎంచుకొంటున్నాను.

ప్రభువా, నేను కూడా ఇతరుల విజయాలలో సంతోషించడాన్ని ఎంచుకుంటాను. నేను ఇతరుల పట్ల అసూయను మరియు ద్వేషమును తిరస్కరించాను మరియు త్యజిస్తున్నాను.

ప్రభువా దయచేసి మీలో నేను ఎవరు అనేదాని గురించి నాకు సరైన మరియు ఖచ్చితమైన తీర్పు ఇవ్వండి. మీరు నన్ను ఎలా చూస్తారో నాకు ఆ సత్యాన్ని బోధించండి. మీరు నన్ను సృష్టించిన వ్యక్తిగా సంతృప్తి చెందడానికి నాకు సహాయం చేయండి.

ఆమెన్.

శాపము నుండి విడుదల

ఈ విభాగాలలో మనము ఇస్లాంలో ఇతరులను శపించే అలవాటును పరిశీలిస్తాము, ఈ అలవాటు ను త్యజించడాన్ని ఎంచుకుంటాము మరియు మనకు వ్యతిరేకంగా చేసిన శాపా లను విచ్ఛిన్నం చేస్తాము.

ఇస్లాంలో శపించడం

పాఠం 2 లోని వనరులను ఉపయోగించి, విశ్వాసులు ఇస్లాం లేదా ఇతర మూలాధారాల నుండి అనేక రకాల బంధకాల నుండి ప్రజలను విముక్తి చేయడంలో సహాయపడటానికి ప్రార్థనా వ్యూహాలను అభివృద్ధి చేయవచ్చు. 'గైడ్ ఫర్ లీడర్స్' విభాగంలో ఇటువంటి ప్రార్థనల కు కొన్ని ఉదాహరణలు ఉన్నాయి.
ఈ విభాగంలో మనము ఒక నిర్దిష్ట ఇస్లామిక్ ఆచారాన్ని పరిశీలిస్తాము. మరియు దానిని త్యజించమని ప్రార్థన చేస్తాము. ఈ ప్రార్థన అభివృద్ధి చేయబడింది, ఎందుకంటే ముస్లిం నేపథ్యానికి చెందిన ఒక క్రైస్తవుడు ఈ ఆచారం ముస్లింగా తన మతపరమైన అనుభవంలో ముఖ్యమైన భాగమని నాతో పేర్కొన్నాడు మరియు ఇది ఆధ్యాత్మిక శక్తిని కలిగి ఉందని అతను భావించాడు.

ఖురాన్ క్రీస్తు యొక్క దైవత్వాన్ని ఒప్పుకొనే క్రైస్తవులను శపించమని కోరింది: “అసత్యం పలికే వారిపైఅల్లా శాపం పడుగాక! అని హృదయపూర్వకంగా ప్రార్థిద్దాము” (ఖు 3:61). అయితే హదీసులలో శపించడం గురించి విరుద్ధమైన ప్రకటనలు ఉన్నాయి. ఒకవైపు యూదులు లేదా క్రైస్తవులు మరియు స్త్రీలు పురుషులవలే, పురుషులు స్త్రీ వలే అనుకరించే వివిధ వర్గాల ప్రజలను మహమ్మద్ శపించినట్లు అనేక *హదీసులు* నివేదించాయి. మరోవైపు, శపించే ప్రమాదాల గురించి హెచ్చరించే *హదీసులు* ఉన్నాయి మరియు ముస్లింలు తోటి ముస్లింను ఎప్పుడూ శపించకూడదని చెబుతారు.

ఈ వివాదాస్పదాల కారణంగా, ముస్లింలు ఇతరులను దూషించడం చట్టబద్ధమైనదేనా, వారు ఎవరిని శపించవచ్చు మరియు దానిని చేయడానికి ఇస్లామిక్ మార్గం ఏమిటి అనే దానిపై ముస్లిం పండితులకు భిన్నాభిప్రాయాలు ఉన్నాయి. ఇంకా ఇస్లామిక్ సంస్కృతులలో ముస్లిమేతరులను తిట్టడం చాలా సాధారణం. 1836 లో ఎడ్వర్డ్ లేన్ ఈజిప్టులోని ముస్లిం పాఠశాల పిల్లలకు క్రైస్తవులు,యూదులు మరియు ఇస్లాం[16]లోని ఇతర అవిశ్వాసులందరికీ వ్యతిరేకంగా శాపాలు నేర్పుతున్నారని రాశారు.

శపించుట అనే ఆచారం

మసీదులో సామూహిక శపించే కార్యక్రమాలకు హాజరు కావడం వారి ఆచారం అని వివిధ దేశాలనుండి వచ్చిన మాజీ ముస్లింలతో నేను మాట్లాడాను.

[16]ఎడ్వర్డ్ డబ్ల్యూ .లేన్. ఆధునిక ఈజిప్షియన్ల మర్యాదాలు మరియు ఆచరణల యొక్క వివరణ పేజి 276

శుక్రవారం ప్రార్థనలకు నాయకత్వం వహించే అధికారి అయిన మసీదు ఇమామ్ నేతృత్వం లో జరిగిన ఈ సంఘటనలను ఒక స్నేహితుడు వివరించాడు. పురుషులు "భుజం నుండి భుజం" వరకు వరుసలలో ఏర్పడతారు. ఇమామ్‌ను అనుసరించి ఇస్లాంకు శత్రువులుగా పరిగణించిన వారిని అందరూ కలిసి శపించేవారు. శాపాలు ఆచారబద్ధంగా మరియు పున రావృతమయ్యేవిగా ఉంటాయి. శపించేవారు తీవ్రమైన ఆధ్యాత్మిక "ఆవేశం"(వారి శరీరాల ద్వారా ప్రవహించే శక్తి యొక్కభావన)తోచాలా బలమైన ద్వేషం మరియు ఉద్వేగాన్ని అనుభ విస్తారని ఈ స్నేహితుడు చెప్పాడు. ఈ అలవాటు తండ్రి నుండి కొడుకుకు బదిలీ చేయబడిం ది. మరియు ఇది వారిని ఒకదానితో ఒకటి బంధించింది ఇది అతనికి తన తండ్రితో మరియు అతని ద్వారా అతని తాతతో మరియు ఇతర పూర్వీకులతో అనుసంధానించబడి అనుభూతిని కలిగించింది: ఇస్లాం కొరకు ఇతరులను శపించడానికి వారందరూ "భుజం నుండి భుజం" కలుపుకొని నిలబడ్డారు.

సౌదీ అరేబియా నుండి మరొక స్నేహితుడు, అతను ఇప్పుడు క్రైస్తవుడు, అతను రంజాన్ ఉపవాస నెలలో ఒక నిర్దిష్ట రోజు కోసం అనగా మక్కాలోని గ్రేట్ మసీదు వద్ద వేలాది మంది పురుషులు కలిసి ప్రార్థన చేయడానికి గుమిగూడినప్పుడు ఆ రోజు కోసం ఎదురుచూసే వాడు. ముస్లిమేతరులు జనసమూహం చేత శపించబడే క్షణం కోసం అతను ఎప్పుడూ ఉత్సాహంగా ఎదురు చూసేవాడు. శాపాలలో చేరినప్పుడు అతను కూడా ఆధ్యాత్మిక "ఆవేశాన్ని" అనుభవించాడు. ఇమామ్ అవిశ్వాసులపై శాపనార్థాలు పలుకుతున్నప్పుడు ఏడుస్తూ ఉంటాడు మరియు అక్కడ ఉన్న ప్రతి ఒక్కరూ తమ శక్తిని మరియు ద్వేషాన్ని ఆ క్షణంలో కేంద్రీకరించి, ఇమామ్ యొక్క శపించే మాటలకు మద్దతు ఇస్తారు.

శపించడం అనే సంఘటన నిషిద్ధమని యేసు యొక్క బోధనతో విబేధిస్తుంది.(లూకా 6: 28): క్రైస్తవులు ఇతరులను శపించకూడదని బోధిస్తారు, శాపాలకు ప్రతిగా ఆశీర్వాదాలను పలకమని బోధిస్తారు. అలాంటి ఆచారం ఒక ఆరాధికుడు మరియు ఇమామ్‌ల మధ్య, అలాగే తండ్రి మరియు కొడుకుల మధ్య ఒక భక్తిహీనమైన 'ఆత్మ బంధాకాన్ని' ఏర్పరుస్తుంది. ఈ శపించే అనుభవాలు నాస్నేహితుడికి చిన్నతనంలో, యేసు గురించి తెలుసుకోకముందే అతనిపై చాలా ప్రభావం చూపాయి.

'ఆత్మ బంధంకం' అనే వ్యక్తీకరణకు అర్థం ఏమిటి? దీని అర్థం ఒక వ్యక్తి యొక్క ఆత్మ మరొక రితో అనుసంధానించబడి ఉంది: వారు ఒకరినొకరు విడిచిపెట్టలేరు. ఆత్మబంధకం అనేది మనం పాఠం 2లోచర్చించిన విధంగా ఆత్మ బంధంకం అనేది ఒకరకమైన తెరిచిన ద్వారం మరియు అపవాదికి చోటుగా ఉంటుంది. సారాంశంలో, ఆత్మ బంధం అనేది ఇద్దరు వ్యక్తుల ను ఒకదానితో ఒకటి బంధించే ఒడంబడిక, తద్వారా ఆధ్యాత్మిక ప్రభావం ఒకరి నుండి మరో కరికి వ్యాప్తి చెందుతుంది. కొన్ని ఆత్మ బంధకాలు మంచివి మరియు నిజానికి ఆశీర్వాదానికి మూలం కావచ్చు, ఉదాహరణకు తల్లిదండ్రులు మరియు పిల్లల మధ్య దైవికమైన ఆత్మబంధం వంటిది, కానీ మరికొన్ని హాని కలిగించవచ్చు.

ఎవరైన భక్తిహీనమైన ఆత్మ బంధకాన్ని కలిగి ఉన్నప్పుడు, ఆత్మ బంధకం లయపరచబడిందని నిర్ధారించుకోవడానికి క్షమాపణ ముఖ్యం. ఎవరైనా వేరొకరిపై క్షమాపణ లేనంతకాలం, వారి మధ్య భక్తిహీనమైన బంధకం లేదా బంధం - వారి మధ్యలో ఆత్మ బంధకం ఉంటుంది.

ఆత్మ బంధకాలు భక్తిహీనమైనవి కావచ్చు. అదృష్టవశాత్తు, క్రైస్తవులు భక్తిహీనమైన ఆత్మ సంబంధాలను తెంచుకోవచ్చు లేదా విచ్ఛిన్నం చేయవచ్చు, పాఠం 2 లో వివరించిన ఐదు దశల ప్రక్రియను ఉపయోగించి వాటిని తొలగించవచ్చు: ఒప్పుకోలు, త్యజించడం, విచ్ఛిన్నం చేయడం, వెళ్లగొట్టడం (అవసరమైనప్పుడు) చివరకు ఆశీర్వాదం.

శాపాన్ని ఎలా విచ్ఛిన్నం చేయాలి

నేను ఒక కాన్ఫరెన్స్‌లో బోధిస్తున్నప్పుడు ఒక యువకుడు సహాయం కోసం నన్ను సంప్రదించాడు. అతను మరియు అతని కుటుంబం మిడిల్ ఈస్టర్న్ దేశానికి వెళ్లారు, అక్కడ అతను మిషనరీగా సేవ చేయడానికి శిక్షణ పొందుతున్నాడు. అయితే ఆ కుటుంబం ప్రమాదాలు మరియు అనారోగ్యాలతో సహా అనేక ఇబ్బందులను ఎదుర్కొంటుంది. పరిస్థితులు చాలా దారుణంగా మారాయి, వారు ఆ శిక్షణ మానేసి ఇంటికి వెళ్లాలని ఆలోచిస్తున్నారు. ఆ యువకుడు వారు నివాసముంటున్న ఇంటిని ఎవరైనా శపించారేమో అని ఆశ్చర్యపోయాడు, కానీ దాని గురించి ఏమి చేయాలో అతనికి తెలియదు. శాపాన్ని ఎలా ఛేధించాలో నేను అతనితో పంచుకున్నాను. అతను ఈ సలహాను ఇంటికి తిరిగి తీసుకు వెళ్లాడు మరియు అన్ని శాపాలను బద్దలు కొట్టివేసి తన ఇంటిని గూర్చి ప్రార్థన చేయడానికి అధికారంపొందుకున్నాడు. దీని తరువాత, కుటుంబం యొక్క కష్టాలు తొలగిపోయాయి మరియు వారు తమ ఇంటిలో ప్రశాంతంగా ఆనందించగలిగారు.

ముస్లింలకు పరిచర్యలో నిమగ్నమైన, ముస్లిం నేపథ్యాల నుండి వచ్చిన విశ్వాసులతో సహా అనేకమంది, ముస్లింల శాపనార్థాలకు గురి అయ్యారు. ఇవి అల్లాహ్ పేరిట లేదా మంత్ర విద్యను ఉపయోగించిచేసిన శాపాలు కావచ్చు.

మీరు లేదా మీరు ఇష్టపడే వ్యక్తి శపించబడ్డారని మీరు నమ్మితే, శాపాన్ని తొలగించడానికి ఇక్కడ తొమ్మిది దశలను అనుసరించండి:

- మొదట అన్ని పాపాలను అంగీకరించి పశ్చాత్తాపపడండి మరియు *మీ జీవితంపై యేసు రక్తాన్ని* ప్రోక్షింపబడిందని ప్రకటించండి.
- తరువాత మీ ఇంటి నుండి ఏదైనా భక్తిహీనమైన లేదా ప్రతిష్ఠితమైన వస్తువులను తీసివేయండి.
- తరువాత, పాపం ద్వారా మీకు మీరైనా లేదా ఎవరైనా ఉద్ధేశ్యపూర్వకంగా శపించిన వారిని క్షమించండి.
- క్రీస్తులో మీకు ఉన్న అధికారాన్ని గుర్తించి ఆ హక్కును ఉపయోగించండి
- శాపాన్ని త్యజించండి మరియు విచ్ఛిన్నం చేయండి. "నేను యేసు నామంలో ఈ శాపాన్ని త్యజించాను", అని చెబుతూ తన సిలువ ద్వారా చీకటిలో ఉన్న ప్రతికార్యంపై యేసుక్రీస్తు యొక్క సార్వభౌమాధికారాన్ని ప్రకటించండి.
- సిలువపై క్రీస్తు పూర్తి చేసిన కార్యం కారణంగా, క్రీస్తు ద్వారా సమస్త దుష్టత్వము నుండి మీ విడుదలను ప్రకటించండి.

- మిమ్మల్ని మీ కుటుంబాన్ని మరియు మీ ఇంటిని విడిచిపెట్టమని శాపానికి సంబంధించిన ప్రతి దురాత్మను ఆజ్ఞాపించండి.

- ఆ తరువాత "నేను చావను సజీవుడనై యెహోవా కార్యములు వివరించెదను" వంటి బైబిల్ వాక్యములను అవసరమైన చోట ఉపయోగిస్తూ ప్రతి శాపానికి విరుద్ధంగా సహా, మీపై, మీ కుటుంబంపై మరియు మీ ఇంటిపై ఆశీర్వాదాలు ప్రకటించండి (కీర్తనలు 118:17).
- దేవుని ప్రేమ, శక్తి మరియు కృప కొరకు ఆయనను స్తుతించండి.

సత్యం ఎదుర్కొనుట

శాపాల నుండి మనము ఎలా విముక్తి పొందాము అనే దాని గురించి ఈ వాక్యము ఏమి చెబుతుంది?

> దేవుని కృపామహదైశ్వర్యమును బట్టి ఆ ప్రియుని యందు ఆయన రక్తము వలన మనకు విమోచనము, అనగా మన అపరాధములకు క్షమాపణ మనకు కలిగియున్నది ... (ఎఫేసీ 1:7).

మనము క్రీస్తు రక్తము ద్వారా విమోచించ బడ్డాము కాబట్టి శాపముల నుండి విముక్తి పొందాము.

దుష్ట శక్తిపై క్రైస్తవునికి ఏ అధికారం ఉంది?

> "ఇదిగో పాములను తేళ్లను త్రొక్కుటకును, మరియు శత్రువు బలమంతటి మీదను మీకు అధికారము అనుగ్రహించి యున్నాను; ఏదియూ మీకెంతమాత్రమును హాని చేయదు" (లూకా 10:19).

క్రీస్తులో మనం అన్ని శాపాలతో సహా శత్రువు యొక్క శక్తి అంతటిపై అధికారాన్ని తీసుకో గలమని మనం గుర్తించాలి.

ఈ తదుపరి వచనం ప్రకారం, యేసు లోకానికి ఎందుకు వచ్చాడు?

> అపవాది క్రియలను లయపరచడానికే దేవుని కుమారుడు ప్రత్యక్షమాయెను (1యోహాను 3:8).

సమస్త దుష్ట శాపాలతో కూడిన సాతాను శక్తిని నాశనం చేయడానికి యేసు వచ్చాడు.

యేసు సిలువ వేయడం ద్వితియోపదేశకాండము 21:23 లోని ధర్మశాస్త్రాన్ని ఎలా నెరవేర్చింది?

> ఆత్మను గూర్చిన వాగ్దానము విశ్వాసము వలన మనకు లభించునట్లు, అబ్రాహాము పొందిన ఆశీర్వచనము క్రీస్తు యేసు ద్వారా అన్యజనులకు కలుగుటకై, క్రీస్తు మన కోసము శాపమై మనలను ధర్మశాస్త్రము యొక్క శాపము నుండి విమోచించెను; ఇందునుగూర్చి మ్రానుమీద వ్రేలాడిన ప్రతివాడును శాపగ్రస్తుడు అని వ్రాయబడి యున్నది (గలతీ 3:13-14).

ద్వితియోపదేశకాండము 21:23 ప్రకారంగా వ్రేలాడదీయబడిన వాడు దేవునికి శాపగ్రస్తుడు. యేసుక్రీస్తు ఈ విధంగా శాపమయ్యాడు మరియు సిలువపై చంపబడ్డాడు తద్వారా మనము మన శాపముల నుండి విముక్తి పొందగలము. మనము ఆశీర్వాదం పొందడానికి ఆయన మనకొరకు శాపమును భరించాడు.

ఈ వాక్యము విలువలేని శాపం గురించి ఏమి చెబుతుంది?

> రెక్కలు కొట్టుచూ తారాడుచున్న పిచ్చుకయు దాటుచుండు వాన కోవెలయు దిగకుండునట్లు హేతువులేని శాపము తగులకపోవును (సామెతలు 26:2).

రక్తం వలన కలిగిన రక్షణ మరియు సిలువ ద్వారా కలిగిన స్వాతంత్ర్యమును ఆరోపణ చేసినప్పుడు మరియు వాటిని మన పరిస్థితికి వర్తింపచేసినప్పుడు మనం రక్షించబడ్డామని మరియు శాపాల నుండి విముక్తి పొందామని ఈ వచనం గుర్తు చేస్తుంది.

శాపములపై రక్తము యొక్క శక్తి గురించి ఈ తదుపరి వాక్యము ఏమి చెబుతుంది?

> ఇప్పుడైతే సీయోను అను కొండకును... క్రొత్త నిబంధనకు మధ్యవర్తియైన యేసు నొద్దకును హేబేలు కంటే మరి శ్రేష్టముగా పలుకు ప్రోక్షణ రక్తమునకు మీరు వచ్చియున్నారు (హెబ్రీ 12:24).

కయీను శాపమునకు తన సోదరుడైన హేబేలు చిందించిన రక్తము కంటే యేసు రక్తము ఎంతో మెరుగైనది మనం అనుభవించిన శాపాల కంటే రక్తం కూడా మరుగైన మాట మాట్లాడుతుంది.

లూకా 6 లో మరియు పౌలు పత్రికల్లో క్రైస్తవులకు ఏ సానుకూల ఆజ్ఞ మరియు ఉదాహరణ ఇవ్వబడింది?

> వినుచున్న మీతో చెప్పుచున్నదేమనగా మీ శత్రువులను ప్రేమించుడి, మిమ్మును ద్వేషించు వారికి మేలు చేయుడి. మిమ్మును శపించు వారిని దీవించుడి, మిమ్మును బాధించువారి కొరకు ప్రార్థన చేయుడి (లూకా 6:27-28).
>
> మిమ్మును హింసించు వారిని దీవించుడి, దీవించుడి గాని శపింపవద్దు (రోమా 12: 14).
>
> స్వహస్తములతో కష్టపడుచున్నాము. నిందింపబడియు దీవించుచున్నాము; హింసించబడియు ఓర్చుకొనుచున్నాము... (1 కొరింథీ 4:12).

స్నేహితుల కొరకైన లేక శత్రువుల కొరకైన క్రైస్తవులు మాత్రము ప్రజలందరి ఆశీర్వాదం కోసం పిలువ బడతారు.

శపించే ఆచారాలలో పాల్గొనడం వల్ల కలిగే ప్రభావాల నుండి విముక్తి పొందాలని మరియు ఇతరులు పంపిన శాపాల నుండి విముక్తి పొందాలనే ప్రార్థన ఇది. ఇది పాఠం 2లో అభివృద్ధి చేయబడిన సూత్రాలకు వర్తిస్తుంది.

శాపాన్ని త్యజించమని ప్రకటన మరియు ప్రార్థన

నా పూర్వికులు మరియు నా తల్లిదండ్రుల పాపాలను మరియు ఇస్లాం పేరుతో ఇతరులను శపించే నా స్వంత పాపాలను నేను అంగీకరిస్తున్నాను.

నా పూర్వీకులను, నా తండ్రిని, మరియు నన్ను ఈ శాపాలకు దారితీసిన ఇమామ్‌లను మరియు ఈ పాపం చేయడానికి నన్ను ప్రభావితం చేసిన వారందరిని మరియు నా జీవితంలోని పరిణామాలన్నిటిని గూర్చి క్షమించి వాటిని విడుదల చేయాలని నేను ఎంచుకున్నాను.

నన్ను లేదా నా కుటుంబాన్ని శపించిన వారందరిని క్షమించాలని నేను ఎంచుకున్నాను.

ప్రభువా ఇతరుల శాపాలకు లొంగిపోయినందుకు మరియు పాలు పంచుకున్నందుకు నన్ను క్షమించమని నేను మిమ్మల్ని అడుగుతున్నాను.

నేను ఇప్పుడు మీ క్షమాపణను పొందుతున్నాను.

ప్రభువా, నీ క్షమాపణ ఆధారంగా ఇతరులను శపించినందుకు నన్ను నేను క్షమించు కోవాలని నిర్ణయించుకున్నాను.

శపించుట అనే పాపాన్ని మరియు ఈ పాపం వల్ల కలిగే ఏవైనా శాపాలను నేను త్యజిస్తున్నాను.

నేను ఇతరుల పట్ల ఉన్న ద్వేశాన్ని త్యజిస్తున్నాను.

ఇతరులును తిట్టడంలో పాల్గొనే తీవ్రమైన భావోద్వేగాన్ని నేను త్యజిస్తున్నాను..

నేను ఈ శక్తులను నా జీవితం నుండి (మరియు నా వారసుల జీవితాల నుండి) క్రీస్తు సిలువపై చేసిన విమోచన కార్యం ద్వారా విచ్ఛిన్నం చేస్తున్నాను.

ప్రభువా, నేను పాల్గొన్న శాపాలన్నిటినీ విచ్ఛిన్నం చేయమని మరియు నేను శపించిన వారికి దేవుని రాజ్యం యొక్క అన్ని ఆశీర్వాదాలతో ఆశీర్వదించమని నేను నిన్ను వేడుకొంటున్నాను.

యేసు నామంలో, నేను కూడా నాకు వ్యతిరేకంగా చేసిన అన్ని శాపాలను త్యజిస్తున్నాను మరియు విచ్ఛిన్నం చేస్తున్నాను.

నేను ద్వేషం మరియు శపించే అన్ని దురాత్మలను తిరస్కరించాను మరియు త్యజించాను మరియు యేసు నామంలో నన్ను విడిచిపెట్టమని వారికి ఆజ్ఞాపిస్తున్నాను.

నాకు మరియు నా కుటుంబానికి వ్యతిరేకంగా ఉన్న అన్ని శాపాల నుండి నేను దేవుని స్వేచ్ఛ ను పొందాను. నేను శాంతి, దయాళుత్వము మరియు ఇతరులను ఆశీర్వదించే అధికారాన్ని పొందుకొంటున్నాను.

నేను నా పెదవులను స్తుతించుటకు మరియు నా దినములను ఆశీర్వదించుటకు ప్రతిష్ఠించుచున్నాను.

జీవమును, మంచి ఆరోగ్యమును మరియు ఆనందంతో సహా నాపై మరియు నా కుటుంబంపై దేవుని రాజ్యం యొక్క పూర్తి ఆశీర్వాదాలను యేసు నామంలో నేను ప్రకటిస్తు న్నాను.

ఇతరులను శపించడంతో సహా ఇస్లాం ఆచారాలలో నన్ను నడిపించిన ఇమామ్‌లు మరియు ఇతర ముస్లిం నాయకులతో అన్ని భక్తిహీన సంబంధాలు, ఆత్మ బంధకాలు మరియు అనుబంధాలను నేను అంగీకరిస్తున్నాను మరియు త్యజిస్తున్నాను.

నా భక్తిహీనమైన ఆత్మ బంధకాలను స్థాపించడంలో లేదా కొనసాగించడంలో ఈ నాయకుల యొక్క భాగస్వామ్యాన్ని నేను క్షమించాను.

నేను నాయకత్వం వహించిన ముస్లింలందరితో ఈ భక్తిహీనమైన ఆత్మ బంధాలను కొనసాగించడంలో నా వంతుగా నన్ను నేను క్షమించుకుంటున్నాను.

ఈ ఆత్మ బంధాలను ఏర్పరచుకోవడం లేదా నిర్వహించడం వల్ల కలిగే ప్రతి పాపానికి, ముఖ్యంగా ఇతరులను శపించే మరియు ఇతరులను ద్వేషించే పాపాలకు నన్ను క్షమించ మని నేను ప్రభువుని అడుగుతున్నాను.

నేను ఇప్పుడు ముస్లిం నాయకులతో అన్ని భక్తిహీనమైన ఆత్మ బంధాలు మరియు అనుబంధాలను విచ్ఛిన్నం చేస్తున్నాను. (ప్రత్యేకంగా గుర్తుకు వచ్చే బంధాలను పేర్కొనడం) మరియు వాటి నుండి (లేదా పేరు) మరియు వాటి నుండి (లేదా పేరు) నన్ను నేను విడిపించ బడుతున్నాను.

ప్రభువా దయచేసి భక్తిహీనమైన బంధాల యొక్క అన్ని జ్ఞాపకాల నుండి నా మనస్సును శుద్ధిపరచండి, అందువల్ల నన్ను నేను మీకు సమర్పించుకోవడానికి స్వతంత్రుడనై ఉన్నాను.

ఈ భక్తిహీనమైన ఆత్మ బంధాలను కొనసాగించడానికి ప్రయత్నిస్తున్న అన్ని దుష్ట కార్యముల ను నేను త్యజించి, రద్దు చేస్తున్నాను మరియు ఇప్పుడే నన్ను విడిచిపెట్టమని యేసు నామంలో ఆజ్ఞాపిస్తున్నాను.

నేను క్రీస్తు యేసుకు కట్టుబడి, ఆయనను మాత్రమే వెంబడించాలని నిర్ణయించుకున్నాను. ఆమెన్.

స్టడీ గైడ్

పాఠం - 7

పదజాలం

తకియా ఇమామ్ ఆత్మ బంధాలు

క్రొత్త పేర్లు

- లీనాల్డ్ ధమానిక్: ఇండోనేషియా పాస్టర్ (జననం 1957)

ఈ పాఠంలో బైబిల్

మత్తయి 10: 32-33
మత్తయి 5 : 37
ఆదికాండము 17: 7-8
కీర్తన 89: 3-4
సంఖ్యాకాండము 23:19
కీర్తన 136:1
రోమా 11:28-29
తీతు 1: 1-2
హెబ్రీయులకు 6: 17-19
2 కొరింథీ 1:18-20
లేవియాకాండము 19:1-2
కీర్తన 26:3
కీర్తన 31:5
కీర్తన 40:11
కీర్తనలు 51 :5-7
యోహాను 1:14
యోహాను 3:21
యోహాను 4:24
యోహాను 14:6
1 తిమోతి 1:9-11
ఆదికాండము 3: 2-5
మార్కు 10: 35-45
లూకా 15: 11-32
ఫిలిప్పీ 2: 1-11
లూకా 6: 28
కీర్తన 118:17
ఎఫేసీ 1:7
1 యోహాను 3:8
ద్వితియోపదేశకాండము 21:23
గలతీ 3:13-14
సామెతలు 26:2
లూకా 6: 27-28
రోమా 12 :14
1 కొరింథీ 4:12

ఈ పాఠంలో ఖురాన్

ఖు 14: 4 ఖు 16:106 ఖు 3:110 ఖు 48:28 ఖు 3:61

ప్రశ్నలు పాఠం -7

- కేస్ స్టడీని చర్చించండి

అబద్ధం నుండి విడుదల

సత్యం విలువైనది

1. ఏ లేఖనాధారమైన నేరానికి పాస్టర్ దమానిక్ జైలుకు వెళ్లడానికి సిద్ధమయ్యాడు?

2. దేవుడు మానవ బంధాలతో తనను తాను ఎందుకు బంధించుకుంటాడు?

షరియా సంస్కృతి

3. ఖురాన్‌లో ఏమి అనుమతించబడిందని *డ్యూరీ* ఎత్తి చూపాడు?

4. ఖు 14:4 ప్రకారం, అల్లా ప్రజలను ఎలా నడిపిస్తాడు?

5. *షరియా* చట్టంలో అనుమతించబడిన కొన్ని రకాల అబద్ధాలు ఏమిటి?

6. ముస్లింలకు ఖు.16:106 ప్రకారం ఏది అనుమతించబడింది కానీ (మత్తయి 10:28-33 ప్రకారం) క్రైస్తవులకు ఏదీ అనుమతించబడలేదు?

సత్యాన్ని ఎదుర్కొనుట

'సత్యాన్ని ఎదుర్కొనుట' సంబంధించిన వచనాలు పాల్గొనే వారందరికి చదవబడతాయి.

ప్రార్థన

'సత్యాన్ని ఎదుర్కొనుట' కు సంబంధించిన వచనాలు మొత్తం సమూహానికి చదివిన తరువాత, పాల్గొనే వారందరూ నిలబడి, కలిసి 'మోసాన్ని త్యజించే ప్రకటన మరియు ప్రార్థన' అనిచెప్పాలి

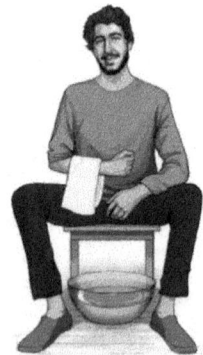

తప్పుడు ఆధిపత్యం నుండి విముక్తి

ఆధిపత్యానికి సంబంధించిన ఇస్లాం యొక్క హక్కు

7. ఖు 3:110 మరియు ఖు 48:48 ప్రకారం ఖురాన్‌లో ముస్లింలకు ఏమి వాగ్దానం చేయబడింది?

8. ఇప్పటి వరకు జీవించిన వారిలో అత్యంత ఉన్నతమైన వ్యక్తిగా ఎవరు పేర్కొనబడ్డారు?

9. అరబ్ సంస్కృతిలో ఏ భావనలు చాలా ముఖ్యమైనవి?

10. ఇస్లాంను ఎవరైనా విడిచిపెట్టినప్పుడు ఏమి విడిచిపెట్టాల్సిన అవసరం ఉన్నది?

సత్యాన్ని ఎదుర్కొనుట

'సత్యాన్ని ఎదుర్కొనుట' సంబంధించిన వచనాలు పాల్గొనే వారందరికీ చదవబడతాయి.

ప్రార్థన

సత్యాన్ని ఎదుర్కొనుటకు సంబంధించిన వచనాలు సమూహమంతా చదివిన తరువాత, పాల్గొనే వారందరూ నిలబడి, కలిసి 'ఆధిపత్యమును త్యజించమని ప్రకటన మరియు ప్రార్థన' అని చెప్పాలి.

శాపము నుండి విముక్తి

ఇస్లాంలో శపించడం

11. ఇస్లాంలో శాపించడం గురించి ముస్లిం పండితులకు భిన్నమైన అభిప్రాయాలు ఎందుకు ఉన్నాయి?

12. ఎడ్వర్డ్ లేన్ ప్రకారం, 1836 లో ఈజిప్టులోని ముస్లిం పాఠశాల పిల్లలకు ఏమి నేర్పించారు?

శపించుట అనే ఆచారం

13. ముస్లిం నేపథ్యం నుండి వచ్చిన ఒక క్రైస్తవుడు పాల్గొన్న ఒక ఆచారాన్ని డ్యూరీ నివేదించాడు. ఈ ఆచారంలో పాల్గొనడం అతనికి ఎలా అనిపించింది?

14. డ్యూరీ ఆత్మ బంధాన్ని ఎలా నిర్వచించాడు?

15. ఆత్మ బంధాలతో వ్యవహరించడంలో క్షమాపణ ఎలా ముఖ్యమైనది?

16. శాపాన్ని త్యజించే 'ప్రకటన మరియు ప్రార్థన'ని పరిగణించండి. ఈ ఐదు దశలు వర్తించే అంశాలను మీరు గుర్తించగలరా: ఒప్పుకోలు, త్యజించడం, విడదీయడం, తరిమివేయడం మరియు ఆశీర్వాదం? (పాఠం 2 లో చూడండి)

17. ఈ ప్రార్థనలో ఏ విషయాలు త్యజించబడ్డాయి మరియు ఏవి విచ్ఛిన్నమయ్యాయి?

18. శాపాలకు బదులు ఏ ఆశీర్వాదాలు ఆరోపించబడ్డాయి? ఈ ప్రత్యేక ఆశీర్వాదాలు ఎందుకు?

19. ఈ ప్రార్థనలో ఎవరు క్షమించబడ్డారు?

శాపాన్ని ఎలా విచ్ఛిన్నం చేయాలి

20. మార్క్ డ్యూరీ తో మాట్లాడిన యువకుడు తన కుటుంబ సమస్యలకు కారణమేమిటని అనుకొన్నాడు?

21. అతను ఈ సమస్యను స్వయంగా ఎందుకు పరిష్కరించలేకపోయాడు?

22. ఆ యువకుడు ప్రశాంతగా జీవించడానికి ముందు ఏమి చేయాలి?

23. ముస్లింల మధ్య పరిచర్య చేసేవారికి కలిగే ఇబ్బందులు కలిగించేది ఏమిటి?

24. శాపాన్ని ఛేధించడానికి డ్యూరీ సూచించిన తొమ్మిది దశలు ఏమిటి?

సత్యాన్ని ఎదుర్కొనుట

'సత్యాన్ని ఎదుర్కొనుట' వచనాలు పాల్గొనే వారందరికీ చదవబడతాయి.

ప్రార్థన

'సత్యాన్ని ఎదుర్కొనుట' వచనాలు మొత్తం సమూహానికి చదివిన తర్వాత, పాల్గొనే వారందరూ నిలబడి, కలిసి 'శాపాన్ని త్యజించమని ప్రకటన మరియు ప్రార్థన' అని ప్రకటించాలి.

8

స్వేచ్ఛా సంఘం

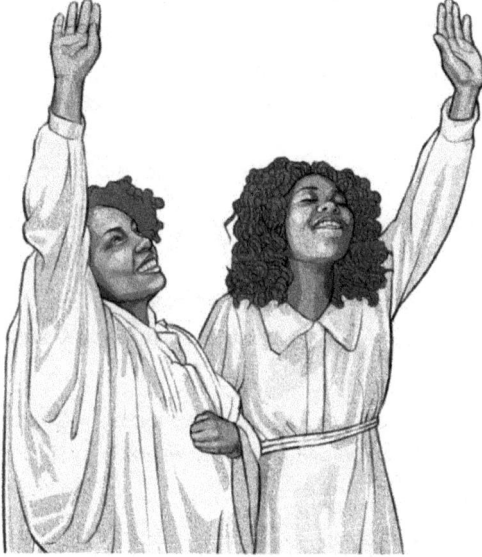

"ఎవడు నాయందు నిలిచియుండునో నేను ఎవని యందు

నిలిచియుండునో వాడు బహుగా ఫలించును."

యోహాను 15:5

పాఠ్యాంశాలు

ఎ) పరిణతి చెందిన విశ్వాసంతో పరిణతి చెందిన శిష్యులుగా మారడంలో ముస్లిం నేపధ్యం నుండి విశ్వాసులు ఎదుర్కొంటున్న వివిధ రకాల ఇబ్బందులను అభినందించండి.

బి) ఒకరిని క్రీస్తువైపుకు నడిపించడం మాత్రమే సరిపోదని అర్థం చేసుకోండి: వారిని కూడా క్రైస్తవ పరిపక్వతకు తీసుకురావాలి.

సి) ఆరోగ్యకరమైన శిష్యులను ఏర్పరచడంలో ఆరోగ్యకరమైన సంఘము యొక్క ప్రాముఖ్య తను పరిగణించండి.

డి) స్వతంత్రులు అవ్వడానికి, విశ్వాసి శత్రువు కొరకైన అన్ని ద్వారాలను మూసివేయాలి మరియు యేసుక్రీస్తు నందున్న మంచి విషయాలతో నిండుకొని ఉండాలని ప్రోత్సహించండి.

ఇ) విశ్వాసులకు సహాయం చేయడంలో సంఘ పాత్రను అభినందించండి.

ఎఫ్) ఇస్లాం మతం కారణంగా ఉన్న విషయాలు మాత్రమే కాకుండా, స్వేచ్ఛను అందించడం యొక్క ప్రాముఖ్యతను అర్థం చేసుకోండి.

జి) ఇస్లాం కలుగజేసిన బలహీనతనకు కారణమైన విషయలలో శిష్యులను ప్రత్యేకంగా బలోపేతం చేయడానికి ఉద్దేశపూర్వకంగా 'ఖాళీలను పూరించడానికి బోధనను' పరిగణించండి.

హెచ్) ఇస్లాంలో ఒప్పందాలను త్యజించడం మరియు ప్రభువుగా క్రీస్తు పట్ల ఒకరి విధేయత ను పూర్తిగా బదిలీ చేయడంతో సహా క్రైస్తవ జీవితానికి బలమైన ప్రారంభానికి విలువ ఇవ్వండి.

ఐ) సంపూర్ణ విశ్వాసి ప్రార్థన యొక్క విలువను పరిగణించండి.

జె) ఇస్లాం నుండి మారిన నాయకులకు మార్గదర్శకత్వం వహించడం యొక్క ప్రాముఖ్యతను అభినందించండి.

కె) నాయకులను ఏర్పాటు చేయడంలో కొన్ని కీలక అంశాలను పరిగణించండి.

కేస్ స్టడీ: మీరు ఏమి చేస్తారు?

మీరు అనేక విజయవంతమైన చర్చిలకు నాయకత్వం వహించిన అనుభవజ్ఞుడైన పాస్టర్‌గా ఉన్నారు మరియు మీరు ఇతర పాస్టర్లకు తెలివైన సలహాలు ఇవ్వడంలో ప్రసిద్ధి చెందారు. మీరు మరొక నగరంలో ఉన్న బంధువును సందర్శిస్తున్నారు మరియు మీరు అక్కడ ఉన్నప్పుడు అతని మంచి స్నేహితుడైన రెజా, ఇరాన్ చర్చి నాయకుడిని సంప్రదించమని ఎవరైనా మిమ్మల్ని కోరతారు. ఇస్లాం మతం నుండి దాదాపు 100 మంది ఇరానియన్‌లు మతం మారిన వారి సంఘానికి రెజా నాయకత్వం వహిస్తాడు, కానీ అతని చర్చి ఇబ్బందుల్లో ఉందని మీకు చెప్పబడింది: చాలా సంఘర్షణతో ఉంది, కొంతమంది కీలక సభ్యులు ఇటీవలే అతను నియంతలా వ్యవహరిస్తున్నాడని ఆరోపించిన తరువాత వెళ్లిపోయారు, ఇవ్వడం తగ్గుతుందని, మరియు చర్చి ఇకపై పాస్టర్‌కు జీతం ఇవ్వలేదు. మీరు పాస్టరు రెజాతో సంప్రదింపులు జరుపుతారు, మీ పరిచయస్తుల శుభాకాంక్షలను తెలియజేయండి మరియు కాసేపు కాఫీ త్రాగిన తరువాత, అతని చర్చిలో విషయాలు ఎలా జరుగుతున్నాయని మీరు అతనిని అడుగుతారు. అతను ఇలా అంటాడు, “అద్భుతం! ప్రతిదీ అద్భుతంగా ఉంది, దేవుణ్ణి స్తోత్రం.”

మీరు ఎలా స్పందిస్తారు?

ఈ పాఠం ముస్లిం నేపథ్యం నుండి వచ్చిన విశ్వాసుల (బి.యమ్.బి) కోసం: ఇస్లాంను విడిచిపెట్టి క్రీస్తును వెంబడించడానికి నిర్ణయించుకున్న వ్యక్తులు, ఆరోగ్యకరమైన శిష్యత్వ మార్గానికి ఎలా మద్దతు ఇవ్వాలి మరియు ఆరోగ్యకరమైన చర్చి వాతావరణాన్ని ఎలా నిర్మించాలో సూచనలను అందిస్తుంది. ప్రతి శిష్యుడు దేవుని ప్రత్యేక ప్రయోజనాలను నెరవేర్చడానికి సిద్ధంగా మరియు అనుకూలంగా ఉండాలని కోరుకోవడం మంచిది (2 తిమోతి 2:20-21) కానీ దీనిని సాధించ డానికి, ప్రతి ఒక్కరికీ వారి ఎదుగుదలకు తోడ్పడే ఆరోగ్యకరమైన చర్చి వాతావరణం అవసరం. దీన్ని ఎలా సాధించాలో ఆలోచించే ముందు, మతం మారిన వారు ఎదుర్కొనే మూడు సవాళ్లను మనము ముందుగా పరిశీలిస్తాము: ఇస్లాంలోకి తిరిగి వెళ్లిపోయి పడిపోవడం, ఫలించని శిష్యత్వంమరియు బలహీనమైన సంఘాలు పడిపోవడం.

పడిపోవడం

క్రీస్తును వెంబడించడానికి ఇస్లాంను విడిచిపెట్టిన కొందరు తిరిగి ఇస్లాంలోకి వెళతారు. దీనికి చాలా కారణాలు ఉన్నాయి. ముస్లిం కుటుంబం మరియు స్నేహితులు క్రైస్తవ మతంలోకి మారడాన్ని తిరస్కరించినప్పుడు వారి సమాజాన్ని కోల్పోవడం ఒక కారణం కావచ్చు. మరొక కారణం ఏమిటంటే, ఇస్లాం దానిని విడిచిపెట్టిన వారి మరొక కారణం ఏమిటంటే ఇస్లాం దానిని విడిచిపెట్టిన వారి మార్గంలో అనేక ఆటంకాలు మరియు అడ్డంకులు కలుగజేస్తుంది. మరొకటి ప్రత్యక్ష హింస.

మరొక కారణం క్రైస్తవులతో మరియు సంఘము వలన నిరాశ చెందడం. ఇస్లాంను విడిచి పెట్టడానికి ప్రయత్నిస్తున్న వ్యక్తులు మార్గదర్శకత్వం మరియు సహాయం కోసం సమీపంలోని క్రైస్తవులను సంప్రదించినప్పుడు, వారు క్రైస్తవ సంఘంలో పరిపూర్ణమైన తిరస్కరణ

మరియు ఊహించని అడ్డంకులను ఎదుర్కొంటారు. చాలామంది సంఘాల ద్వారా కూడా వెను దిరుగుతారు ఈ భయం, ఇస్లాంను విడిచిపెట్టడానికి ధిమ్మీలు ఎవరికి సహాయం చేయకూడదనే ఇస్లాం యొక్క డిమాండ్ కారణంగా ఏర్పడింది. ఇస్లాంను విడిచిపెట్టడానికి ఎవరైనా సహాయం చేయడం వల్ల క్రైస్తవ సమాజం ప్రమాదంలో పడింది. ఎందుకంటే అది ముస్లిమేతరులకు అందించిన 'రక్షణ' ను తొలగిస్తుంది.

క్రైస్తవులు మతమార్పిడిలను తిరస్కరించే ఈ విధానాన్ని మార్చడానికి, చర్చి ధిమ్మా ఒడంబడి కను మరియు అది విధించే భారాలను అర్థం చేసుకోవాలి మరియు తిరస్కరించాలి. చర్చిలు మరియు వ్యక్తిగత క్రైస్తవులు ధిమ్మా ప్రభావంతో ఆధ్యాత్మికంగా కట్టుబడి ఉన్నంత కాలం, వారు ఇస్లాంను విడిచిపెట్టిన వారికి సహాయం చేయకూడదని లోతైన ఆధ్యాత్మిక ఒత్తిడిని అనుభవిస్తారు. ఈ సమస్యలను పరిష్కరించడానికి చర్చి ధిమ్మా వ్యవస్థను ఎదిరిం చడం, త్యజించడం మరియు తిరస్కరించడం అవసరం.

ప్రజలు పడిపోవడానికి మరొక కారణం ఏమిటంటే, వారి ఆత్మపై ఇస్లాం ప్రభావం కొనసాగు తుంది, వారు ఆలోచించే విధానాన్ని రూపొందించడంలో ఇతరులతో సంబంధం కలిగి ఉంటారు. ఇది క్రైస్తవుడిగా కొనసాగడం కంటే ఇస్లాంలోకి తిరిగి రావడాన్ని సులభతరం చేస్తున్నది. ఇది క్రొత్త పాదరక్షలు పొందడం లాంటిది: కొన్ని సార్లు పాత బూట్లు సులభంగా సరిపోతాయి మరియు మరింత సౌకర్యంగా ఉంటాయి.

ఫలించని శిష్యత్వం

రెండవ సమస్య ఫలించని శిష్యత్వం కావచ్చు. ముస్లిం నేపధ్యం ఉన్న వ్యక్తులు బలమైన భావో ద్వేగ మరియు ఆధ్యాత్మిక అడ్డంకులు మరియు ఆధ్యాత్మిక వృద్ధిని నిరోధించే నియంత్రణల ను అనుభవించవచ్చు. సాదారణ సమస్యలలో భయం, అభద్రతా భావం మరియు డబ్బుపట్ల ప్రేమ, తిరస్కరణ భావాలు, బాధితుడి భావన, నేరం చేయడం, ఇతరులను నమ్మలేక పోవడం, భావోద్వేగ బాధ, లైంగిక పాపం, వ్యర్థమైన మాటలు మరియు మరియు అబద్దాలు ఉన్నాయి. ఇవన్నీ మనుష్యుల ఎదుగుదలను ఆపుతాయి.

ఇలాంటి సమస్యలకు మూలకారణం ఇస్లాం యొక్క కొనసాగుతున్న నియంత్రణ ప్రభావం. ఉదాహరణకు ఇస్లాంలో ఇతరుల కన్నా ఉన్నతంగా ఉండాలనే ఉద్ఘాటన ఉంది మరియు ముస్లింలు ముస్లిమేతరులు కంటే ఉన్నతంగా భావిస్తారు. ఆధిపత్య సంస్కృతిలో, ప్రజలు ఇతరుల కంటే మెరుగైన వారు అనేటక భావన వలన వారికి సౌఖ్యం పొందుతారు. చర్చిలో ఇది పోటీతత్వాన్ని కలిగిస్తుంది. ఉదాహరణకు, ఒక వ్యక్తిని నాయకుడిగా నియమించి నట్లయితే ఇతరులు నియమించబడనందున వారు మనస్తాపం చెందుతారు. ఉన్నతంగా ఉండాలి అనే భావన వ్యర్థమైన మాటల సంస్కృతిని రేకెత్తిస్తుంది, ఇది ఇతర వ్యక్తులను వెనుకకు లాగటానికి ఒక మార్గాన్ని కలిగిస్తుంది. ప్రజలు ఇతరుల గురించి పుకార్లు చేయ వచ్చు ఎందుకంటే పుకారు చేయబడిన వారికంటే తమను తాము గొప్పగా భావిస్తారు. మరొక సమస్య నేరారోపణ కావచ్చు, తిరస్కరణకు మహమ్మద్ ప్రతిస్పందించిన విధానం ద్వారా ఇది బలాన్ని పొందుతుంది.

ఇరాక్‌కు చెందిన ఒక యువకుడు క్రిస్టియన్‌గా మారి కెనడాలో ఆశ్రయం పొందాడు. అతను చర్చిలకు హజరు కావడానికి ప్రయత్నించాడు కానీ, అతను క్రొత్త చర్చికి హజరైన ప్రతి

సారి అతను ఏదో ఒకవిషయాన్ని తప్పుపడతాడు మరియు చర్చికి వెళ్లేవారిని వేషదారులని విమర్శించేవాడు. అతను వేరుపరచబడి ఒంటరి జీవితాన్ని గడిపాడు, ఇప్పటికీ క్రైస్తవుడు అయినప్పటికీ ప్రతి క్రైస్తవ సమాజం నుండిపూర్తిగా తొలగిపోయాడు. దీనిఅర్థం శిష్యత్వంలో అతని ఎదుగుదల పూర్తిగా ఆగిపోయింది: అతను పరిపక్వతలోకి ఎదగలేకపోయాడు. అతను ఫలించలేకపోయాడు.

బలహీనమైన సంఘాలు

క్రొత్త విశ్వాసులు ఎదుర్కొంటున్న గొప్ప సవాళ్లలో ఒకటి ఆరోగ్యకరమైన చర్చిని కనుగొనడం. చర్చి నీతిమంతుల కోసం ఒక వినోదం కాదు, కానీ పాపుల కోసం ఒక ఆసుపత్రి లాంటిది - సంఘం ఉండవలసిన విధానం ఇదే. పాపులు చర్చికి చెందినవారే, కానీ ప్రజలు ఆసుపత్రిలో అనారోగ్యానికి గురవుతారు, చర్చి సభ్యులు క్రైస్తవ పరిపక్వతలో ఎదగనప్పుడు, వారి పాపాలు మరియు సమస్యలు విస్తరించబడతాయి మరియు మొత్తం సమాజానికి నష్టం కలిగిస్తాయి. ఇది చర్చిలను విడదీయ వచ్చు మరియు విఫలమయ్యేలా చేస్తుంది. అనారోగ్య క్రైస్తవులు అనారోగ్యకరమైన చర్చిలను సృష్టించినట్లే, అనారోగ్య చర్చిలు వారి సభ్యులను ఆరోగ్యకరమైన పరిపక్వతగా ఎదగడానికి కష్టతరం చేస్తాయి.

చర్చి సభ్యులు తమ పాస్టర్ గురించి ఫుకార్లు చేస్తుంటే, చివరికి దెబ్బతిన్న పాస్టరు లేక అసలు పాస్టరు లేకుండా అయిపోతుంది. దీని ద్వారా అందరూ ఇబ్బంది పడతారు. ఇది సంఘంలో విభజనలు మరియు విచ్ఛిన్నానికి కూడా కారణమవుతుంది మరియు కొంత మంది వ్యక్తులు అలాంటి చర్చిలో నాయకుడిగా పనిచేయాలని కోరుకుంటారు. మరొక ఉదాహరణగా, చర్చి సభ్యులు పోటీతత్వంతో ఆలోచించి, ఇతరులకన్నా ఉన్నతంగా ఉండాలని కోరుకుంటే అదే నగరంలో చర్చిలు ఒకదాని కొకటి విమర్శించుకునేలా చేస్తుంది, ప్రతి ఒక్కరు తమదే మంచి చర్చి అని చెప్పుకుంటారు. ఈ చర్చిలు అన్నీ కలిసి పనిచేయడం యొక్క గొప్ప ఆశీర్వాదాన్ని అనుభవించడానికి బదులుగావారు సువార్తలో భాగస్వాములుగా కాకుండా ఒకరినొకరు భయక్రాంతులుగా చూస్తారు.

స్వేచ్ఛగా ఉండాల్సిన అవసరం ఉంది

పాఠం 2 లో, సాతాను అపవాది అని మరియు క్రైస్తవ విశ్వాసులను నిందించడం అతని ముఖ్య వ్యూహం అని గుర్తుంచుకోండి. ఒప్పుకోనని పాపం, క్షమాపణలేని, మనల్ని బంధించే మాటలు (ప్రమాణాలు, ప్రతిజ్ఞలు మరియు ఒప్పందాలతో సహా), మనస్సుకు కలిగే గాయాలు మరియు తరతరాల శాపాల వంటి వారికి వ్యతిరేకంగా అపవాది కలిగి ఉన్న 'చట్టపరమైన హక్కులను' ఉపయోగించుకుంటాడు. స్వేచ్ఛగా ఉండాలంటే, క్రీస్తు శిష్యులు ఈ 'చట్టపరమై న హక్కులను' రద్దు చేయాలి, వాని స్థలాలకు వదిలించుకోవాలి మరియు తెరచిన తలుపు లు మూసివేయాలి.

మత్తయి 12:43 -45 లో, ఒక వ్యక్తి నుండి ఒక దురాత్మ తరిమి వేయబడినప్పుడు, అది తిరిగి ఆ వ్యక్తిని ఆక్రమించుకోవడానికి తిరిగి వచ్చి, తనకంటే చెడ్డవైన మరో ఏడు ఆత్మలను ఎలా తీసుకు వస్తుందో యేసు ఒక ఉపమానాన్ని చెప్పాడు. దురాత్మ నుండి మొదట విడిపిం చబడిన దానికంటే ఆ వ్యక్తి పరిస్థితి ముగింపులో చాలా దారుణంగా ఉంటుంది. ఉపమానం లో యేసు ఉపయోగించిన చిత్రంలో ఒక ఇల్లు, ఊడ్చి మరియు ఖాళీగా మరియొకరు ఆక్ర మించుకోవడానికి సిద్ధంగా ఉంది. దురాత్మలు ఈ ఇంటిని మళ్లీ ఎలా ఆక్రమిస్తాయి?

మొదట, ఒక తలుపు తెరిచి ఉండాలి; మరియు రెండవదిగా, ఇల్లు "ఆక్రమించకొనకుండా" ఉండాలి (మత్తయి 12:44).

కాబట్టి ఇక్కడ రెండు సమస్యలు ఉన్నాయి:

1. తలుపు తెరిచి ఉంచబడింది

2. ఇల్లు ఖాళీగా ఉంది.

ఆరోగ్యకరమైన చర్చిని నిర్మించడానికి, మనకు ఆరోగ్యకరమైన క్రైస్తవులు అవసరం. మరియు ఆరోగ్యంగా ఉండాలంటే క్రైస్తవుడు స్వేచ్ఛగా ఉండాలి. దీనర్థం సాతాను ఆక్రమించకుండా ఆ వ్యక్తి అన్ని తలుపులను మూసివేయాలి మరియు తొలగించబడిన చెడును భర్తీ చేయడా నికి వారి ఆత్మ మంచి విషయాలతో నిండి ఉండాలి.

అన్ని తలుపులు మూసివేయాలి. అనగా ప్రతి ఒక్క తలుపు! ఆధ్యాత్మిక స్వేచ్ఛకు సంబంధించి న ముఖ్యమైన విషయం ఏమిటంటే, కేవలం ఒక తెరిచిన తలుపును మూసివేయడం సరిపోదు. అన్నీ మూసేయాలి.ఇంటి ముందు తలుపు తెరిచి ఉంచి ఇంటి వెనుక తలుపుకు ప్రపంచంలోనే అత్యుత్తమ తాళం తీసుకువచ్చి వేయడం ద్వారా ప్రయోజనం లేదు. ఒక వ్యక్తి కి వ్యతిరేకంగా సాతాను ఉపయోగించిన ఒక చట్టపరమైన హక్కును మనం తిరస్కరించి, మిగతా విషయాలను పట్టించుకోకుండా ఉన్నట్లయితే ఆ వ్యక్తి ఇంకా విడుదల పొందుకొనన టువంటివాడే.

స్వేచ్ఛను పొందుకోవడం ఒక విషయం అయితే స్వేచ్ఛగా ఉండడం మరొక విషయం. తలుపులు మూసివేయడం ఎంత ముఖ్యమైనదో, ఇంటిని నింపడం మరియు దానిని ఖాళీగా ఉంచకపోవడం కూడా అంతే ప్రాముఖ్యం. ఒక వ్యక్తి పరిశుద్ధాత్మతో నింపబడాలని ప్రార్థించాలి. దైవిక జీవన విధానాన్ని పెంపొందించు కోవడం కూడా దీని అర్థం, కాబట్టి అప్పుడు ఆ ఆత్మ మంచి విషయాలతో నిండి ఉంటుంది.

ఒక వ్యక్తి యొక్క బానిసత్వం వారు నమ్మిన మరియు మాట్లాడిన అబద్ధాల కారణంగా ఉందని అనుకుందాం. అబద్ధాలను త్యజించాలి మరియు అదనంగా, ఆ వ్యక్తి సత్యాన్ని హత్తుకొని, ధ్యానం చేయాలి మరియు సత్యమందు ఆనందం పొందడం అవసరం. అబద్ధాల నుండి బయటపడండి, సత్యంలో ఉండండి!

మరియొక పరిస్థితిని పరిగణించండి: ఇతర వ్యక్తులకు వ్యతిరేకంగా మాట్లాడే అనేక ద్వేష పూరిత శాపాలతో సహా చెడు చర్యలకు దారితీసిన ద్వేషం యొక్క అపవాది ద్వారా బాధప డుతున్న వ్యక్తిని గమనించండి. ఈ ద్వేషం అనే దురాత్మ తరిమి వేయబడినప్పుడు, ఆ వ్యక్తి ద్వేషాన్ని త్యజించడం మరియు తిరస్కరించడం మాత్రమే కాకుండా, ఇతరులను ప్రేమించే మరియు ఆశీర్వదించే జీవన శైలిని పెంపొందించుకోవాలి, దానిని కూల్చివేయడానికి బదు లుగా తన స్వంత ఆత్మను కట్టుకోవాలి. వారు తమఅలవాట్లను మరియు వారి ఆలోచనా విధానాన్ని పూర్తిగా మార్చుకోవాలి. ఒక వ్యక్తి స్వేచ్ఛగా ఉండడానికి సహాయం చేయడంలో చ ర్చి ముఖ్యమైన పాత్ర పోషిస్తుంది. వ్యక్తి రూపాంతరం చెందిన వ్యక్తిగా మారడానికి వారి ఆత్మ ను పునరుద్ధరించు కోవడానికి మరియు పునర్నిర్మించుకోవడానికి వారు సహాయం చేయ గలరు.

పౌలు తన లేఖలలో ఈ ప్రక్రియ గురించి తరచుగా వ్రాస్తాడు. విశ్వాసులు సత్యం మరియు

ప్రేమతో నిర్మించబడాలని అతను నిరంతరం ప్రార్థిస్తున్నాడు మరియు పని చేస్తున్నాడు. విశ్వాసులు ఒకప్పుడుఎలా ఉన్నారో అతను ఎల్లప్పుడూ జ్ఞాపకం చేసుకుంటూ ఉంటాడు మరియు కొన్నిసార్లు ఎదుగుతూ ఉండటానికి ప్రోత్సాహాన్ని ఇవ్వడానికి ప్రజలకు దీని గురించి గుర్తుచేస్తాడు:

> ఎందుకనగా మనము కూడా మునుపు అవివేకులము, అవిధేయులము, మోసపోయిన వారమును నానా విధములైన దురాశలకును భోగములకును దాసులమై యుండి, దుష్టత్వమునందును, అసూయనందును, కాలము గడుపుచూ, అసహ్యులమని యొకని నొకడు ద్వేషించుచు నుంటిమి (తీతు 3:3).

అయితే క్రీస్తు శిష్యులు ఇకపై ఇలా జీవించకూడదు. మనము మార్చబడ్డాము మరియు సాతానుకు ఎటువంటి చట్టపరమైన హక్కులు ఇవ్వబడని, నిర్దోషిగా ఉన్న యేసు వలే మరింత ఎక్కువగా మారడానికి మార్చబడాలని ఉద్దేశించబడింది. కాబట్టి పౌలు ఫిలిప్పీయులకు ఇలా వ్రాసాడు:

> ... మీ ప్రేమ తెలివితోను సకలవిధములైన అనుభవ జ్ఞానముతోను కూడినదై, అంతకంతకు అభివృద్ధి పొందవలెననియు, ఇందువలన దేవునికి మహిమయు స్తోత్రమును కలుగునట్లు, మీరు యేసుక్రీస్తు వలననైన నీతిఫలములతో నిండికొనిన వారై క్రీస్తు దినమునకు నిష్కపటులును నిర్దోషులును కావలెనని ప్రార్థించుచున్నాను (ఫిలిప్పీ 1:9 -11).

ప్రేమలో, జ్ఞానంలో మరియు వివేకంలో ఎదుగుతున్న పవిత్రమైన మరియు నిర్దోశమైన వానిగా మరియు దేవునికి మహిమను తీసుకువచ్చే మంచి ఫలము ఫలిస్తున్న ఆరోగ్యవంతమైన శిష్యుని యొక్క చిత్రం ఎంత అద్భుతంగా ఉంది! ఈ వ్యక్తి విముక్తి పొందడమే కాకుండా, వారి ఆత్మ యొక్క ఇల్లు, ప్రమాదకరమైన “ఆక్రమించుకునే” వారితో కాకుండా దానికి బదులుగా, యేసుక్రీస్తు యొక్క మంచి విషయాలతో నిండి ఉంది.

చర్చి పాస్టర్ యొక్క ముఖ్య పాత్ర ఏమిటంటే, శిష్యులు ఇలా జీవించడంలో సహాయపడడం: సాతానుకు తెరిచిన అన్ని తలుపులను మూసివేయడం మరియు విశ్వాసులు క్రీస్తు యొక్క అన్ని మంచి విషయాలతో నింపడానికి సహాయం చేయడం.

శిష్యులను ఏర్పరచడం గొప్ప పిలుపు మరియు దాని గురించి నేర్చుకోవలసినది చాలా ఉంది. ఇస్లాంయొక్క బంధకాల నుండి విడుదల పొందిన శిష్యులలో ఆరోగ్యకరమైన ఎదుగుదలకు ఎలా తోడ్పడాలో ఇక్కడ మనం పరిశీలిస్తాము.

స్వస్థత మరియు విడుదల

మేము అన్ని తలుపులను మూసివేసి, అన్ని అపవాది చోట్లను తొలగించాల్సిన అవసరాన్ని నొక్కి చెప్పాము. ఏదైనా ఒక శిష్యుడి జీవితంలో వీటిలో కొన్ని నేరుగా ఇస్లాం ప్రభావం వలన కావచ్చు మరియు ఇక్కడ అందించబడిన ప్రార్థన వనరులు ఇస్లాంకు తలుపులు మూయడానికి ఉపయోగించబడతాయి.

అయితే, క్రీస్తు శిష్యులు తమ జీవితాల్లో ఇతర బంధకాలను నేరుగా ఇస్లాం కారణంగా కలిగి ఉండరు. ఇవి పాఠం 2 లో వివరించబడిన ఏవైనా విషయాల వల్ల కావచ్చు : ఒప్పుకోనని పాపం, క్షమించకపోవడం, మనస్సు గాయాలు, మాటలు మరియు వాటికి సంబంధించిన ఆచార క్రియలు, అబద్ధాలుమరియు తరతరాల శాపాలు. పూర్వం ముస్లిం జీవితాల్లో దీని యొక్క హానికరమైన ప్రభావాలను గమనించవచ్చు:

- క్షమించరానితనం
- దుర్భాషలాడే తండ్రులు
- కుటుంబ విచ్ఛిన్నం (విడాకులు, బహుభార్యత్వం)
- మాదకద్రవ్య వ్యసనం
- క్షుద్ర మరియు మంత్ర విద్య
- లైంగిక గాయాలు (దాడి, అత్యాచారం, అక్రమ సంబంధం కారణంగా)
- హింస
- తరతరాల శాపాలు
- కోపం
- తిరస్కరణ మరియు స్వీయ తిరస్కరణ
- స్త్రీలు పురుషులపై అపనమ్మకం మరియు ద్వేషం
- పురుషులు స్త్రీల పట్ల ధిక్కారం కలిగి ఉంటారు

ఈ విషయాలలో చాలా వరకు సంస్కృతి మరియు కుటుంబ జీవితంపై ఇస్లాం యొక్క ప్రభావం ప్రభావితమౌతుం, అయితే ప్రజలు వారి జీవితాల్లో సేకరించిన వ్యక్తిగత ఆధ్యాత్మిక విషయాలను కూడా కలిగి ఉంటారు. క్రైస్తవ పరిపక్వతకు పురోగమించాలంటే మనం ఇస్లాం నుండి మాత్రమే కాకుండా ఈ విషయాల నుండి విముక్తి పొందాలి.

ఒక వ్యక్తి తీవ్రమైన కడుపుకు సంబంధించిన సమస్యతో బాధపడ్డాడు: అతని బంధువులలో చాలా మంది కడుపులో కేన్సర్‌తో మరణించారు. ఇరాన్ మరియు ఆస్ట్రేలియాలోని వైద్యులు అతని కడుపులో కేన్సర్ ముందస్తు పరిస్థితిలో ఉందని చెప్పారు, దానికోసం అతను నిరంతరం మందులు తీసుకోవలసి ఉంటుంది. ఒకానొక సమయంలో ఇది అతని కుటుంబానికి శాపం కారణంగా సంభవించి ఉంటుందని అతను గ్రహించాడు. అతను ఈ తరతరాల శాపాన్ని త్యజించి, విచ్ఛిన్నం చేసి, తనను తాను దేవునికి సమర్పించుకున్నాడు. అతను పూర్తిగా స్వస్థత పొందాడు. మరియు మందులు తీసుకోవడం మానేశాడు. విశేషమేమిటంటే, అదే సమయంలో అతను సులభంగా ఒత్తిడికి గురయ్యే మరియు ఆందోళనతో బాధపడే ధోరణి నుండి స్వస్థత పొందాడు. అతడు తన జీవిత పరిస్థితులలో చాలా నెమ్మదిగా మరియు దేవునిపై మరింత నమ్మకాన్ని పొందాడు. ఈ స్వస్థత మరియు విడుదల

పాస్టర్‌గా సేవ చేయడం వల్ల కలిగే ఒత్తిళ్లను భరించేందుకు అతణ్ని సిద్ధం చేయడంలో ముఖ్యమైన దశ.

ఆరోగ్యకరమైన చర్చిని కలిగి ఉండాలంటే, అన్ని రకాల తెరిచిన తలుపులు మరియు అపవాది చోట్లతో వ్యవహరించే పరిచర్య విశ్వాసుల మతసంబంధమైన సంరక్షణలో ఒక సాదారణ భాగం కావాలి. ఇంటిని భద్రపరిచేటప్పుడు, కేవలం ఒక తలుపు లేదా ఇస్లాం ఒప్పందాల తలుపును మూసివేయడం సరిపోదు: ఇంటికి ఉన్న అన్ని ద్వారాలు మూసివేయాలి అని జ్ఞాపకముంచుకోండి.

ఖాళీలను పూరించే బోధ

పాత, శిథిలమైన ఇంటిని ఊహించుకోండి. పైకప్పు కారుతుంది; మీరు దానిలో నుండి ఆకాశాన్ని కూడా చూడవచ్చు. ఒకప్పుడు అద్దాలుగా ఉన్న కిటికీలు విరిగిపోయి గాలి వాటిగుండా వేగంగా వీస్తుంది. తలుపులు వాటి అతుకులు విరిగిపోయాయి, బయట నేలపైపడి ఉన్నాయి. లోపల, గోడలు విరిగి పోయాయి. వాటిలో రంధ్రాలు ఉన్నాయి. నేల క్రుంగిపోయింది. పునాదులు పగిలి విరిగిపోయాయి. తనది కాని ఆ ఇంటిని కొందరు వచ్చి దానిని ఆక్రమించారు. వారు అక్కడ ఉండకూడదు కాని వారు అక్కడ ఉండి ఇంటిని నాశనం చేస్తున్నారు.

ఈ ఇంటిని పునరుద్ధరించడానికి చాలా కృషి అవసరం. ఇంటిని సురక్షితంగా ఉంచడం మొదటి దశ: పైకప్పును సరిచేయడం మరియు తాళాలతో క్రొత్త కిటికీలు మరియు ధృఢమైన తలుపులు వేయడం తద్వారా ఇతరులు మరి ఎక్కువమంది దానిలో ప్రవేశించలేరు. ఈ విడుదల పరిచర్యలో ఇది మొదటి అడుగు: అన్ని తెరిచిన తలుపులను మూసివేయండి. అన్ని తలుపులు మూసివేయబడకపోతే, ఆక్రమించినవారు (దురాత్మలు) కేవలం తెరిచిన తలుపులలో ఒకదాని ద్వారా తిరిగి రావచ్చు అందుకే ఈ పని ఇది మొదట చేయాలి.

ఇల్లు సురక్షితమైన తర్వాత, ఇతర పనులు ప్రారంభించవచ్చు: పునాదులను పునరుద్ధరించడం, గోడలను మరమ్మతు చేయడం మరియు ఇల్లు అందంగా మరియు నివసించడానికి సౌకర్యంగా ఉంటుంది.

మాజీ ముస్లింలు క్రీస్తు వద్దకు వచ్చినప్పుడు, వారు ఇస్లాం మరియు ఇస్లామిక్ సంస్కృతి వలన గాయపడిన వారి యొక్క ఆత్మను తీసుకొని వస్తారు. అది తిరిగి బాగుచేయబడాలి.

విశ్వాసి ఆత్మ బకెట్ లాంటిది. మేము స్వచ్ఛమైన, తీయ్యటి నీటిని కలిగి ఉండటానికి ఉద్దేశించబడ్డాము: అనగా యేసుక్రీస్తు నుండి వచ్చిన జీవజలంగా మన జీవితం ఉండాలి. కానీ, బకెట్‌కు ఒకవైపు రంధ్రం లేదా ఖాళీ ఉంటే - మన స్వభావంలో బలహీనత వంటిది- అప్పుడు బకెట్ ఎక్కువ నీటిని పట్టుకోదు. బకెట్ దానివైపు ఉన్న అత్యల్ప రంధ్రం లేదా గ్యాప్ వరకు మాత్రమే నీటిని పట్టుకోగలదు. ఈ బకెట్‌లో ఎక్కువ నీరు ఉండాలంటే, మనం ఆ ఖాళీని పూరించాలి.

ప్రపంచవ్యాప్తంగా ఇస్లాం వేరు తన్నుకొని ఉన్నదో అక్కడ ఈ ఆత్మనష్టం ఇదే తరహాలో ఉంటుంది. డాన్ లిటిల్ ఎత్తి చూపినట్లుగా. "విభిన్నమైన విషయాలలో ఇస్లాం యొక్క ప్రభావం క్రీస్తు[17] కొరకు జీవించాలని కోరుకునే బి.యమ్.బి లకు ఇలాంటి అడ్డంకులను

---

[17]డాన్ లిటిల్, ఎఫెక్టివ్ డిసిప్లింగ్ ఇన్ ముస్లిం కమ్యునిటీ పి 170

సృష్టిస్తుంది".

దీనిగురించి ఆలోచించడానికి మరొక మార్గం ఏమిటంటే, ఎవరైనా ప్రమాదానికి గురైనప్పుడు వారు కోలుకోవడానికి చాలా సమయం పడుతున్నప్పుడు వారికి ఏమి జరుగుతుందని అని గమనించాలి. సాధారణంగా వారి కండరాలు కొన్ని బలహీనంగా అవుతాయి. మరియు వాడక పోవడం వల్ల పనికిరాకుండా అవుతాయి. పూర్తిగా కోలుకోవ డానికి, అటువంటి వ్యక్తి బలహీనమైన కండరాలను (ఫిజియోథెరపి) బలోపేతం చేయడానికి చాలా నిర్దిష్ట వ్యాయామాలు సహాయ పడతాయి. ఈ వ్యాయామాలు చాలా సమయం పట్టవచ్చు మరియు చాలా నొప్పిగా ఉంటాయి, కానీ మొత్తం శరీరాన్ని మళ్లీ పనిచేయడానికి అవి చాలా అవసరం. మీ బలహీనమైన కండరం మిమ్మల్ని అనుమతించినప్పుడు మాత్రమే మీరు పూర్తిగా వ్యాయామం చేయగలరు.

దీని అర్థం ఏమిటంటే, ముస్లిం నేపథ్యాల నుండి విశ్వాసుల సంఘం కోసం బోధనా కార్యక్రమం ఈ నష్టాన్ని జాగ్రత్తగా మరియు క్రమపద్ధతిలో పరిష్కరించాల్సిన అవసరం ఉంది. మేము దీనిని 'ఖాళీలను పూరించడం అనే బోధన' అని పిలుస్తాము : గతంలో అబద్ధాలు పాలించిన ప్రాంతాలలో బైబిల్ సత్యాన్ని మాట్లాడటం. పరిష్కరించాల్సిన అనేక విభిన్న రంగాలు ఉన్నాయి.

మహమ్మద్ యొక్క ఉద్ఘాటనలో ఒకటి ఏమనగా, ఒక వ్యక్తి మరొకరికంటే గొప్పవాడని చెప్పడం; ఉదాహరణకు, ముస్లిమేతరులకంటే ముస్లింలు గొప్పవారని చెప్పడం. అతను మరొక వ్యక్తి కంటే తక్కువ లేదా క్రింద ఉండటం అవమానకరమని భావించాడు. ఇస్లామిక్ సమాజాలలో ఇతర వ్యక్తుల కంటే మెరుగ్గా ఉండాలని కోరుకోవడం సాధారణంగా సాంస్కృతిక బాహోద్వేగ ప్రపంచ దృష్టికోణంలో భాగం. ఇరాన్ సంస్కృతిలో, మరొక వ్యక్తి వీధిలో పడడం చూసినప్పుడు లేదా ఎవరైనా పరీక్షలో విఫలయమ్యారని విన్నప్పుడు ప్రజలు సంతోషంగా ఉంటారని ఒక క్రైస్తవుడు ప్రకటించాడు. పడిపోయిన లేదా విఫలమైనది వారు కాదు కాబట్టి వారు సంతోషంగా ఉన్నారు, కాబట్టి వారు గొప్పగా భావిస్తారు.

ఒక వ్యక్తి యొక్క విలువను చూసే ఈ విధానం చర్చిలలో అనేక సమస్యలు కలిగిస్తుంది. ఉదాహరణకు ఒక చర్చి వ్యక్తులు తమ చర్చి ఇతర చర్చిలకంటే గొప్పదని చెప్పుకోవచ్చు. ఈ వైఖరి ఒకే ప్రాంతంలోని సంఘాలు కలిసి పనిచేయడానికి నిరాకరిస్తూ నేరానికి కారణం అవుతాయి. ఈ వైఖరితో, ఒక వ్యక్తిని తిరస్కరిస్తే మరొక వ్యక్తిని నాయకత్వ పాత్రకు నియమించినట్లయితే, ఆ తిరస్కరించబడిన వ్యక్తి "వారు నన్ను ఎందుకు ఎన్నుకోలేదు? నేను మంచి వాడిని కాదని వారు అనుకొంటున్నారా ?" అని భావించవచ్చు మరియు అసూయ పడవచ్చు. చర్చిలోని ఇతర వ్యక్తులు తమపై దాడి చేస్తారని మరియు విమర్శిస్తారనే భయంతో ప్రజలు నాయకత్వ బాధ్యతలకోసం తమను తాము అందుబాటులో ఉంచుకోవడానికి నిరాకరిస్తారు కాబట్టి ఈ సమస్య మరింత చెడ్డదిగా మారుతుంది.

ఈ వైఖరితో, చర్చి యొక్క భవిష్యత్‌ను మెరుగుపరచడానికి నిర్మాణాత్మక అభిప్రాయాన్ని వినయంగా ఎలా అందించాలో ప్రజలకు తరచుగా తెలియదు. దానికి బదులుగా వారు నిపుణులైనట్లుగా మాట్లాడతారు, గర్వంగా మాట్లాడతారు మరియు ఇతరులను కరుగుగా సరిదిద్దుతారు.

అలాంటి వైఖరి లేనిపోని పుకార్లను కూడా ప్రేరేపిస్తుంది, ఎందుకంటే ప్రజలు ఇతరులను పడగొట్టడం ద్వారా ఆనందాన్ని పొందుతారు.

ఈ లోతైన సమస్యను పరిష్కరించడానికి సేవకుని హృదయాన్ని పెంపొందించడం గురించి బోధించడం చాలా అవసరం: యేసు తన శిష్యుల పాదాలను ఎందుకు కడిగాడో మరియు అదే విధంగా చేయమని చెప్పిన ఆయన ఆజ్ఞను ఎందుకు వినాలో ప్రజలు తెలుసుకోవాలి. ప్రజలు కూడా వారు చేసే పనులలో లేదా ఇతర వ్యక్తులు వారి గురించి ఏమి అనుకుంటు న్నారో అని ఆలోచన చేయకుండా క్రీస్తులో తమ గుర్తింపును కనుగొనేలా బోధించాల్సిన అవసరం ఉంది. మరియు వారి బలహీనతల గురించి "అతిశయించడం" మరియు "సంతోషించడం" వారికి నేర్పించాలి (2 కొరింథీ 12:9-10). ఇతరులను ప్రేమించడం అంటే ఇతరుల విజయాలలో సంతోషించడం మరియు వారి బాధలో లేదా దు:ఖములో ఉన్నప్పుడు దు:ఖించడం అని వారు నేర్చుకోవాలి (రోమా 12:15; 1 కొరింథీ 12:26). ప్రేమ తో సత్యాన్ని ఎలా మాట్లాడాలో కూడా ప్రజలకు బోధించాల్సిన అవసరం ఉంది. విశ్వాసులకు వ్యర్థమైన మాటలు యొక్క విధ్వంసక ప్రభావాల గురించి మరియు సోదరుడు లేదా సోదరి గురించి ఫిర్యాదు ఉంటే ఎలా బాగా స్పందించాలో కూడా బోధించాల్సిన అవసరత ఉంది.

ఇస్లాం నుండి క్రీస్తు వద్దకు వచ్చే వ్యక్తులకు మరొక సమస్య ఏమిటంటే నిజం మాట్లాడడానికి నేర్చుకోవడం. ఇస్లామిక్ సంస్కృతులలో ప్రజలు పారదర్శకంగా మరియు యథార్థంగా ఉండ కూడదని శిక్షణపొందుతారు (మోసం గూర్చిన 7పాఠంలో చూడండి), తరచుగా అవమానా న్నినివారిస్తారు. ఉదాహరణకు, మీరు సంఘంలో ఒక తోటి క్రైస్తవుడిని చూచి, వారు ఏదో ఒక సమస్యతో పోరాడుతున్నారని గమనించి, మీరు "ఎలా ఉన్నారు? నువ్వు బాగున్నావా?" అని అడుగుతారు. నిజానికి, సమస్య ఉంది, మరియు ఆ వ్యక్తి సరిగాలేడు, కానీ వారు ఇలా అంటారు, "నేను బాగానే ఉన్నాను, అంతా బాగానే ఉంది." ఈ విధంగా, వారు ముసుగు వేసుకుంటారు. వారి సమస్యలను దాచిపెట్టే ఇటువంటి దోరణి ఇస్లాంను విడిచిపెట్టిన వ్యక్తు లలో సాదారణం. శిష్యులుగా ఎదగకుండా ఆపడానికి ఇతరులను సహాయంకోసం అడగ కుండా సాతాను దీనిని ఉపయోగించి అడ్డుకుంటాడు.

ఈ సమస్యను పరిష్కరించడానికి శిష్యులు ఒకరికొకరు నిజం మాట్లాడటం యొక్క ప్రాము ఖ్యతను గురించి పదేపదే బోధించుకోవాలి మరియు వ్యక్తిగత ఎదుగుదల మరియు స్వేచ్ఛ కు ఇది ఎంత ముఖ్యమైనదో తెలుసుకోవాలి.

ఇస్లామిక్ సంస్కృతుల యొక్క అనేక ఇతర విషయాల్లో ఈ విధమైన 'ఖాళీలను పూరించ డంలో బోధన' అవసరమై యున్నాయి. అవి:

- క్షమాపణ యొక్క అవసరం మరియు దాన్ని ఎలా అన్వయించాలో తెలుసుకోవడం
- తిరస్కరించబడినట్లు బావించడం మరియు ఇతరులపై నేరారోపణ దోరణిని అధిగమించడం
- ప్రజల మధ్య నమ్మకాన్ని పెంచే విధంగా పరిచర్య చేయడం నేర్చుకోవడం
- మాంత్రిక విధ్యలను త్యజించడం

- స్త్రీలు మరియు పురుషులు ఒకరినొకరు గౌరవించడం నేర్చుకోవడం మరియు వారి సంబంధాలలో ప్రేమపూర్వకంగా, వినయపూర్వకంగా, గర్వం లేకుండా సత్యాన్ని మాట్లాడడం నేర్చుకోవడం

- తల్లిదండ్రులు తమ పిల్లలను శపించడం బదులు ఆశీర్వదించడం నేర్చుకోవడం

(పాఠం 4 చివరిలో ఇస్లాం మరియు మహమ్మద్ యొక్క మాదిరిని అనుసరించడం వల్ల కలిగే సమస్యల జాబితాను చూడండి)

ఖాళీలను పూరించడం అనే బోధన' అనేది క్రమపద్ధతిలో మరియు క్షుణ్ణంగా ఉండాలని నొక్కి చెప్పడం చాలా ముఖ్యం, ప్రజలు తమ భావోద్వేగ మరియు వేదాంతపరమైన ప్రపంచ ధృక్పథాన్ని పునర్మించుకో

ఈ విభాగాలలో విశ్వాసులను మరియు నాయకులను ఎలా ఏర్పాటు చేయాలో మనము పరిశీలిస్తాము

మంచిగా ప్రారంభించండి

ఉత్తర ఆఫ్రికాలోని ముస్లింల యొద్ద పనిచేస్తున్న ఇద్దరు మిషనరీలతో డాన్ లిటిల్ పోల్చాడు. ఇద్దరూ కొన్నాళ్లు[18] అక్కడే పనిచేశారు.

స్టీవ్ కొన్నిసార్లు తన మొదటి సంభాషణలోనే త్వరగా ముస్లింలను క్రీస్తు పట్ల నిబద్దతలో నడిపించ గలడు. అయితే ఈ మతమార్పిడిల్లో దాదాపు ప్రతిఒక్కరు యేసును అంగీకరించాలని నిర్ణయించుకున్న కొద్ది వారాలలోనే తొలగిపోయారు. కొంతమంది సంవత్సరానికి పైగా కొన సాగారు. స్టీవ్ యొక్క నైపుణ్యత ఏమిటంటే, ప్రజలను త్వరగా క్రీస్తుపై విశ్వాసానికి నడిపించడం మరియు క్రైస్తవ విశ్వాసం గురించి మరింత తెలుసుకోవడానికి, ఎదగడానికి వారికి సహాయం చేయడానికి పరిశుద్ధాత్మను విశ్వసించడం.

చెరి యొక్క విధానం మరియు విజయం దీనికి విరుద్ధంగా ఉంది. ప్రజలను క్రీస్తువైపుకు నడిపించడానికి ఆమెకు చాలా సమయం పడుతుంది, కొన్నిసార్లు సంవత్సరాలు పడుతుంది. ఆమె తనతో పనిచేస్తున్న స్త్రీలను మాత్రమే శిష్యులుగా తీర్చి దిద్దడానికి ఆహ్వానిస్తుంది, అనగా వారు క్రీస్తు మార్గమును గూర్చిన పరిపూర్ణమైన అవగాహన కల్గి యున్నారని, వారి భర్తల నుండి హింస మరియు విడాకులుకు కూడా సిద్దంగా ఉన్నారని గ్రహించిన వారిని ఆహ్వానిస్తుంది. క్రీస్తు యొద్దకు ఆమె నడిపించిన ప్రతిఒక్క స్త్రీ బలంగా, నిబద్దత కలిగిన విశ్వాసిగా మార్చబడింది, చెరి ఉత్తర ఆఫ్రికా నుండి బహిష్కరించబడిన తరువాత కూడా వారి విశ్వాసం కొనసాగింది.

ముస్లింలను క్రీస్తు నొద్దకు నడిపించేటప్పుడు మరియు వారికి శిష్యరికం నేర్పించేటప్పుడు వారి దీక్షా ప్రక్రియ క్షుణ్ణంగా ఉండడం చాలా అవసరం. పాఠం 5 నుండి క్రీస్తును అనుసరించే ఆరు దశలను గుర్తు చేసుకోండి:

[18] డాన్ లిటిల్, ముస్లిం కమ్యూనిటీస్‌లో ఎపెతిక్టీవ్

1. రెండు ఒప్పుకోలు:

 - నేను పాపిని మరియు నన్ను నేను రక్షించుకోలేను. నా పాపాల కోసం చనిపోవడానికి
 - తన కుమారుడైన యేసుక్రీస్తును పంపిన సృష్టికర్త ఒక్కడే దేవుడు.

2. నా పాపాల నుండి మరియు సమస్త దుష్టత్వము నుండి (పశ్చాత్తాపపడడం) తొలగిపోవడం

3. క్షమాపణ, స్వేచ్ఛ, నిత్యజీవం మరియు పరిశుద్ధాత్మ కోసం ప్రార్థనలు.

4. నా జీవితానికి ప్రభువుగా క్రీస్తుకు లోబడి ఉండడం.

5. నా జీవితంలో సమర్పణ కలిగి క్రీస్తుకు లొంగిపోయి సేవ చేస్తానని వాగ్దానం.

6. క్రీస్తులో నా గుర్తింపు యొక్క ప్రకటన.

స్టీవ్ 1,2 మరియు బహుశా మూడు దశల ద్వారా క్రొత్తగా మార్పు చెందేవారిని నడిపిస్తున్న ట్లు కనిపిస్తుంది, కానీ 4-6 దశల్లో వారిని భద్రపరచడం లేదు. ఇస్లాంతో సంబంధాలను తెంచుకోవడం మరియు యేసు పట్ల పూర్తి విధేయతతో వీటిని భర్తీ చేయడం అనే విధేయత (4వ దశ) అవసరం. వాగ్దానం మరియు సమర్పణ (5వ దశ) తప్పనిసరిగా హింసకు సంబంధించిన నిబంధనలు కలిగి ఉండాలి మరియు దీనికి బైబిల్ నీతి గురించి కూడా చాలా అవగాహన అవసరం: మిమ్ముల్ని మీరు పవిత్రం చేసుకోవడానికి మీరు ఎలాంటి సమర్పణా జీవితం జీవించాలో అర్థం చేసుకోవలసిన అవసరం ఉంది. నూతన గుర్తింపు యొక్క ప్రకటనకు (6వ దశ), అల్లాకు లొంగిపోవడం అనే గుర్తింపుకు విభిన్నంగా క్రైస్తవ గుర్తింపు అంటే యేసుక్రీస్తు ద్వారా దేవుని బిడ్డగా ఉండడం ఎలాగో అర్థం చేసుకో వాల్సిన అవసరత ఉంది. స్నేహితులు మరియు కుటుంబ సభ్యుల నుండి విడిపోయే సంభావ్య తతో సహా ఉమ్మా నుండి మినహాయించడం ద్వారా మీ పాత గుర్తింపును కోల్పోవడం అంటే ఏమిటో అర్థం చేసుకోవడం కూడా దీని అర్థం.

అదనంగా 3 వ దశకు క్రీస్తులో స్వేచ్ఛగా ఉండడం అంటే ఏమిటి, ఇతరులను క్షమించడం అంటే ఏమిటి, ఆత్మలో జీవం యొక్క స్వభావం గురించి పరిణతి చెందిన అవగాహన అవసరం ఉంది.

పూర్తి అవగాహనతో ఈ దశలకు నిజంగా కట్టుబడి ఉండటానికి శిష్యత్వ ప్రక్రియ అవసరం. ఈ ప్రక్రియ ద్వారా ఎవరైనా ఇస్లామిక్ దృక్పథాన్ని జాగ్రత్తగా మరియు ఆలోచనాత్మకంగా ప్రక్కన పెట్టి బైబిల్‌తో పూర్తి చేయడం నేర్చుకోవచ్చు.

ఎవరైనా క్రీస్తువైపు తిరిగి మరియు అతనిని అనుసరించడానికి కట్టుబడి ఉన్నప్పుడు, వారు సాతానుపై యుద్ధం ప్రకటిస్తారు. వారు సాతాను యొక్క అధికారమును పడగొట్టి వారి యొక్క జీవితంపైన సమస్త అధికారమును యేసుక్రీస్తుకు అప్పగించడానికి తమను తాము సిద్ధపరచుకొని కట్టుబడి ఉన్నారు. ఇది సాధారణమైన లేక సామాన్యమైన నిర్ణయం కాదు. ఇది వ్యక్తి యొక్క పూర్తి అవగాహన మరియు సంకల్పం ద్వారా నిమగ్నమైన ఉండాలి.

ఈ కారణాల వల్ల, సువార్త పరిచారకులు బాప్తీస్మము తీసుకోవడానికి నిదానంగా ఉండాలని మరియు యేసును అనుసరించడానికి నిబద్ధతతో కూడిన ప్రార్థనలో ప్రజలను నడిపించడంలో నిదానంగా ఉండాలని సూచించారు. వారికి మరియు వారు ఇష్టపడే వ్యక్తులకు దాని అర్థం ఏమిటో పూర్తిగా అర్థం చేసుకున్నప్పుడు మాత్రమే ఆ వ్యక్తి అలా చేయాలి.

పూర్తి అవగాహనతో మరియు నిబద్ధతత 'షహాదాను త్యజించి దాని శక్తిని విచ్ఛిన్నం చేయమని ప్రకటన మరియు ప్రార్థన' (పాఠం 5 లో చూడండి) చేసే వరకు ఎవరూ బాప్తీస్మము తీసుకూడదని కూడా సిఫార్స్ చేయబడింది. ఈ చట్టం యొక్క ప్రాముఖ్యతను వివరించడానికి దానిని ముందుగా బోధించాలి. ఇది బాప్తీస్మముకు కొంతసమయం ముందు చేయాలి. త్యజించే ప్రార్థనను బాప్తీస్మ ప్రక్రియలో ఒక భాగంగా కూడా చేర్చవచ్చు. ఈ పరిత్యాగం 4 వ దశకు పూర్తి నిబద్ధతను అనుమతిస్తుంది: యేసుక్రీస్తు ప్రభువుకు పూర్తిగా లోబడి ఉండడం అంటే ఒకరి జీవితంపై ఇస్లాం యొక్క అన్ని వాదనలను తిరస్కరించడం.

వర్ధమాన నాయకులకు మార్గదర్శకులు

నేడు ప్రపంచంలోని ముస్లిం నేపథ్యం నుండి వచ్చిన విశ్వాసులు ఎదుర్కొంటున్న గొప్ప అవసరాలలో ఒకటి ముస్లిం నేపథ్యం నుండి వచ్చిన అనగా బి.యమ్.బి లుగా ఉన్న వారు మరింత పరిణతి చెందిన పాస్టర్లుగా ఉండాలి. బలహీన మైన నాయకులు వలన బలహీనమైన సంఘాలు ఏర్పడతాయి. ప్రజలు పరిపక్వత మరియు స్వేచ్ఛతో పెరిగే ఆరోగ్యకరమైన చర్చిని కలిగి యుండడానికి చర్చికి ఆరోగ్యకరమైన నాయకులు అవసరం. ఆరోగ్యకరమైన చర్చిని నడిపించే బి.యమ్.బి నాయకులను ఎన్నుకోవడం చాలా ముఖ్యం. ఈ ఎన్నికకు సంవత్సరాల సంరక్షణ మరియు మద్దతు అవసరం.

మీరు సామర్థ్యము కలిగిన నాయకులను ఎన్నుకునే ముందు ముందు వారిని కనుగొనాలి! ఒక ముఖ్య సూత్రం: ప్రజలను నాయకత్వానికి చేర్చడంలో నిదానంగా ఉండండి. మీరు ఎవరినైనా త్వరగా నాయకత్వానికి ముందుకు తీసుకువెళితే, తర్వాత వారు తొలగిపోయినప్పుడు మీరు చింతించవచ్చుఇస్లామిక్ నేపథ్యం నుండి వచ్చిన వ్యక్తులు తిరస్కరణ మరియు పోటీ తత్వంతో పోరాడగలరు, కాబట్టిమీరు ఎవరినైనా నాయకుడిగా ఎంచుకోవడానికి ముందు దీన్ని నిర్ధారించుకోండి:

- వారు పిలవబడడానికి సిద్ధంగా ఉన్నారు.
- వారు నాయకత్వ పాత్రను స్వీకరించే విధేయత కలిగి ఉంటారు
- వారు బోధించపదగినవారు.
- వారు స్వీకరించే అనివార్యమైన విమర్శలను ఎదుర్కోగల స్థితి సామర్థ్యమును కలిగి ఉంటారు.

మీరు ఒక ముస్లిం నేపథ్యం నుండి చర్చికి నాయకత్వం వహించాలని పిలవబడినట్లు మీరు భావిస్తే త్వరగా లేదా సులభమైన మార్గాన్ని సిద్ధపరచుకొనవద్దు. మీరు సిద్ధపడడానికి సమయం పడుతుందని సాత్వికముతో అర్థం చేసుకోండి. ఇష్టంగా శిక్షణకు అప్పగించుకోండి. ఓర్పుతో ఉండండి. బోధించదగినవారుగా ఉండండి.

బి.యమ్.బి నాయకులు చాలా త్వరగా అభివృద్ధి పొందడం ద్వారా చెడిపోవచ్చు. వారు చాలా త్వరగా ఎదిగితే తగ్గింపు నేర్చుకోకపోవచ్చు: వారు తెలుసుకోవలసినది ప్రతిదీ తమకు తెలుసునని మరియు వారికి మరింత రూపొందించబడడం మరియు శిక్షణ పొందడం అవసరం లేదని వారు అనుకోవచ్చు. సామర్థ్య నాయకుల విషయంలో ప్రారంభంలో వారిని స్వల్పకాల అపాయింట్‌మెంట్ల ద్వారా శిక్షణ పద్ధతిలో కొన్ని తరగతులను నియమించి మరియు వారు సమాజం దృష్టిలో వారి పిలుపు మరియు అనుకూలతను రుజువు చేయడం ద్వారా క్రమంగా వారిని మరింత శాశ్వత నాయకత్వ పాత్రగా నిర్ధారిస్తారు. ఒకవేళ ప్రజలు సంఘ దృష్టిలో తమను తాము ఈ పరిత్యాగం 4 వదశకు పూర్తి నిబద్ధతను అనుమతిస్తుంది: యేసుక్రీస్తు ప్రభువుకు పూర్తిగా లోబడి ఉండడం అంటే ఒకరి జీవితంపై ఇస్లాం యొక్క అన్ని వాదనలను తిరస్కరించడం. నిరూపించుకునే అవకాశం రాకముందే వారు దానిని ఎదుర్కోవడానికి సిద్ధంగా ఉండకముందే వారు త్వరగా అభివృద్ధి పొందితే వారు ముందస్తు తిరస్కరణను అనుభవించవచ్చు మరియు ఇది వారి నిర్మాణాన్ని దెబ్బతీస్తుంది.

ఆరోగ్యకరమైన నాయకులను పెంపొందించడానికి చాలా సమయం తీసుకుంటుంది మరియు పరిణతి చెందిన క్రైస్తవ నాయకులను అభివృద్ధి చేయడానికి దీర్ఘకాలిక దృక్పథం అవసరం. సమర్థుడైన నాయకుడిగా ఉన్న ఏ క్రొత్త విశ్వాసికైనా, క్రైస్తవ పరిపక్వతకు ఎదగడానికి సంవత్సరాలు పడుతుంది. నేర్చుకోవలసినది చాలా ఉంది, ఎందుకంటే ఇస్లామిక్ నేపథ్యం నుండి వచ్చిన వ్యక్తుల కోసం, జీవితం మరియు సంబంధాల గురించి కొన్ని ఆలోచనలు మరియు అనుభూతిని పూర్తిగా పునర్నించవలసి ఉంటుంది.

నాయకులను పరిపక్వతలోనికి మార్గదర్శకత్వం వహించే 12 ముఖ్య అంశాలు ఇక్కడ ఉన్నాయి:

1. శిక్షణ పొందుతున్న వ్యక్తి (ట్రైనీ) కనీసం వారానికి ఒకసారైనా వారికి శిక్షణ ఇస్తున్న వారితో (గురువు) క్రమం తప్పకుండా కలవాలి.

2. విశ్వాసంతో జీవిత అనుభవాలను సమగ్రపరస్తూ, వేదాంత ప్రతిఫలంను ఎలా పొందుకోవాలో, ట్రైనీ లీడర్‌కు నేర్పించండి, మరియు తెలియపరచండి. ఇది రోజువారీ జీవితంలో మరియు పరిచర్య యొక్క ఆచరణాత్మక సవాళ్లకు దైవికమైన మరియు విశ్వాస వనరులను వర్తింపచేస్తూ నేర్చుకోవడమే. ఉద్దేశ్యపూర్వక వేదాంత ప్రతిబింబం ద్వారా, ఒకవ్యక్తి యొక్క స్వభావం సత్యాన్ని బహిర్గతం చేస్తుంది మరియు యేసుక్రీస్తు యొక్క మాదిరికి మరింత ఎక్కువగా అనుగుణంగా ఉండేలా క్రమంగా పునర్నించబడుతుంది.

3. పారదర్శకత మరియు యథార్థతలో శిక్షణ అందించండి: దీనికోసం ఉన్నతమైన ఉద్దేశ్యాలను కలిగి ఉండండి. మార్గదర్శకత్వం వహించే వ్యక్తి ముసుగును ధరించినట్లయితే, ఆ ముసుగు మాత్రమే పరిపక్వత చెందుతుంది! ఒకరోజు నిజమైన వ్యక్తి బహిర్గతమై ముసుగును వదిలివేయవచ్చు. అప్పుడు వారు మీరు అనుకున్న వ్యక్తి కాదని మీరు కనుగొంటారు.

   సమర్థుడైన నాయకుడు తమ పోరాటాలలో యథార్థంగా ఉండాలని మార్గదర్శకుడు లేదా మార్గదర్శకురాలు ఆశించినట్లయితే యథార్థంగా ఉండడం అంటే ఏమిటో వారికి తెలియపరచడం చాలా ప్రాముఖ్యం.

మాజీ ముస్లింలుగా ఉన్న చర్చికి సమర్థులైన పాస్టర్లుగా ఉన్న ఒక జంటకు నేను మొదట శిక్షణను ప్రారంభించినప్పుడు, మా మొదటి సమావేశంలో నేను అడిగాను, "మీకు ఏమైనా సమస్యలు ఉన్నాయా?"

వారు, "లేదు" అన్నారు.

మరుసటి రోజు మేము మళ్లీ కలుసుకున్నాము, కాబట్టి నేను మళ్లీ అడిగాను, "మీకు ఏమైనా సమస్యలు ఉన్నాయా?"

సమాధానం తిరిగి వచ్చింది: "లేదు" అని అన్నారు

మేము మూడవ వారం కలుసుకున్నాం మరియు నేను మరోసారి అడిగాను, "మీకు ఏమైనా సమస్యలు ఉన్నాయా?"

మళ్లీ సమాధానం "లేదు" అని వచ్చింది

అప్పుడు నేను, ఇలా అన్నాను "అది విన్నందుకు నేను చాలా చింతిస్తున్నాను. మీకు సమస్యలు ఉన్నాయి మరియు మీకు తెలియడంలేదు లేదా మీకు సమస్యలు ఉన్నాయి కాని మీరు నాకు చెప్పడం లేదు, ఈ రెండు పద్ధతులు మంచిది కాదు. ఇందులో ఏది నిజం?".

అప్పుడు ఆ జంట బహిర్గతమవడం ప్రారంభించారు: వారు సమస్యలైతే ఎదుర్కొంటున్నారు, కానీ వారి ఇస్లామిక్ సాంస్కృతిక నేపథ్యం ప్రకారం వారి బలహీనతలను, ఇబ్బందులను ఇతరులకు బహిర్గతం చేయడం సిగ్గుచేటని వారు భావించారు. అయితే, వారు ఎదుర్కొంటున్న ఇబ్బందులు మరియు సవాళ్ల నుండి వారు బహిరంగంగా పంచుకోవడంతో ఆ రోజు నుండి మా సంబంధం మారిపోయింది. అప్పటి నుండి నేను వారికి సహాయం చేయగలిగాను. ఈ ప్రక్రియ ద్వారా, విశ్వాసం నిర్మించబడింది మరియు వారు క్రైస్తవ పరిపక్వతలో వేగంగా వృద్ధి చెందారు.

4. మార్గదర్శకుడు మరియు సమర్థమైన నాయకుడు ఇద్దరూ పని చేయడానికి సమస్యలను లేవనెత్తడంలో చురుకుగా మరియు ఉద్ధేశ్యపూర్వకంగా ఉండాలి. సమస్యలను గుర్తించడం మరియు వాటిని మీ సమావేశాలకు తీసుకురావడం గురించి ఉద్ధేశ్యపూర్వకంగా ట్రైనీని ప్రోత్సహించండి.

5. ట్రైనీ మరియు వారి గురువు సంఘ జీవితాన్ని ప్రభావితం చేసే కీలక సమస్యలు మరియు నిర్ణయాలతో కలిసి పోరాడాలి. ఈ విధంగా శిక్షణా నాయకుడు మత సంబంధమైన, దైవసంబంధ మైన రీతిలో సేవా పరిచర్యలో సవాలుగా ఉన్న సమస్యలను ఎలా ఎదుర్కోవాలో నేర్చుకోవచ్చు.

6. మీరు ట్రైనీకి మార్గదరక్శకంగా ఉన్నప్పుడు, వారు స్వేచ్ఛగా నడవడానికి సహాయం చేయండి. పరిచర్య కోసం వారి శిక్షణలో భాగంగా దాదాపు ప్రతిఒక్కరూ ఏదో ఒక దానినుండి విముక్తి పొందాలి. బంధకాలను పరిష్కరించకపోతే మరియు గాయాలు నయం చేయబడకపోతే, స్వస్థత మరియు విడుదల లేకపోవడం మరియు భవిష్యత్తులో ఆ వ్యక్తి యొక్క ఫలాన్ని పరిమితం చేస్తుంది.వ్యక్తిగత స్వేచ్ఛ లేకపోవడాన్ని సూచించే సమస్యలు వచ్చినప్పుడు, క్రీస్తులో మనకు ఉన్న వనరులను వర్తింపజేయడం ద్వారా సమస్యను పరిష్కరించండి. ఇవి పాఠం 2 లో వివరించ బడ్డాయి. అలాగే విముక్తి

పొందే ప్రక్రియలో ఉన్న ఎవరైనా ఇతరులు విడుదల పొందడానికి ఎలా సహాయం చేయాలో వారు బాగా అర్థం చేసుకుంటారు.

7. బి.యమ్.బి ట్రైనీకి స్వీయ సంరక్షణలో శిక్షణ ఇవ్వండి. బి.యమ్.బి నాయకులు తమ ను మరియు వారి కుటుంబాలను అధిక ప్రాధాన్యతగా చూసుకోవడం నేర్చుకోవడం చాలా ముఖ్యం. ఈ కష్టతరమైన పరిచర్యలో చాలా సవాళ్లు ఉన్నాయి, మరియు ఒక పాస్టరు మొదట తనకొరకు మరియు వారి కుటుంబం కోసం శ్రద్ధ వహించడానికి ప్రాధాన్యత ఇవ్వకపోతే, వారు ఎక్కువకాలం ఉండకపోవచ్చు. ఒక పాస్టరు తమ స్వంత కుటుంబాన్ని పట్టించుకోనట్లయితే, వారి పరిచర్య నమ్మదగినదిగా ఉండకపో వచ్చు. ప్రజలు ఇలా అడుగుతారు, "వారు తమ స్వంత కుటుంబాన్ని చూసుకోలేకపోతే వారు చర్చిని ఎలా చూసుకుంటారు?"

8. మీ నాయకులు ఒక జంట అయితే, సేవకుల హృదయపూర్వక పరస్పర ప్రేమ మరియు గౌరవం ఆధారంగా క్రైస్తవ వివాహం ఆధారపడి ఉంటుంది మరియు దానిని అర్థం చేసుకోవడంలో వారికి సహాయం అవసరం. అంతేకాని క్రైస్తవ వివాహం ఒకరిపై ఒకరి ఆధిపత్యం మరియు నియంత్రించుకోవడం కాదు.

9. పరిచర్యలో స్వీయ-అవగాహన యొక్క ప్రాముఖ్యతను నొక్కి చెప్పండి. ప్రజలు పోటీ తత్వంతో, యధార్థత లోపించినప్పుడు మరియు ఇతరుల కంటే ఉన్నతంగా భావించా లని కోరుకున్నప్పుడు, వారికి స్వీయ- అవగాహన ఉండదు. ఇస్లాం వల్ల కలిగే నష్టంలో ఇదిభాగం కావచ్చు. నాయకు డుగా రూపొందించ బడుతున్న వ్యక్తి క్లిష్టమైన విమర్శను విలువైన బహుమతిగా మరియు వనరుగా పరిగణించడం నేర్చుకున్నప్పుడు ఆ వ్యక్తి ఎదుగుతాడు. దీనర్థం క్లిష్టమైన విమర్శను ఎదుర్కొన్నప్పుడు తమను తాము సమర్థిం చుకోవడం లేక భయపడడం చేయకూడదు, మనస్తాపం చెందడం లేదా తిరస్కరిం చడం వంటివి చేయకూడదు. అదే సమయంలో, ఆ క్లిష్ట మైన విమర్శకు ఎలా ప్రతిస్ప ందించాలో మరియు ఎలా స్వీకరించి దానిని ఎదుర్కోవాలో మార్గదర్శకుడు వారికి నేర్పించాలి. తమ గురువు క్లిష్టమైన విమర్శను స్వీకరించ గలుగు తున్నాడని ట్రైనీలు చూడగలిగితే, వా రు కూడా దానిని స్వయంగా స్వీకరించగలుగుతారు.

10. నిరుత్సాహాలను దైవిక మార్గంలో నడిపించడానికి ట్రైనీకి సహాయం చేయండి, తద్వార వారు స్థిరంగా, దృఢంగా ఉంటారు. ట్రైనీ బి.యమ్.బి లీడర్‌ను ఇతరులు నిరాశ పరిచి నప్పుడు లేదా జీవిత పరిస్థితులు చాలా ఇబ్బందిగా అనిపించినప్పుడు దైవికమైన విశ్వాస వనరులను ఎలా అన్వయించాలో వారికి నేర్పించండి

11. ఆత్మీయ పోరాటానికి సిద్ధం చేయండి: దుష్టుని అధిగమించి క్రీస్తు వద్దకు వచ్చే ప్రజల కు పరిచర్య చేయడం వలే ఉంటుంది వారు దానిని తప్పించలేరు. సాతాను దాడి చేస్తున్న సమయాల్లో ముస్లిం నేపథ్యంలో ఉన్న విశ్వాసులుతమ స్థానాన్ని నిలబెట్టుకోవడానికి శిక్షణ పొందాలి.

12. ఇతర క్రైస్తవులతో మాదిరికరమైన విశ్వాసమును మరియు సహకారంను పెంపొందిం చుకోండి, మరియు ఇతర పరిచర్యలతో దైవిక భాగస్వామ్యాన్ని అభివృద్ధి చేసుకోండి. క్రీస్తు సంఘాన్ని వివేచించడంలో మరియు ఎదగడంలో బి.యమ్.బిలకు ఇది చాలా అవసరం. ఇది దేవుని ఘనపరుస్తుంది మరియు దేవుని ఆశీర్వాదం మీ సంఘం

పొందేందుకు ఒక మార్గంగా ఉంటుంది. విధేయతను నేర్చుకోవడానికి ఇది కూడా ఒక మంచి మార్గం.

స్టడీ గైడ్

పాఠం 8

ఈ పాఠంలో బైబిల్

2 తిమోతి 2:20-21

మత్తయి 12:43-45

తీతుకు 3:3

ఫిలిప్పీ 1:9-11

2 కొరింథీ 12: 9-10

రోమా 12:15

1 కొరింథీ 12:26

ఈ పాఠంలో ఖురాన్ వచనాలు లేవు, క్రొత్త పదజాలం మరియు క్రొత్త పేర్లు లేవు.

ప్రశ్నల పాఠం 8

- కేస్ స్టడీని చర్చించండి.

దూరంగా తొలగిపోవడం

1. యేసును అనుసరించాలని నిర్ణయించుకున్న తర్వాత కొంతమంది ఇస్లాంలోకి తిరిగి రావడానికి డ్యూరీ ఏ నాలుగు కారణాలను చెప్పాడు?

219

2. యేసు మరియు క్రైస్తవ మతం గురించి మరింత తెలుసుకోవాలని అడుగుతున్నప్పుడు చర్చిలు కొన్ని సార్లు ముస్లింలను ఎందుకు దూరం చేస్తాయి?

3. ముస్లింలు క్రీస్తువైపు తిరిగేందుకు మద్దతు ఇవ్వడానికి చర్చిలు ఏమి చేయాలి?

ఫలించని శిష్యత్వం

4. క్రైస్తవులుగా మారిన మాజీ ముస్లింలు ఎదుర్కొనే సాదారణ సమస్యలు ఏమిటని డ్యూరీ చెప్పాడు?

5. ఈ అనేక సమస్యలకు మూలకారణం ఏమిటి?

6. నాయకుడిని నియమించడం అనేది చర్చిలో సమస్యలను ఎలా కలిగిస్తుంది?

7. కెనడా వెళ్లిన ఆశ్రయం కోరిన వ్యక్తి ఇతర క్రైస్తవులకు ఎందుకు దూరమయ్యాడు?

బలహీనమైన సంఘాలు

8. ఉన్నతంగా ఉండాలనే కోరిక చర్చిలు కలిసి పనిచేయకుండా ఎలా ఆపగలదు?

స్వేచ్ఛగా ఉండాల్సిన అవసరం ఉంది

9. యేసు చెప్పిన ఖాళీ ఇంటి ఉపమానం ద్వారా ఏ రెండు సమస్యలు ఉదహరించబడ్డాయి?

10. ఆరోగ్యకరమైన చర్చిని నిర్మించడానికి మీరు ఏమి చేయాలి?

11. ఎవరైనా విడుదల పొందిన తరువాత ఏమి మార్చుకోవలసిన అవసరత ఉంది?

12. వారిద్దరూ ఒకప్పుడు ఎలా ఉండేవారో పౌలు తీతుకు ఎందుకు గుర్తు చేశాడు?

13. యేసును అనుసరించే ముందు పౌలు జీవిత వర్ణనకు అతని పూర్వ జీవితం ఎలా సరి పోతుంది?

14. ఫిలిప్పీయులు 1:9-11 లో పౌలు వ్రాసిన ప్రకారం, విశ్వాసి వారి ఆత్మ యొక్క 'ఇంటిని' ఎలా నింపగలడు మరియు దానిని ఖాళీగా ఉంచకుండా ఎలా ఉండగలడు?

స్వస్థత మరియు విడుదల

15. మతం మారినవారి జీవితాల్లో 12 ప్రతికూల ప్రభావాలను డ్యూరీ నివేదించారు. వీటిలో ఎన్ని మీరు గమనించారు?

16. కేస్లర్‌కు ముందటి కడుపు పరిస్థితి నుండి కోలుకోవడానికి యువకుడు ఏమి చేసాడు? అతను స్వస్థత పొందిన తరువాత అతనిలో కలిగిన మార్పు ఏమిటి?

17. ఇల్లు సరిగ్గా సురక్షితంగా ఉండాలంటే ఏమి చేయాలి?

ఖాళీలను గురించిన బోధ

18. విడుదల పరిచర్యలో మొదటి అడుగు ఏమిటి మరియు అది ఎందుకు మొదటి అడుగు అయింది?

19. మానవ ఆత్మ ఎలా నీటి బకెట్ వంటిది?

20. ప్రపంచవ్యాప్తంగా ఉన్న బి.యమ్.బి లలో డాన్ లిటిల్ ఏ సారూప్యతలను గమనించారు?

21. ఇతరుల కష్టాల గురించి వినడానికి కొంతమంది సంతోషిస్తారు?

22. విశ్వాసులు చర్చిలో ఇతరుల కన్నా ఉన్నతంగా ఉండాలని కోరుకున్నప్పుడు చర్చిలకు కలిగే కొన్ని సమస్యలు ఏమిటి?

23. ఇతరుల కన్నా ఉన్నతంగా ఉండాలని భావించుకునే వ్యక్తుల సమస్యలను సరిదిద్దేందుకు డ్యూరీ ఏ ఆరు బోధనలు సూచించాడు?

24. నిజం మాట్లాడకపోవడం వల్ల వచ్చే సమస్య ఏమిటని డ్యూరీ చెప్పారు?

25. ఇస్లామిక్ సంస్కృతిలోని ఏ ఆరు ప్రాంతాలను డ్యూరీ "ఖాళీలను గురించిన బోధ" అవసరమని గుర్తించారు?

26. "ఖాళీలను గురించిన బోధ' ఎందుకు క్రమబద్ధంగా మరియు సమగ్రంగా ఉండాలి?

మంచిగా ప్రారంభించండి

27. స్టీవ్ మరియు చెరి విధానాల మధ్య తేడాలు ఏమిటి మరియు చెరి యొక్క విధానం ఎందుకు మరింత విజయవంతమైంది?

28. మీరు 'యేసును అనుసరించడానికి నిబద్ధత యొక్క ప్రకటన మరియు ప్రార్థన' యొక్క ఆరు దశలను జాబితాను జ్ఞాపకంలోకి తెచ్చుకోగలరా? లేకపోతే, ప్రతిఒక్కరూ వాటిని క్రమంగా చెప్పేంతవరకు సమూహంగా దానిని ధ్యానం చేయండి.

29. ఆరు దశల అధ్యయనంలో, స్టీవ్ ప్రజలను క్రీస్తువైపుకు నడిపించినప్పుడు ఏ దశలలో తప్పిపోయినట్లు అనిపించింది?

30. మీరు క్రీస్తువైపు తిరిగినప్పుడు ఎవరిపై యుద్ధం ప్రకటిస్తున్నారు?

31. ఇస్లాంను విడిచిపెట్టిన వ్యక్తి బాప్తీస్మం తీసుకోవడానికి సిద్ధంగా ఉండడానికి ముందు ఏమి చేయాలి?

వర్ధమాన నాయకులకు మార్గదర్శకులు

32. నేడు ప్రపంచంలోని ముస్లిం నేపథ్యంలోని విశ్వాసులు ఎదుర్కొంటున్న గొప్ప అవసరం ఏమిటని డ్యూరీ విశ్వసించారు? మీరు అంగీకరిస్తారా?

33. నాయకులను నెమ్మదిగా ముందుకు తీసుకెళ్లడం మంచిదని డ్యూరీ ఎందుకు చెప్పారు?

34. నాయకులు చాలా త్వరగా పురోగమిస్తే ఏమి జరుగుతుంది?

35. డ్యూరీ ప్రకారం, ట్రైనీ లీడర్‌ను మీరు ఎంత తరచుగా కలవాలి? వేదాంత ప్రతిఫలం అంటే ఏమిటి? మరియు ప్రజలు పరిపక్వతలో ఎదగడానికి ఇది ఎలా సహాయపడుతుంది?

36. ఒక గురువు శిక్షణ పొందుతున్న వ్యక్తితో బహిరంగంగా మరియు పారదర్శకంగా ఉండడం ఎందుకు ముఖ్యం?

37. డ్యూరీ చెప్పిన కథలో, అతను ఎదుర్కొంటున్న సమస్యల కోసం బ్రైన్ ఎందుకు సహాయం కోరలేదు?

38. సంఘంలోని ముఖ్యమైన సమస్యల గురించి నిర్ణయాలు తీసుకోవడంలో శిక్షణ పొందిన వ్యక్తిని గురువు ఎందుకు చేర్చుకోవాలి?

39. నాయకుడిగా శిక్షణ పొందుతున్న వ్యక్తికి విడుదల పొందుకునే పరిచర్య చేయడం ఎందుకు ముఖ్యం?

40. పరిచర్యలో స్వీయ శ్రద్ధ ఎందుకు ప్రాముఖ్యమైనది?

41. క్రైస్తవ వివాహం దేనిపై ఆధారపడి ఉండాలి?

42. స్వీయ-అవగాహన ఎందుకు చాలా ప్రాముఖ్యమైనది మరియు ఇస్లాం ప్రభావం దీన్ని ఎలా నిరోధించగలదు?

43. విమర్శలను స్వీకరించడానికి మార్గనిర్దేశకుడు యథార్థంగా ఉండడం ఎందుకు ముఖ్యం?

44. బి.యమ్.బి సంఘానికి చెందిన పాస్టర్‌కు ఆత్మీయ పోరాటం కోసం ఎందుకు శిక్షణ ఇవ్వాలి?

45. .యమ్.బి. చర్చి నాయకులు ఇతర చర్చిలను గౌరవించడం మరియు వారితో కలిసి పనిచేయడం నేర్చుకోవడం ఎందుకు ముఖ్యం?

46. బి.యమ్.బి చర్చిల నాయకులు ఇతర చర్చిలను గౌరవించడం మరియు వారితో కలిసి బాగా పనిచేయనేర్చుకోవడం ఎందుకు ముఖ్యం?

అదనపు వనరులు

ఇక్కడ బోధించే ఇస్లాం గురించిన అనేక అంశాల గురించి మరింత సమాచారం కోసం, దయచేసి మార్క్ డ్యూరీ రచించిన *ది థర్డ్ చాయిస్: ఇస్లాం, ధిమ్మా* మరియు స్వాతంత్ర్యమును సంప్రదించండి.

చెరలో నున్న వారికి విడుదల, ప్రార్థనలతో సహా అనేక విభిన్న భాషలతో luke4-18.com సైట్‌లో చూడవచ్చు.

దురాత్మల నుండి ప్రజలను విడిపించడానికి అవసరమైన చర్యల గురించి మరింత సమాచారం కోసం, మార్క్ డ్యూరీ పాబ్లో బోట్టారీ రాసిన ఫ్రీ ఇన్ క్రైస్ట్ పుస్తకాన్ని సిఫార్స్ చేస్తున్నారు. ఇది ఇంగ్లీష్ మరియు స్పానిష్ బాషలలో అందుబాటులో ఉంది. అతను ఫ్రీమిన్.ఆర్గ్ (ఇంగ్లీష్ మరియు కొన్ని ఇతర భాషలలో) వద్ద శిక్షణ వనరులను కూడా సిఫార్స్ చేస్తాడు.

ప్రజలను విడిపించడంలో సహాయపడటానికి ఇక్కడ కొన్ని అదనపు ప్రార్థనలు ఉన్నాయి.

క్షమాపణ ప్రార్థనలు[19]

తండ్రీ, నేను క్షమించాలని మీరు నాకు స్పష్టంగా తెలియచేసారు. క్షమాపణ తెచ్చే స్వస్థత మరియు విడుదల నాయొద్ద మీరు కోరుకుంటున్నారు.

ఈ రోజు, నేను పాపంలోని ప్రవేశించడానికి నన్ను ప్రేరేపించిన వారందరిని (వారిని పేర్కొనండి) *మరియు నన్ను బాధపెట్టిన వారందరిని* (వారిని పేర్కొనండి) *క్షమించాలని ఎంచుకున్నాను. నేను ప్రతిఒక్కరిని* (వారు చేసిన తప్పులను పేర్కొనండి) *త్యజించాలని అనుకొంటున్నాను,*
నేను వారికి వ్యతిరేకంగా ఉన్న అన్ని తీర్పులను విడిచిపెడుతున్నాను. మరియు నేను నా హృదయంలో వారికొరకు అనుకున్న శిక్షలన్నింటిని విడిచిపెడుతున్నాను. నేను నీ వైపుకు (వారిని పేర్కొనండి) *తిరుగుతున్నాను, ఎందుకంటే నీవు మాత్రమే నీతిమంతుడవైన న్యాయాధిపతివి.*

ప్రభువా, నా స్వంత ప్రతిచర్యలను ఇతరులను బాధపెట్టడానికి మరియు నన్ను నేను బాధపెట్టుకోవడానికి అనుమతించినందుకు దయచేసి నన్ను క్షమించండి.

మీ క్షమాపణ ఆధారంగా నా స్వభావమును మరియు ప్రవర్తనను ప్రభావితం చేసిన ప్రతి గాయము కొరకు నన్ను నేను క్షమించుకోవడానికి ఎంచుకొంటున్నాను.

---

19. ఇది మరియు తదుపరి రెండు ప్రార్థనలు చెస్టర్ మరియు బెట్సీ కిల్‌స్ట్రా ద్వారా *పునాదులను పునరుద్ధరించడం* అనే పుస్తకంలోని ప్రార్థనలపై అధారపడి ఉన్నాయి

పరిశుద్ధాత్మ, నా జీవితంలో క్షమాపణను అందించినందుకు, నేను క్షమించవలసిన కృపను నాకు అందించినందుకు మరియు నేను క్షమించేలా కొనసాగించినందుకు ధన్యవాదాలు.

యేసునామంలో,

ఆమెన్.

అబద్ధాలను త్యజించే ప్రార్థన (భక్తిహీన నమ్మకాలు)

తండ్రీ, అబద్ధాన్ని (అబద్ధం పేర్కొనండి) *నమ్మిన నా పాపమును* (మరియు నా పూర్వికుల *పాపాన్ని) నేను అంగీకరిస్తున్నాను.*

ఈ భక్తిహీనమైన నమ్మకాన్ని ఏర్పరచడానికి దోహదపడిన వారిని నేను క్షమిస్తున్నాను, ముఖ్యంగా (వారిని పేర్కొనండి).

నేను ఈ పాపం గురించి పశ్చాత్తాపపడుతున్నాను మరియు ఈ భక్తిహీనమైన నమ్మకాన్ని స్వీకరించినందుకు, దాని ఆధారంగా నా జీవితాన్ని గడిపినందుకు మరియు దాని కారణంగా నేను ఇతరులను తీర్పు తీర్చినందుకు నన్ను క్షమించమని ప్రభువును వేడుకొంటు న్నాను. నేను ఇప్పుడు మీ క్షమాపణనుపొందుతున్నాను, (దేవుని కొరకు ఎదురుచూడండి మరియు పొందుకొనండి).

నేను ఇప్పుడు మీ క్షమాపణ ఆధారంగా, ప్రభువా నేను అబద్ధాన్ని నమ్మినందుకు నన్ను నేను క్షమించాలని నిర్ణయించుకున్నాను.

ఈ భక్తిహీనమైన నమ్మకంతో నేను చేసుకున్న ఒప్పందాలన్నింటినీ త్యజించి, ఉల్లంఘిస్తాను. నేను చీకటి రాజ్యంతో నా ఒప్పందాలను రద్దు చేస్తాను. నేను దురాత్మలతో చేసుకున్న అన్ని అనుబంధ ఒప్పందాలను ఉల్లంఘిస్తాను.

ప్రభువా, ఈ భక్తిహీనమైన నమ్మకం గురించి మీరు నాకు ఏ సత్యాన్ని వెల్లడించాలనుకుంటు న్నారా? (వేచి ఉండి ప్రభువు చెప్పేది వినండి, అప్పుడు మీరు అబద్ధాన్ని సరిదిద్దే సత్యాన్ని ప్రకటించవచ్చు).

నేను సత్యాన్ని ప్రకటిస్తున్నాను (సత్యాన్ని పేర్కొనండి).

యేసు నామంలో,

ఆమెన్.

పితరుల పాపం కోసం ఒక ప్రార్థన

నేను నా పూర్వికుల పాపాలను, నా తల్లిదండ్రుల పాపాలను మరియు నా స్వంత పాపాలను (పాపములను పేర్కొనండి) *అంగీకరిస్తున్నాను.*

నా జీవితంలో జరిగిన పరిణామాలు, శాపాలు ఫలితంగా నేను నా పూర్వీకులను, అలాగే నన్ను ప్రభావితం చేసిన ఇతరులందరినీ క్షమించి, విడుదల చేయాలని నేను ఎంచుకొంటు న్నాను (ప్రత్యేకంగా పేర్కొనండి).

ప్రభువా, ఈ పాపాల కొరకు నన్ను క్షమించమని నిన్ను అడుగుతున్నాను: నేను లొంగిపోయిన పాపాలు మరియు శాపాల కొరకు మీ క్షమాపణను స్వీకరిస్తాను.

మీ క్షమాపణ ఆధారంగా, ప్రభువా, ఈ పాపాలలోకి ప్రవేశించినందుకు నన్ను నేను క్షమించుకోవాలని నిర్ణయించుకొంటున్నాను.

పాపం మరియు శాపాలను నేను త్యజిస్తున్నాను (వాటిని పేర్కొనండి).

సిలువపై క్రీస్తు చేసిన విమోచన పని ద్వారా నా జీవితం నుండి మరియు నా వారసుల జీవితాల నుండి ఈ పాపాలు మరియు శాపాల శక్తిని నేను విచ్ఛిన్నం చేస్తున్నాను.

ఈ పాపాల నుండి మరియు దాని వలన వచ్చే శాపాల నుండి మీ విడిదలను నేను పొందు కుంటున్నాను. (ప్రత్యేకంగా మీరు విశ్వాసంతో, పొందుకున్న దేవుని ఆశీర్వాదాలను పేర్కొనండి).

యేసునామంలో,

ఆమెన్.

సమాధానాలు

పాఠం 1 సమాధానాలు

1. ఇస్లాంను త్యజించమని ఆత్మ ద్వారా అతనికి తెలియపరచబడింది.
2. ఇస్లాంను త్యజించడం అత్యంత తక్షణావసరాలలో ఒకటి.
3. *షహాదా* మరియు *ధిమ్మా*
4. క్రీస్తును అనుసరించడానికి ఎంచుకున్న ముస్లిం.
5. ముస్లిమేతరుడు
6. ఇస్లాం మతంలోకి మారిన వ్యక్తి లొంగిపోవడం మరియు ఇస్లామిక్ ఆధిపత్యంలో ముస్లిమేతరులు లొంగిపోవడం.
7. అల్లా యొక్క కఠినమైన ఏకత్వం మరియు మహమ్మద్ ప్రవక్త యొక్క ఒప్పుకోలు.
8. క్రైస్తవుల ఆధిపత్య స్థితిని నిర్ణయించే ఇస్లాం చట్టం.
9. ఎప్పుడూ ముస్లింలుగా లేని క్రైస్తవులు ధిమ్మా వాదనలను త్యజించాల్సిన అవసరం ఉంది.
10. *షరియా* చట్టం అత్యున్నతమైనదిగా ఉండి మరియు న్యాయం లేదా అధికారం యొక్క అన్ని ఇతర సూత్రాలపై పాలించాలి.
11. క్రీస్తు మినహా వారి ఆత్మపై అన్ని ఆధ్యాత్మిక వాదనలు.
12. ఆధ్యాత్మిక చీకటి నుండి క్రీస్తు పాలనలోకి.
13. రాజకీయ మరియు సామాజిక చర్య, మానవ హక్కుల న్యాయవాదం, విద్యాపరమైన విచారణ, మీడియాను ఉపయోగించడం మరియు కొన్నిసార్లు జాతీయ ప్రభుత్వాల నుండి సైనిక ప్రతిస్పందన.
14. మతమార్పిడి, రాజకీయ లొంగుబాటు లేదా ఖడ్గము.
15. వెయ్యి సంవత్సరాల కంటే ఎక్కువ; దాదాపు 800 సంవత్సరాలు.
16. క్రైస్తవ మత సామ్రాజ్యాన్ని రక్షించడంలో వారు తమ ప్రాణాలను అర్పిస్తే స్వర్గం యొక్క హామీని వారికి వాగ్దానం చేశాడు.
17. ఇస్లాం యొక్క మూల శక్తి ఆధ్యాత్మికం.
18. దానియేలు దర్శనం గూర్చిన భయంకరమైన రాజు మరియు కుట్రలో అధికారికి.
19. ఇస్లాం గూర్చి :

- ఆధిపత్య భావన..
- విజయం యొక్క ఆకలి...
- మోసాన్ని ఉపయోగించుట...
- ఇతరుల బలాన్ని మరియు సంపదలను సహకరించడం.
- తప్పుడు భద్రతా భావాన్ని కలిగి ఉన్న దేశాలను ఓడించడం.
- దేవుని కుమారునికి వ్యతిరేకత.
- క్రైస్తవులు మరియు యూదుల యొక్క విధ్వంసకర గత చరిత్ర

20. మానవ శక్తితో కాదు

21. క్రీస్తు మరియు ఆయన సిలువ యొక్క శక్తి.

పాఠం 2 సమాధానాలు

1. అతను మహమ్మద్ అనే పదాన్ని చెప్పలేడని కనుగొన్నాడు.
2. ఆయన కోపం నుండి విముక్తి పొందాడు మరియు సువార్త ప్రకటించడంలో, ఇతరులను శిక్షించడంలో ప్రభావవంతంగా ఉన్నాడు.
3. ప్రతి క్రైస్తవుని జన్మహక్కు దేవుని పిల్లల మహిమాన్విత స్వాతంత్ర్యం.
4. నజరేతులో.
5. విడుదల యొక్క వాగ్దానం.
6. నిస్సహాయత, ఆకలి, అనారోగ్యం, దురాత్మల నుండి విముక్తి.
7. తాళం వేయని ద్వారం గుండా బంధీగా ఉన్న వ్యక్తి బయటకు వెళ్లాలి. ఆధ్యాత్మిక స్వేచ్ఛ అనేది మనం ఎంచుకోవలసిన విషయం.
8. దొంగ. ఈ లోకాధికారి ఈ యుగసంబంధమైన దేవత, వాయుమండల అధిపతి. ఈ లోకంలో సాతానుకు అధికారం ఉందని అవి మనకు బోధిస్తాయి.
9. సాతానుకు నిజమైన, పరిమితమైన శక్తి మరియు సార్వభౌమాధికారం ఉంది.
10. ఇస్లాం యొక్క ప్రపంచ దృష్టికోణం మరియు దాని ఆధ్యాత్మిక శక్తి.
11. దురాత్మ శక్తుల యొక్క బంధకాలలో
12. సాతాను శక్తి మరియు చీకటి శక్తి.
13. మనము యేసుక్రీస్తు రాజ్యములోనికి తీసుకురాబడ్డాము. మరియు మనము క్షమించ బడ్డాము, విడిపింపబడ్డాము.
14. వారు యేసుక్రీస్తు రాజ్యములోనికి బదిలీ చేయబడ్డారని.
15. ఐదు అంశాలు: 1). సాతాను మరియు అన్ని చెడులను త్యజించండి. 2). ఇతర వ్యక్తుల తో అన్ని భక్తిహీన సంబంధాలను త్యజించండి. 3) ఇతర వ్యక్తులతో అన్ని భక్తిహీనమైన

సంబంధాలను త్యజించండి. 4) భక్తిహీనమైన సామర్థ్యాలను త్యజించండి. 5) ప్రభువైన యేసుక్రీస్తుకు మన జీవితాన్ని అప్పగించండి.

16. దేవుడు మరియు సాతాను మధ్య సంఘర్షణ; రెండు రాజ్యాల మధ్య

17. చర్చి ఒక యుద్ధభూమి కావచ్చు, మరియు దుష్టత్వం కొరకు అది ఉపయోగించి ఉండవచ్చు.

18. క్రైస్తవులు సిలువ ద్వారా విజయం సాధిస్తారని నిశ్చయించుకోవచ్చు.

19. రోమన్ విజయోత్సవంతో పోల్చడం దురాత్మలు తమ శక్తిని కోల్పోయారని మరియు వారు అవమానించబడ్డారని సూచిస్తుంది.

20. అపవాధి లేక విరోధి.

21. క్రైస్తవులు అప్రమత్తంగా ఉండాలని హెచ్చరించబడ్డారు.

22. సాతానుకు లొంగిపోయిన మన పాపాలు మరియు మన జీవితంలోని కొంత భాగం.

23. పాపం, క్షమించరానితనం, నోటిమాటలు (మరియు ప్రతీకాత్మక చర్యలు), మనసు యొక్క గాయాలు, భక్తిహీన నమ్మకాలు (అబద్ధాలు), మరియు పితరుల శాపం మరియు ఫలితంగా వచ్చిన శాపాలు.

24. సాతాను మనకు వ్యతిరేకంగా చేసే ఆరోపణలను పేరు పెట్టడం మరియు తిరస్కరించడం.

25. తెరిచిన తలుపు సాతానుకు ఇవ్వబడిన ప్రవేశ ద్వారం. సాతాను తనకు అప్పగించబడిందని వాదించే ఒక చోటు మానవుని ఆత్మలో ఒక స్థావరం.

26. చట్టపరమైన హక్కులు; సాతాను ఆక్రమించగల ఆధ్యాత్మిక చోటు.

27. అంటే మనపై ఆరోపించడానికి సాతానుకు అవకాశం లేదు.

28. యేసుకు వ్యతిరేకంగా ఆరోపించడానికి సాతాను ఎలాంటి పాపాన్ని కనుగొనలేక పోయాడు.

29. యేసు నిర్దోషత్వం ముఖ్యమైనది ఎందుకంటే సిలువ వేయడం న్యాయమైన శిక్ష అని సాతాను వాదించలేడు.

30. మనము తెరచిన తలుపులు మూసివేయాలి మరియు చోటులను తొలగించాలి.

31. మన పాపాల గురించి పశ్చాత్తాపం చెందడం ద్వారా.

32. మనం ముందుగా ఇతరులను క్షమించాలి.

33. ఆయన మన క్షమించరానితనాన్ని ఉపయోగించుకొని మనకు వ్యతిరేకంగా ఉండగలడు.

34. ఇతరులను క్షమించడం; దేవుని క్షమాపణ పొందడం; మనల్ని మనం క్షమించుకోవడం.

35. కాదు: క్షమాపణ అనేది మరచిపోవడానికి భిన్నంగా ఉంటుంది.

36. సాతాను మనకు అబద్ధాలతో పోషించడానికి గాయాన్ని ఉపయోగించవచ్చు.

37. ఆమె తన ఇంటి 'అతిథులు' వేధింపుల బాధాకరమైన అనుభవాల నుండి స్వస్థత పొందింది. అమె బెదిరింపులను త్యజించింది.

38. నీ ఆత్మను ప్రభువుకు కుమ్మరించుము; స్వస్థత కోసం ప్రార్థన; గాయానికి కారణమైన వ్యక్తిని క్షమించు; భయాన్ని త్యజించు (లేదా హానికరమైన ప్రభావాలు); ఏదైనా అబద్ధాలను అంగీకరించండి మరియు తిరస్కరించండి.

39. మనము మాట్లాడిన ప్రతి మాటకు.

40. ఎందుకంటే ఇది మనకు వ్యతిరేకంగా మన మాటలను ఉపయోగించే అవకాశాన్ని అపవాదికి ఇస్తుంది.

41. యేసు రక్తము.

42. నేను ఈ జంతువులా మారవచ్చు: నేను ఆజ్ఞను ఉల్లంఘిస్తే నాకు అదే జరుగుతుంది.

43. ఒడంబడికకు అంగీకరించిన వ్యక్తిపై వారు మరణ శాపం కొరకు వేడుకొంటారు.

44. శిరచ్ఛేధం.

45. సాతాను మనకు అబద్ధాలు నేర్పిస్తాడు.

46. మనము ఇంతకు ముందు నిజమని అంగీకరించిన అబద్ధాలను గుర్తించండి మరియు తిరస్కరించండి.

47. "నిజమైన పురుషులు ఏడవరు".

48. నిజమని భావించే అబద్ధం.

49. ఒక సత్యాన్ని ఎదుర్కొనుట అనేది మనం నమ్మిన అబద్ధాలను ఒప్పుకోవడానికి, తిరస్కరించడానికి మరియు త్యజించడానికి వీలు కల్పిస్తుంది.

50. చెడ్డ ఆధ్యాత్మిక వారసత్వం

51. తల్లిదండ్రుల ప్రభావం మరియు చెడు ఉదాహరణలు

52. దీవెనలు మరియు శాపాల వ్యవస్థ

53. ఆదాము మరియు హవ్వల తరతరాల శాపాలకు ప్రారంభించారు: బాధ, ఆధిపత్యం, క్షయం, మరియు మరణం

54. ఇది మెస్సియానిక్ యుగానికి వాగ్దానం: యేసుక్రీస్తు రాజ్యం కొరకు

55. మన పూర్వీకుల పాపాలను మరియు మన స్వంత పాపాలను ఒప్పుకోండి; ఈ పాపాలను తిరస్కరించండి, మరియు త్యజించండి; అన్ని రకాల శాపాలను విచ్ఛిన్నం చేయండి.

56. సాతానుపై అధికారం.

57. ఎందుకంటే విగ్రహాలతో పాటు ప్రతిదీ పూర్తిగా నాశనం చేయబడాలని చెబుతుంది.

58. మనం చేసుకున్న చెడు ఒప్పందాలను విచ్ఛిన్నం చేసే శక్తి సిలువకు ఉంది.

59. నిర్దిష్టమైన చర్యలు.

60. "నేను మరెవరినీ ప్రేమించను" సుసాన్ వాదం చేదుగా మరియు ప్రతికూలంగా మారింది. ఆమె ఆ ప్రతిజ్ఞను త్యజించింది.

61. ఐదు దశలు: 1. ఒప్పుకొని పశ్చాత్తాపపడండి. 2. త్యజించు. 3. విరగగొట్టబడడం 4. పారద్రోలండి. 5. ఆశీర్వదించండి మరియు నింపండి.

62. పాపాన్ని ఒప్పుకొని సత్యాన్ని ప్రకటించండి.

63. వారిని బాధపెట్టిన దానికి బదులుగా దీవించండి

పాఠం 3 సమాధానాలు

1. సార్వభౌమాధికారిగా అల్లాహ్‌కు లొంగిపోవడం

2. ఒక ముస్లిం.

3. మహమ్మద్ అల్లా యొక్క చివరి దూత.

4. ఖురాన్ మహమ్మద్ యొక్క వెల్లడిని కలిగి ఉంది. మరియు సున్నాలో అతని బోధనలు మరియు చర్యలు ఉన్నాయి.

5. మహమ్మద్ యొక్క మాదిరి హదీసులో (సాంప్రదాయ సూక్తులు) మరియు సీరాన్ లో (మహ మ్మద్ జీవిత చరిత్రలు) నమోదు చేయబడింది.

6. మహమ్మద్.

7. మహమ్మద్ చేసినదంతా ప్రమాణికం అవుతుంది.

8. అల్లాహ్ మరియు అతని ప్రవక్తకు లోబడేవారు.

9. నరకాగ్ని.

10. మహమ్మద్ సందేశాన్ని తిరస్కరించే ఎవరైనా.

11. హత్య, చిత్రహింసలు, అత్యాచారం, స్త్రీలపై వేధింపులు. బానిసత్వం, దొంగతనం, వంచెన మరియు ముస్లిమేతరులకు వ్యతిరేకంగా ప్రేరేపించడం.

12. మీరు ఖురాన్‌ను విశ్వసించాలి మరియు లోబడాలి.

13. సున్నా శరీరం లాంటిది మరియు ఖురాన్ వెన్నెముక లాంటిది.

14. ముస్లింలు నిపుణులైన మైనారిటీలపై ఆధారపడతారు.

15. షరియా చట్టాలు లేకుండా ఇస్లాం లేదు.

16. షరియా దైవిక విధిగా భావించబడుతుంది.

17. ఇది విజయానికి పిలుపు.

18. ప్రజలు విజేతలుగా మరియు మిగిలినవారు ఓడిపోయినవారుగా విభజింపబడ్డారు.

19. ముస్లింలు ముస్లిమేతరులకంటే ఉన్నతమైన వారని బోధిస్తారు; పవిత్రమైన ముస్లింలు తక్కువ భక్తి ఉన్న ముస్లింల కంటే గొప్పవారు.

20. నిజమైన ముస్లింలు, వేషదారులు, విగ్రహారాధికులు మరియు గ్రంథ ప్రజలు.

21. ఒక ముష్రిక్ 'అసోసియేటర్'

22. నాలుగు విషయాలు ఖండించబడ్డాయి: 1) వారి గ్రంథాలు చెడిపోయాయి. 2) వారు ఇస్లాం యొక్క వక్రీకరించిన సంస్కరణను అనుసరిస్తారు. 3) వారు తొలగిపోయారు. 4) వారు అజ్ఞానులు మరియు మహమ్మద్ ద్వారా విముక్తి పొందవలసిన అవసరం ఉంది.

23. ఒకవైపు క్రైస్తవులు మరియు యూదులు నమ్మకమైన వారు మరియు నిజమైన విశ్వాసులని ఖురాన్ సానుకూలంగా మాట్లాడుతుంది.

24. నాలుగు వాదనలు: 1) క్రైస్తవులు వారి ఆధిపత్యం క్రింద జీవించాలి. 2) ముస్లింలు మనల్ని పరిపాలించవలసి ఉంది. 3) మనకు వ్యతిరేకంగా పోరాడాలి. 4) మనం నరకానికి వెళ్తున్నామని నిందించారు.

25. క్రైస్తవుల కంటే యూదులకు ముస్లింలపై ఎక్కువ శత్రుత్వం ఉంటుంది.

26. ఇది ఖురాన్‌లో అత్యంత ప్రసిద్ధి చెందిన అధ్యాయం మరియు దీనిని ప్రతిరోజు పునరావృతం చేయడం తప్పనిసరి. ఇది రోజుకు 17 సార్లు లేదా సంవత్సరానికి 5000 సార్లు చెప్పబడుతుంది.

27. క్రైస్తవులు (తొలగిపోయినవారు) మరియు యూదులు (అల్లా కోపాన్ని సంపాదించిన వారు).

28. మహమ్మద్ యొక్క జీవితం మరియు బోధన.

29. ఇస్లామీకరణ.

30. ఆరు సమస్యలు: 1) స్త్రీలకు తక్కువ స్థానం ఉంటుంది. 2) జీహాద్ బోధన. 3) క్రూరమైన మరియు అధిక శిక్షలు. 4) షరియా ప్రజలను మంచిగా మార్చలేదు. 5) అబద్ధం చెప్పడాన్ని ప్రోత్సహించడం. 6) క్రైస్తవులతో సహా ముస్లిమేతరులను హింసించడం.

31. నైజీరియాలో షరియా కోర్టులు ప్రవేశపెట్టబడ్డాయి.

32. న్యాయమూర్తి మహమ్మద్ యొక్క మాదిరిని అనుసరించారు.

33. 1) ఇది మితిమీరినది. 2) ఇది క్రూరమైనది. 3) ఇది రాళ్లతో కొట్టే పురుషులను దెబ్బతీస్తుంది. 4) ఇది స్త్రీలపై గురి పెడుతుంది. 5) ఇది శిశువును అనాథగా చేస్తుంది. 6) ఇది అత్యాచారం యొక్క అవకాశాన్ని విస్మరిస్తుంది.

34. ముస్లిమేతరుల నుండి ప్రమాదంలో ఉన్నప్పుడు వారు అబద్ధాలు చెబుతారు. భర్తలు తమ భార్యలకు అబద్ధాలు చెప్పవచ్చు. ఒక రహస్యాన్ని వారిని నమ్మి అప్పగించినప్పుడు, యుద్ధం మొదలైన వాటిలో వారు అబద్ధాలు చెప్పవచ్చు.

35. ఇది ముస్లింలను సురక్షితంగా ఉంచటానికి మోసం చేసే పద్ధతి.

36. ఇది సత్యాన్ని నాశనం చేస్తుంది మరియు గంధరగోళాన్ని సృష్టిస్తుంది.

37. వారి మత నిపుణుల యొక్క మార్గదర్శకత్వం.

38. ఇస్లాం నాయకత్వం అనేక విషయాలను బహిరంగంగా ప్రస్తావించకుండా లేదా చర్చించకుండా ప్రయత్నించినప్పటికీ, మీ కోసం ఇస్లాంను అధ్యయనం చేయండి.

39. యేసు లేదా మహమ్మద్‌ను అనుసరించడం.

40. ఈసా (యేసు).

41. పూర్వ ప్రవక్తల జీవిన విధానం (*షరియా*)

42. అల్లా ఈసా (యేసు) కు ఇచ్చిన పుస్తకం.

43. ఈసా క్రైస్తవ మతాన్ని నాశనం చేస్తాడు మరియు ప్రతిఒక్కరిని ముస్లింలుగా మార్చమని బలవంతం చేస్తాడు.

44. ముస్లింలు మహమ్మద్‌ను అనుసరిస్తే, వారు యేసును అనుసరిస్తున్నట్లు బోధిస్తారు.

45. ఈ బోధన దేవుని యొక్క రక్షణ ప్రణాళికను దాచిపెడుతుంది మరియు నిజమైన యేసును అంగీకరించకుండా ముస్లింను నిరోధిస్తుంది.

46. నాలుగు సువార్తల నుండి మనము నిజమైన యేసును గురించి తెలుసుకోవచ్చు.

47. సువార్తలలో యేసు ద్వారా మాత్రమే మనం ఆధ్యాత్మిక బంధకాల నుండి విడుదల పొందవచ్చు.

పాఠం 4 సమాధానాలు

1. మూడు బాధలు: 1. అతని తండ్రి మరణం. 2. అతని తల్లి మరణం. 3. తన మేనమామ కోసం గొర్రెల కాపరిగా ఉండే వినయపూర్వకమైన పని (అతని తాత మరణం కూడా).

2. మహమ్మద్ పట్ల అతని ధిక్కారం.

3. ఆరు అంశాలు: 1) ఆమె అతని యజమాని. 2) ఆమె వయస్సులో పెద్దది. 3) ఆమె వివాహ ప్రస్తావన అతని యొద్దకు తీసుకు వచ్చింది. 4) ఆమెకు అప్పటికే రెండు వివాహాలు జరిగాయి. 5) ఆమె శక్తిమంతురాలు మరియు ధనవంతురాలు.
6) మహమ్మద్‌ను వివాహం చేసుకోవడానికి అతని ఆమోదం పొందేందుకు ఆమె తన తండ్రికి మద్యాన్ని త్రాగించింది.

4. వారి పిల్లలు చాలామంది మరణించారు, మహమ్మద్‌కు మగ వారసుడు లేడు.

5. మహమ్మద్ యొక్క మేనమామ అబూతాలిబ్ మరియు మహమ్మద్ యొక్క భార్య ఖదీజా.

6. అతనికి 40 సంవత్సరాలు మరియు అతను దాదాపు ఆత్మహత్య చేసుకొనేంతగా చాలా ఆందోళన చెందాడు.

7. మహమ్మద్ ఒక పిచ్చివాడు కాదు ప్రవక్త.

8. మహమ్మద్ మోసగాడిగా తిరస్కరించబడతాడని భయపడ్డాడు.

9. ఖథీజా మరియు అలీ, మహమ్మద్ యొక్క యౌవనస్థుడైన బంధువు.

10. మహమ్మద్ మక్కన్ దేవతలను వెక్కిరించాడు.

11. అతను కోపంగా ఉన్న మక్కన్ల నుండి మహమ్మద్‌ను రక్షించాడు.

12. పూర్తి బహిష్కరణ, బలహీన ముస్లింలను హింసించడం మరియు మహమ్మద్‌ను దూషించడం.

13. 83 మంది ముస్లిం పురుషులు తమ కుటుంబాలతో అబిసీనియా (ఆధునిక ఇథియోపియా) కి పారిపోయారు.

14. అల్లాహ్ మరియు మక్కన్ దేవతలను ఆరాధించడం

15. అల్లాహ్ యొక్క ముగ్గురు కుమార్తెలు - అల్ - లాత్, అల్ -ఉజ్జా, మరియు మనత్-లకు ప్రార్థనలు ఆమోదించబడ్డాయి.

16. నిజమైన ప్రవక్తలందరూ అప్పుడప్పుడూ దారి తప్పిపోతారు.

17. ప్రగల్భాలు: 1) అతని పూర్వికులు ఎవరూ వివాహం ద్వారా పుట్టలేదు. 2) అతను ఉత్తమ వ్యక్తి. 3) అతను ఉత్తమ వంశానికి చెందినవాడు (హాషీమ్). 4) అతను ఉత్తమ తెగ (ఖురేష్) నుండి వచ్చాడు.. 5) అతను ఉత్తమ దేశం (అరబ్బులు) నుండి వచ్చాడు.

18. యుద్ధంలో విజయం.

19. ఖథీజా మరియు అతని రక్షకుడు అబూతాలిబ్ ఇద్దరూ మరణించారు. తైఫ్ అతనిని తిరస్కరించిన తరువాత, మదీనా అరబ్బులు అతనిని రక్షించడానికి ప్రతిజ్ఞ చేసారు.

20. జిన్ (దురాత్మలు) సమూహం ముస్లింలుగా మారారు.

21. ఇస్లాంలోకి మారిన జిన్ యొక్క ఆలోచన మరియు ఖురాన్ మరియు హదీసులలో ప్రతివ్యక్తికి సుపరిచితమైన ఆత్మఉందని బోధించడం ఖరీన్ అని పిలుస్తారు.

22. అపోస్తులునికి పూర్తిగా విధేయులై యుద్ధం చేయడం.

23. అతను అడ్డంకులు లేకుండా బోధించాడు మరియు చాలా మంది మదీనా అరబ్బులు ఇస్లాంలోకి మారారు.

24. ఇస్లాంను తిరస్కరించిన వారికి మరణానంతర జీవితంలో వేదనలు.

25. బాలీఎత్తున వధించుట

26. ఫిట్నా

27. ఇస్లాంకు వ్యతిరేకంగా ఫిట్నా.

28. ప్రజలు ఇస్లాంలోకి ప్రవేశించడానికి ఏదైనా అడ్డంకి కలిగి ఉండడం.

29. మీరు పోరాడి చంపబడటానికి అర్హులు.

30. ఎందుకంటే ఇస్లాంను తిరస్కరించిన అపరాధం మరణం కంటే ఘోరమైనది.

31. లక్షలాది మంది ముస్లింలు చనిపోతున్నారు కానీ డజన్ల కొద్ది ముస్లిమేతరులు మాత్రమే చనిపోతున్నారు.

32. అతను చనిపోయిన వారినుండి కూడా ప్రతీకారం మరియు నిరూపణ కోరాడు.

33. తిరస్కరించబడినందుకు అతనికి కలిగిన ద్వేషం

34. వారు శాశ్వతంగా దోషులుగా గుర్తించబడ్డారు, తక్కువ స్థాయి వ్యక్తులుగా ఆధిపత్యం వహించడానికి అర్హులు.

35. ఫిట్నాకు దూకుడువైఖరితో ప్రతిస్పందనలు

36. అల్లా దానిని పాటించకుండా నిషేధించాడు.

37. వారు ఎక్కడ కనిపించినా వారిని మీరు చంపండి.

38. కొందరు నమ్ముతున్నారు, కొందరు నమ్మరు, కానీ ఇస్లాం వారిని ఆశీర్వదిస్తుంది.

39. అతను యూదుల వలే ప్రార్థనలు మరియు జకాత్ బిక్షలను ప్రోత్సహించాడు; అతను తన ప్రార్థనలను అల్-షామ్ (సిరియా; అంటే యెరూషలేము) కు నడిపించాడు; మరియు తన బోధన వారిదేనని చెప్పాడు

40. వారికి పెరిగిన విమర్శలకు వ్యతిరేకంగా స్వీయ దృవీకరణకోసం

41. అతను యూదులను మోసగాళ్లని పిలిచాడు మరియు వారు తమ లేఖనాలను తప్పుగా చెప్పారని చెప్పాడు.

42. యూదు వ్యతిరేక సందేశాలు:

- ఖు 4:46. యూదులు శపించబడ్డారు.
- ఖు 7:166, మొదలైనవి. యూదులు కోతులు మరియు పందులు.
- ఖు 5:70 యూదులు ప్రవక్తను చంపేవారు
- ఖు 5:13 అల్లాహ్ ద్వారా యూదులు కఠిన పరచబడ్డారు.
- ఖు 2:27 యూదులు ఓడిపోయారు.

43. యూదామతం.

44. అతడు వారిని బెదిరించి బహిష్కరించాడు.

45. ఎందుకంటే అతను వారిని చంపుతున్నాడు మరియు ఇస్లాంలోకి మారడం మాత్రమే వారిని రక్షించగలదు.

46. అతడు వారిని నిందించి, వారిపై దాడిచేసి, వారిని వెళ్లగొట్టి, వారి వస్తువులను కొల్లగొట్టెను.

47. అతడు వారిని ముట్టడించి, స్త్రీలను మరియు పిల్లలను బానిసలుగా చేసి పురుషులను ఊచకోత కోశాడు.

48. అతను వారిపై దండయాత్ర చేసి జయించాడు కానీ వారికి 'మూడవ ఎంపిక' ఇచ్చాడు : ధిమ్మీలుగా జీవించడం.

49. యూదులు మరియు క్రైస్తవులు ఇద్దరూ

50. స్వీయ-తిరస్కరణ నుండి స్వీయ ధృవీకరణ వరకు దూకుడు స్వభావం

51. అవిశ్వాసుల ఓటమి మరియు అవమానం

52. ఒక మౌలిక సిద్ధాంతం మరియు సైనిక కార్యక్రమం

53. అతను కేవలం 'హెచ్చరించేవాడు' కాకుండా, విశ్వాసులకు నాయకుడు అయ్యాడు, వారి జీవితాలను క్రమబద్ధీకరించాడు.

54. అల్లాకు విధేయత చూపే మార్గం అంటే మహమ్మద్‌కు విధేయత చూపడమే.

55. తిరస్కరించబడటానికి మహమ్మద్ యొక్క స్వంత ప్రతిస్పందనల పరిణామంపై అవి ఆదారపడి ఉన్నాయి.

56. మహమ్మద్ యొక్క సమస్యలు షరియా ద్వారా ప్రపంచానికి ఆమోదించబడ్డాయి.

57. షహాదా మాటలు.

58. ఖురాన్ అల్లా మాట అని; మరియు మహమ్మద్ గురించి ఖురాన్ ఏమి చెబుతుంది.

59. షహాదాను పఠించడం వల్ల మహమ్మద్ యొక్క ఆధ్యాత్మిక సమస్యలను ముస్లింలపై విధించేందుకు ఆధ్యాత్మిక అధికారులు మరియు అధికారాలకు అనుమతి లభిస్తుంది.

60. (పాల్గొనేవారు వారు ఎదుర్కొన్న ప్రతికూల అంశాలను చుట్టుముట్టారు).

61. వారు దానిని తిరస్కరించారు.

62. అది చెడిపోయిందని వారు అంటున్నారు.

63. వాటిని నాశనం చేశారు.

64. ఖురాన్ దేవుని వాక్యమని నమ్మకం.

65. అస్థిరత, బెదిరింపు, దుర్బలత్వం మరియు విశ్వాసం లేకపోవడం.

పాఠం 5 సమాధానాలు

1. తిరస్కరణ.

2. నాలుగు మార్గాలు: 1) అక్రమాల యొక్క అవమానం. 2) చాలా ధీనమైన జననం. 3) హేరోదు ఆయనను చంపడానికి ప్రయత్నించాడు. 4) తల్లిదండ్రులు శరణార్థులవలె ఈజిప్టుకు పారిపోయారు.

3. పరిస్సయులు ఈ క్రింది ప్రశ్నలతో క్రీస్తుపై దాడి చేశారు:

- మార్కు 3:2, మొదలైనవి సబ్బాతు చట్టాలను ఉల్లంఘించడం.
- మార్కు 11:28, మొదలైనవి అధికారాన్ని.
- మార్కు 10:2, మొదలైనవి. విడాకులు.
- మార్కు 12:15, మొదలైనవి. సీజరుకు పన్నులు చెల్లించడం.
- మత్తయి 22:36, ముఖ్యమైన ఆజ్ఞ.
- మత్తయి 22:42, మెస్సీయ్యా.
- యోహాను 8:19, యేసు యొక్క పితృత్వం.
- మత్తయి 22:23-28, మొదలైనవి. పురుత్థానం .
- మార్కు 8:11, మొదలైనవి. అద్భుతాలు
- మార్కు 3:22, మొదలైనవి. సాతానును 'కలిగి ఉండడం'; సాతాను శక్తి ద్వారా అద్భుతాలు చేయడం.
- మత్తయి 12:2, మొదలైనవి. ఆయన శిష్యుల యొక్క ప్రవర్తన
- యోహాను 8:13, చెల్లని సాక్ష్యం ఇవ్వడం.

4. యేసు అనుభవించిన తిరస్కరణ:

- మత్తయి 2:16. హేరోదు అతన్ని చంపడానికి ప్రయత్నించాడు.
- మార్కు 6:3, మొదలైనవి. నజరేతులోని వారు ఆయనను చంపడానికి ప్రయత్నించారు.
- మార్కు 3:21 ఆయన కుటుంబం ఆయనను అవమానించింది.
- యోహాను 6:66 చాలామంది శిష్యులు ఆయనను విడిచిపెట్టారు.
- యోహాను 10:31, సమూహం అతనిని రాళ్లతో కొట్టేందుకు ప్రయత్నించింది.
- యోహాను 11:50, ఆయనను చంపేందుకు ప్రధానయాజకులు పన్నాగం వేశారు.
- మార్కు 14:43-45, మొదలైనవి. యూదా చేత ద్రోహం చేయబడ్డాడు.
- మార్కు 14:66-72, పేతురు చేత తిరస్కరించబడ్డాడు.
- మార్కు 15:12-15, మొదలైనవి. జనులు ఆయన మరణాన్ని కోరుకున్నారు
- మార్కు 14:65, మొదలైనవి. యూదుల నాయకుడు అపహసించాడు,
- మార్కు 15:16-20, మొదలైనవి. సైనికులచే హింసించబడ్డాడు.
- మార్కు 14:53-65, మొదలైనవి. అన్యాయముగా మరణశిక్ష విధించబడింది.
- ద్వితియోపదేశకాండము 21:23, సిలువ వేయడం ద్వారా శపించబడ్డాడు.
- మార్కు 15:21-32, దొంగల మధ్యలో వేధనకరమైన మరణం.

5. ఆరు ప్రతిస్పందనలు: యేసు 1). దూకుడు స్వభావం కలిగి లేడు లేదా 2) హింసాత్మకంగా లేడు; 3). ప్రతీకారంతీసుకోలేదు; 4) అల్లరితో కూడిన గొడవ చేయలేదు 5). నేరారోపణ మధ్య ఆయన మౌనంగా ఉన్నాడు; మరియు 6). వారు ఆయనను చంపాలనుకున్న ప్రదేశాలను విడిచిపెట్టాడు..

6. ఆయన శోధనను అధిగమించాడు. మరియు తిరస్కరణకు లొంగిపోలేదు.

7. ఎందుకంటే ఆయన తనను తాను భద్రపరుచుకొంటూ స్థిరంగా ఉన్నాడు.

8. యెషయా ద్వారా తిరస్కరించబడిన శ్రమపొందుచున్న సేవకునిగా.

9. సిలువ వేయడం ద్వారా ఆయన మరణం.

10. తన లక్ష్యాలను సాధించడానికి శక్తిని ఉపయోగించడం.

11. ప్రతీకాత్మకంగా, కుటుంబాలలో విభజనలు మరియు బహుశా హింసను తీసుకు రావడం.

12. మెస్సియా తన రాజ్యం భౌతికమైందని మరియు దాని కొరకు హింసను, సైనిక బలాన్ని లేదా రాజకీయ ఎంపికలను ఉపయోగించాడనే ఆలోచనను ఆయన తిరస్కరించాడు

13. వారు చంపడం అనేది నిషేధించారు.

14. ఇతరులతో ఎలా ప్రవర్తించాలో క్రీస్తు ఈ క్రింది వాటిని బోధించాడు:

- మత్తయి 5:38-42, చెడు గురించి: ప్రతిఫలంగా మంచిని చూపించు.
- మత్తయి 7:1-5, తీర్పు గురించి: ఇతరులకు తీర్పు తీర్చకూడదు
- మత్తయి 5:43, శత్రువుల గురించి: వారిని ప్రేమించండి.
- మత్తయి 5:5, సాత్వీకత గురించి: అది విజయం సాధిస్తుంది.
- మత్తయి 5:9, శాంతిని కలిగించే వారి గురించి: వారు దేవుని పిల్లలు అని పిలువబడతారు.
- 1 కొరింథీయులు 4:11-13, మొదలైనవి హింసకు సంబంధించినవి: క్రైస్తవులు గొప్ప పరీక్షలను భరించాలి మరియు ప్రతీకారం తీర్చుకోకూడదు.
- 1 పేతురు 2:21-25, మన ఉదాహరణ గురించి: ఇతరులను ప్రేమించడంలో యేసు మనకు మాదిరి.

15. వారు కొరడా దెబ్బలు, ద్వేషం, ద్రోహం మరియు మరణాన్ని అనుభవిస్తారు.

16. చేదైన స్వభావం లేకుండా ముందుకు సాగటానికి.

17. ఒక సమరయ గ్రామం ఆయనను స్వాగతించడానికి నిరాకరించినప్పుడు.

18. హింసాత్మకంగా హింసించబడినప్పుడు: 1) మరొక ప్రదేశానికి తరలిపోవడం. 2) చింతించకండి కానీ ఆత్మపై ఆధారపడండి. 3) భయపడవద్దు.

19. హింసించబడినప్పుడు సంతోషించండి.

20. నిత్యజీవము యొక్క నిరీక్షణ.

21. మూడు ఫలితాలు: 1) ప్రజలు దేవుని నుండి మరియు ఒకరి నుండి ఒకరు దూరమయ్యారు. 2) ప్రజలు దేవుని సన్నిధి నుండి వెలివేయబడ్డారు. 3) ప్రజలు నాశనం యొక్క శాపానికి గురవుతారు.

22. యేసుక్రీస్తు యొక్క నరావతారం మరియు సిలువ.

23. యేసు సిలువకు అప్పగించుకోవడం.

24. ఆయన తనపై దాడిచేసే వారి ద్వేషాన్ని స్వీకరించి లోక పాపాలకు తన ప్రాణాన్ని బలి ఇచ్చాడు.

25. పాపానికి ప్రాయశ్చిత్తం చేయడానికి ప్రతీకాత్మకంగా రక్తాన్ని చిందించడం: మరియు యెషయా 53 ప్రవచనం ప్రకారం శ్రమనొందుచున్న సేవకునిగా నిలిచాడు.

26. దేవునితో సమాధానపరచబడుట.

27. పురుషులు, దేవదూతలు లేదా దురాత్మల నుండి ఆరోపణలు.

28. సమాధాన పరిచే పరిచర్య.

29. నిరపరాధి అని తనను తను నిరూపించుకున్నాడు.

30. ఆయన పునరుత్థానం మరియు ఆరోపణ ద్వారా.

31. నిరూపణ.

32. క్రీస్తు యొక్క శ్రమలను పంచుకుంటున్న వారిగా వారు శ్రమలలో వారు భావిస్తారు.

33. మహమ్మద్ వారిని వ్యక్తిగతంగా నాశనం చేస్తాడు. మరియు ఈసా భూమికి తిరిగి వచ్చినప్పుడు అదే చేస్తాడని ఊహించండి.

34. ముస్లిమేతరులు తమ విశ్వాసాన్ని నిలబెట్టుకోవడానికి అనుమతించే *ధిమ్మా* యొక్క 'మూడవ ఎంపిక'.

35. ఆయన తన దుస్తుల నుండి అన్ని మతపరమైన చిహ్నాలను తీసివేయవలసి వచ్చింది.

పాఠం 6 సమాధానాలు

1. మహమ్మద్ "అతను బోధించిన విశ్వాసాన్ని ఖడ్గంతో వ్యాప్తి చేయమని ఆజ్ఞ".

2. మతమార్పిడి లేదా యుద్ధం తర్వాత మూడవ ఎంపిక ఉంది: లొంగిపోయి ముస్లింల రక్షణలో జీవించడం.

3. ఇస్లాంలోకి మారండి; చంపబడండి; లేదా లొంగిపోండి (మరియు అవమానంతో జీవించండి).

4. అల్లా మాత్రమే ఆరాధించదగిన దైవం అని మరియు మహమ్మద్ అల్లా యొక్క దూత అని ప్రజలు సాక్ష్యమిచ్చే వరకు పోరాడండి (అంటే షహదా కొరకు).

5. ఇస్లాంను అంగీకరించండి, లేదా జిజియాను డిమాండ్ చేయండి లేదా అవిశ్వాసులతో పోరాడండి.

6. పన్ను చెల్లించడం (జిజియా) మరియు అవమానించబడడం, "తక్కువ చేయబడటం"

7. *ధిమ్మా* ఒడంబడిక.

8. *ధిమ్మీలు*.

9. రెండు సూత్రాలు: 1) ఇతర మతాలపై ఇస్లాం విజయం సాధించాలి. 2) ముస్లింలు ఇస్లాంను అమలు చేయడానికి పరిపాలించే స్థానంలో ఉండాలి.

10. ఇది తలకొరకు విధించే పన్ను, వారు జయించిన ముస్లింలకు వారి తలలు రుణపడి ఉన్నాయని అంగీకరించారు: చంపబడనందుకు పన్ను పరిహారం.

11. ముస్లింల ప్రయోజన కోసం.

12. ఆ సంవత్సరం వారి తలలను చేధించకుండా ఉంచడానికి అనుమతించినందుకు ఇది పరిహారం.

13. *జిహాద్* మళ్లీ మొదలవుతుంది: యుద్ధం, దోపిడి, అత్యాచారం మరియు మరణం.

14. ధిక్కరించి తిరుగుబాటు చేసే వారికి జరిమానా, అదే *జిహాద్*.

15. చంపడానికి లేదా బంధించబడటానికి సులభంగా అందుబాటులో ఉంటుంది.

16. *ధిమ్మా* ఒడంబడికను ఉల్లంఘించారనే ఆరోపణల కారణంగా ఊచకోత.

17. సుల్తాన్ యూదులను గ్రాండ్ విజియర్ పదవికి నియమించాడు.

18. క్రైస్తవులు తమ లొంగిపోయే స్థితిని వదులుకున్నారని మరియు దానితో తమ భద్రతను వదులు కున్నారని ఆరోపించబడ్డారు. కొందరు తమ ప్రాణాలను కాపాడుకునేందుకు ఇస్లాంలోకి మారారు.

19. *జిజియా* పన్ను చెల్లించేటప్పుడు మెడపై ఒకటి రెండు దెబ్బలు కొట్టడం మరియు కొన్ని సార్లు గొంతు పిసికి చంపబడడం అనే ఆచారం అమలు చేయబడుతుంది.

20. *ధిమ్మా*లోని ఏదైనా షరతులను వారు ఉల్లంఘిస్తే అనగా పురుషుల శిరచ్ఛేధంతో సహా, వారి హింసాత్మక జిహాద్‌కు *ధిమ్మీ* సంఘం యొక్క లొంగిపోయే అంగీకారానికి వ్యక్తీక రించడానికి ఇది ఉద్ధేశించబడింది.

21. శిరచ్ఛేధం యొక్క శాపం.

22. క్షుద్ర సమాజాలలో వలె రక్త ఒప్పందం లేదా రక్త ప్రమాణం.

23. ఒక స్వీయ శపించుకోవడం మరియు అతని స్వంత మరణశిక్షకు అనుమతి.

24. కృతజ్ఞత మరియు వినయపూర్వకమైన అణకువ.

25. ఉదాహరణలు:

- ధిమ్మీల యొక్క సాక్ష్యం : షరియా కోర్టులో అంగీకరింపబడలేదు.
- ధిమ్మీల ఇళ్లు: ముస్లింల ఇళ్లకంటే ఎత్తుగా ఉండకూడదు.
- ధిమ్మీల గుర్రాలు: ధిమ్మీలు ఎక్కడానికి అనుమతి లేదు
- ధిమ్మీలు ముస్లింలకు రోడ్డుపై దారి ఇవ్వాల్సి వచ్చింది
- ధిమ్మీల ఆత్మరక్షణ: అనుమతి లేదు.
- ధిమ్మీల మతపరమైన చిహ్నాలు: బహిరంగంగా అనుమతించబడవు.
- ధిమ్మీల చర్చీలు: మరమ్మత్తులు లేవు మరియు క్రొత్త చర్చి భవనాలు లేవు.

- ఇస్లాం గురించి థిమ్మీల విమర్శ: అనుమతించబడదు.
- థిమ్మీల దుస్తులు: ముస్లింలను అనుకరించడానికి అనుమతి లేదు.
- థిమ్మీల వివాహాలు: ఒక థిమ్మీ పురుషుడు ముస్లిం స్త్రీని వివాహం చేసుకోలేడు మరియు ఒక ముస్లిం పురుషుడు థిమ్మీ స్త్రీని వివాహం చేసుకుంటే, పిల్లలు ముస్లింలు అవుతారు.

26. వారు *జిజియా* చెల్లించి, "తక్కువ"గా చేయబడతారు.

27. ఆత్మను చంపడం వంటిది.

28. *థిమ్మా* ఒడంబడిక ఉత్పత్తి చేసే మొత్తం షరతులు.

29. లొంగుబాటుతో అవమానానికి అలవాటుపడడం.

30. అణచివేయు, గోప్యత, మోసపూరిత, నీచత్వం మరియు భయం యొక్క భావాలు.

31. యజమానులు మరియు పాలకుల యొక్క మతంగా.

32. ఆధిక్యత్వం, మరియు మతపరమైన రక్షణవాదం యొక్క వారి తప్పుడు భావం ముస్లింలను బలహీనపరుస్తుంది మరియు వాస్తవాన్ని అంగీకరించడం వారికి కష్టతరం చేస్తుంది.

33. బానిసత్వానికి: అమెరికన్ సివిల్ వార్‌లో బానిసత్వం రద్దు చేయబడింది, అయినప్పటికీ దుర్వినియోగమైన జాత్యహంకారం ఒక శతాబ్దం తర్వాత కూడా కొనసాగుతుంది.

34. పశ్చిమ దేశాలు దాని నాగరికత కోసం ఇస్లాంకు రుణపడి ఉంటాయనే వాదన.

35. యూరోపియన్ దేశాలు.

36. షరియా పునరుద్ధరణ.

37. ఐదు పరిణామాలు: 1) గాయపడిన ఆత్మ. 2) నేరారోపణ యొక్క ఆత్మ 3) బాధితుడి మనస్తత్వం. 4) హింస యొక్క ఆత్మ. 5) ఇతరులపై ఆధిపత్యం చెలాయించే సంకల్పం.

38. మహమ్మద్ యొక్క అణచివేతకు గురైన ఆధ్యాత్మిక స్థితి ఇతరుల అధోకరణాన్ని కోరింది.

39. ఆయన నేరం చేయడానికి నిరాకరించాడు, హింసను ఆశ్రయించడానికి నిరాకరించాడు, ఇతరులపై ఆధిపత్యం వహించడానికి నిరాకరించాడు మరియు గాయబడిన ఆత్మను స్వీకరించ డానికి నిరాకరించాడు.

40. క్రైస్తవులలో ఎవరూ తమ ఆధ్యాత్మిక బంధకం ఇంతకు ముందు అర్థం చేసుకోలేదు; అందరూ విడిపించమని ప్రార్థించారు; అది పూర్తి అయినప్పుడు అందరూ సంతోషించారు.

41. జిహాదీ దాడుల భయం, జిహాదీల నుండి గత గాయం, మీ కుటుంబంపై గతంలో బెదిరింపులు.

42. అవి మొదట *ధిమ్మా* ఒడంబడికను రద్దు చేయడానికి, మన జీవితాలపై దాని వాదనల ను ఉల్లంఘించడానికి మరియు రెండవది ధిమ్మా వ్యవస్థ నుండి వచ్చే అన్ని శాపాలను తిరస్కరించ డానికి మరియు విచ్ఛిన్నం చేయడానికి రూపొందించబడ్డాయి.

43. ప్రజలు ఈ ప్రభావాల నుండి విముక్తి పొందేందుకు వారు సహాయం చేస్తారు.

పాఠం 7 సమాధానాలు

1. సత్యాన్ని ప్రేమించాలని మరియు నిజం మాట్లాడాలనే ధృఢ నిశ్చయం

2. దేవుడు సంబంధాన్ని కోరేవాడు కాబట్టి.

3. అబద్ధమాడటం.

4. అతను ప్రజలను తప్పుదారి పట్టిస్తాడు.

5. అబద్ధాలు చెప్పడానికి అనుమతించబడిన రూపాలు: యుద్ధంలో, భార్యకు, రక్షణ పొందడం, ఉమ్మాను రక్షించడం మరియు ఆపదలో ఉన్నప్పుడు రక్షణ పొందడం (తకియా).

6. మీ స్వంత విశ్వాసాన్ని తిరస్కరించినట్లు నటించడం.

7. వారి ఆధిక్యత మరియు ముస్లిమేతరుల కంటే మెరుగ్గా ఉండటం.

8. మహమ్మద్.

9. గౌరవం మరియు అవమానం యొక్క భావనలు.

10. ఉన్నతమైన అనుభూతి యొక్క భావోద్వేగ ప్రపంచ దృష్టికోణం.

11. శపించుట గురించి హదీసులలో విరుద్ధమైన ప్రకటనలు ఉన్నందున.

12. ముస్లిమేతరులను శపించడం.

13. ద్వేషం, ఉత్సాహం మరియు ఆధ్యాత్మిక "ఆవేశం"

14. ఇద్దరు వ్యక్తులను బంధించే ఒడంబడిక

15. క్షమించరానితనం ఇద్దరు వ్యక్తుల మధ్య ఆత్మబంధకాన్ని ఉంచుతుంది.

16. (విద్యార్థులు ప్రార్థనను పరిగణనలోనికి తీసుకుంటారు మరియు దశలు వర్తించే పాయింట్లను తాము గుర్తుంచుకుంటారు).

17. త్యజించినది: ఇతరులను శపించే పాపం, ఫలితంగా శాపాలు, ఇతరులపై ద్వేషం, అను భవించిన భావోద్వేగం, ద్వేషం మరియు శపించే దురాత్మలు, ఇమామ్‌లు మరియు ఇతరులతో అన్ని భక్తిహీన సంబంధాలు, ఈ ఆత్మ బంధాలను కొనసాగించే దురాత్మల యొక్క అన్ని చర్యలు. విరగగొట్టడం: భక్తిహీనమైన ఆధ్యాత్మిక శక్తులు, శాపాలు, భక్తిహీనమైన ఆత్మ బంధాలు.

18. శాపాల నుండి విముక్తి, శాంతి, సౌమ్యత, దీవించే అధికారం. ఈ ఆశీర్వాదాలు శాపాలు మరియు వారిని నడిపించిన ద్వేషానికి వ్యతిరేకం.

19. పూర్వికులు, తంత్రి, ఇమామ్‌లు, ముస్లిం నాయకులు మరియు నన్ను నేను శపించుకునేలా ప్రభావితం చేసిన ఇతరులు.

20. అతను తన అపార్ట్‌మెంట్ శాపం క్రింద ఉండవచ్చని అనుకున్నాడు.

21. శాపాన్ని ఎలా విడగొట్టాలో అతనికి తెలియదు.

22. తన ఇంటికి వ్యతిరేకంగా వచ్చిన శాపాలన్నిటిని ఛేదించడానికి అతను యేసు నామంలో అధికారం తీసుకోవాలి.

23. వారు శాపాలు అనుభవిస్తున్నారు.

24. తొమ్మిది దశలు: 1) ఒప్పుకోని పశ్చాత్తాపపడండి. 2) భక్తిహీనమైన వస్తువులను తొలగించండి. 3) ఇతరులను మరియు మిమ్మల్ని మీరు క్షమించండి. 4) క్రీస్తులో మీ అధికారాన్ని పొందండి. 5) శాపాన్ని త్యజించండి మరియు విచ్ఛిన్నం చేయండి. 6) క్రీస్తులో మీ స్వేచ్ఛను ప్రకటించండి. 7) దురాత్మలను విడిచిపెట్టమని ఆజ్ఞాపించండి (వాటిని వెళ్లగొట్టడం). 8). ఆశీర్వాదాలను ప్రకటించండి. 9) దేవుణ్ణి స్తుతించండి.

పాఠం 8 సమాధానాలు

1. నాలుగు కారణాలు: 1) సంఘం కోల్పోవడం బాధ. 2) ఇస్లాం నుండి అడ్డంకులు మరియు ఆటంకాలు. 3) ప్రత్యక్ష హింస. 4) క్రైస్తవులు మరియు చర్చితో నిరాశ.

2. భయం మరియు ధిమ్మా నియామకాల కారణంగా చర్చిలు ఇస్లాం నుండి మతం మారిన వారిని దూరం చేస్తాయి.

3. ధిమ్మా ఒడంబడికను అర్థం చేసుకోండి మరియు తిరస్కరించండి.

4. భయం, అభద్రతాభావం మరియు డబ్బుపట్ల ప్రేమ, తిరస్కరణ భావాలు, బలిపశువుల భావన, నేరం చేయడం, ఇతరులను విశ్వసించలేకపోవడం, భావోద్వేగ బాధ, లైంగిక పాపం, పుకార్లు మరియు అబద్ధం.

5. ఇస్లాం యొక్క నియంత్రణ ప్రభావం

6. ఇతరులు అసూయ పడతారు.

7. అతను ఇతర క్రైస్తవులపై నేరం చేశాడు.

8. చర్చిలు ప్రతి చర్చిలతో పోటీ పడతాయి, వారిది ఇతరుల కన్నా మంచిదని నమ్ముతారు.

9. ఒక తలుపు తెరిచి ఉంచబడింది మరియు ఇల్లు ఖాళీగా ఉంది.

10. ఆరోగ్యకరమైన క్రైస్తవులు.

11. అలవాట్లు మరియు ఆలోచనా విధానాలు మారాలి.

12. పౌలు తీతును ఎదుగుతూ ఉండమని ప్రోత్సహించాలనుకున్నాడు.

13. పౌలు క్రైస్తవులను ద్వేషించేవాడు

14. ప్రేమ, జ్ఞానం మరియు లోతైన అంతరదృష్టిలో పెరగడం మరియు మంచి ఫలాలను ఇవ్వడం ద్వారా.

15. (పాల్గొనే వారు తాము గమనించిన ప్రతికూల ప్రభావాలను నివేదించారు).

16. అతడు తరాల శాపాన్ని త్యజించాడు మరియు విచ్ఛిన్నం చేశాడు. అతను ఆందోళనకు గురయ్యే దోరణి నుండి కూడా స్వస్థత పొందాడు.

17. అన్ని తలుపులు మూసివేయండి.

18. విశ్వాసికి వ్యతిరేకంగా సాతాను ఉపయోగించగల తెరిచిన తలుపులను మూసి వేయండి.

19. ఆత్మ జీవజలాన్ని కలిగి ఉండటానికే ఉద్ధేశించబడింది, కాని దాని లోపల ఖాళీలు ఉంటే, అది ఎంత నీటిని పట్టుకొని ఉండాలో పట్టుకొని ఉండదు.

20. క్రీస్తు కొరకు జీవించాలని బి.యమ్,బి లకు కూడా ఇలాంటి అడ్డంకులు మరియు ఆత్మ నష్టం కలుగుతున్నాయి.

21. ఇది వారిని ఉన్నతంగా భావించడంలో సహాయపడుతుంది.

22. చర్చిలు కలిసి పనిచేయడంలో సమస్య ఉంది. ఇతరులు పరిచర్యలో ముందుకు సాగి నప్పుడు ప్రజలు అసూయపడవచ్చు, ప్రజలు వారిపై దాడి చేస్తారని అనుకోవడం వలన ప్రజలు నాయకులుగా పనిచేయాలని కోరుకోవడం లేదు.

23. ఆరు బోధనలు: 1) సేవకుని హృదయానికి విలువ ఇవ్వడం. 2) క్రీస్తులో మీ గుర్తింపు ను కనుగొనడం, మీరు చెప్పేదానిలో లేదా చేసేదానిలో లేదా ఇతరులు మీ గురించి చెప్పేదానిలో లేదా ఆలోచించడంలో కాదు. 3) మీ బలహీనతలలో ప్రగల్భాలు పలకడం నేర్చుకోవడం మరియు 4) ఇతరుల విజయాలలో సంతోషించడం నేర్చుకోవడం ,వారు బాధపడినప్పుడు వారితో కలిసి బాధపడటం 5) ప్రేమతో నిజం ఎలా మాట్లాడాలో నేర్చు కోవడం. 6) పుకార్ల యొక్క విధ్వంసక ప్రభావాల గురించి తెలుసుకోవడం.

24. ప్రజలు తమ సమస్యలను దాచిపెట్టి, వారికి సహాయం చేయనందున వారు ఎదగ లేరు.

25. ఆరు అంశాలు: 1) క్షమాపణ. 2) తిరస్కరణ మరియు నేరం. 3) నమ్మకాన్ని నిర్మించడ ం. 4) మంత్రవిద్యను త్యజించడం. 5) స్త్రీలు మరియు పురుషులు ఒకరినొకరు గౌరవి ంచుకోవడం మరియు ఒకరితో ఒకరు నిజం మాట్లాడటం. 6) తల్లిదండ్రులు తమ పిల్లలను శపించడానికి బదులు వారిని ఆశీర్వదించడం.

26. కాబట్టి ప్రజలు తమ మొత్తం ప్రపంచ దృష్టికోణాన్ని పునర్నిర్మించగలరు.

27. స్టీవ్ త్వరగా మతమార్పిడిలు చేసాడు కానీ వాని నిలుపుకోలేకపోయాడు. చెరీ నిదానం గా మత మార్పిడులు చేసినా వారు క్రీస్తుతో కొనసాగారు. చెరి యొక్క విధానం మెరుగ్గా పనిచేసింది ఎందుకంటే ప్రజలు యేసును అనుసరించాలని నిర్ణయించుకు న్నప్పుడు వారు ఏమి చేస్తున్నారో వారు బాగా అర్థం చేసుకున్నారు.

28. ఆరు దశలు: 1) రెండు ఒప్పుకోలు. 2) దూరంగా తొలగిపోవడం. 3) అభ్యర్థనలు. 4) విధేయతను బదిలీ చేయడం. 5) వాగ్దానం మరియు సమర్పణ. 6) ప్రకటన.

29. దశలు 4-6

30. సాతాను

31. 'షహాదా ను త్యజించి దాని శక్తిని విచ్ఛిన్నం చేయడానికి ప్రకటన మరియు ప్రార్థన' ని ప్రార్థించడం ద్వారా ఇస్లాంను త్యజించండి

32. మరింత పరిణతి చెందిన బి.యమ్.బి పాస్టర్లు

33. మీరు ఉత్తమ వ్యక్తిని కలిగి యున్నారని నిర్ధారించు కోవడానికి మరియు నాయకత్వానికి సిద్ధంగా ఉండడానికి వారికి సహాయం చేయడం.

34. వారు వినయం నేర్చుకోరు మరియు వారు ఇతరుల నుండి తిరస్కరణను అనుభవించవచ్చు.

35. క్రమం తప్పకుండా: కనీసం వారానికి ఒక్కసారి

36. ఆచరణాత్మక రోజువారీ సవాళ్లకు బైబిల్‌ను అన్వయించడం. ఇది వారి స్వభావాన్ని క్రీస్తు లాగా ఎదగడానికి సహాయపడుతుంది.

37. ట్రైనీకి యధార్థతను నేర్పించడం

38. అవమానాన్ని నివారించడానికి

39. కాబట్టి వారు సవాలుతో కూడిన సమస్యలతో వ్యవహరించడం నేర్చుకోవచ్చు.

40. బంధాలు తొలగించకపోతే మరియు గాయాలు నయం చేయబడకపోతే, ఇది పరిచర్యలో వ్యక్తి యొక్క ఫలాన్ని పరిమితం చేస్తుంది. అలాగే, ఎవరైనా విముక్తి పొందినట్లయితే, ఇతరులు స్వేచ్ఛ గా ఉండడానికి ఎలా సహాయపడాలో వారికి బాగా తెలుసు.

41. కాబట్టి వారు పరిచర్యలో సహించగలరు మరియు విశ్వసించగలరు.

42. సేవాపరమైన హృదయం పరస్పర ప్రేమ మరియు గౌరవంతో ఉంటుంది.

43. కాబట్టి మనం విమర్శను స్వీకరించగలము మరియు పరిపక్వతలో ఎదగగలము.

44. శిక్షణ పొందిన వ్యక్తికి స్వీయ - అవగాహనను నేర్పించడానికి.

45. ఎందుకంటే వారు దానిని తప్పించుకోలేరు.

46. దేవుణ్ణి ఘనపరచడం, సంఘం కోసం దేవుని ఆశీర్వాదం పొందుకోవడం మరియు తగ్గింపు నేర్చుకోవడం.

www.ingramcontent.com/pod-product-compliance
Lightning Source LLC
Chambersburg PA
CBHW072136090426
42739CB00013B/3208
* 9 7 8 1 9 2 3 0 6 7 1 0 3 *